யூடர்ன்

மெடிமிக்ஸ், மேளம், சஞ்சீவனம் - உலகளாவிய பிராண்டுகளின் தலைவர்
போர்டுரூமைத் தாண்டிச் சொல்லும் வாழ்க்கைப் பதிவுகள்...

ஏ.வி.அனூப்

தமிழில் : கார்த்திகா குமாரி

சிக்ஸ்த்சென்ஸ் பப்ளிகேஷன்ஸ்
10/2 (8/2) போலீஸ் குவார்ட்டர்ஸ் சாலை
(தியாகராயநகர் பேருந்து நிலையத்திற்கும் காவல் நிலையத்திற்கும் இடைப்பட்ட சாலை)
தியாகராயநகர், சென்னை - 600 017
Phone: 2434 2771, 2986 0070 Cell: 72000 50073
Sixthsense Publications 6 th sense_karthi
e-mail : sixthsensepub@yahoo.com
Website: www.sixthsensepublications.com

Title:
YOU TURN

Publisher
K.S. Pugalendi
Managing Editor
P. Karthikeyan
Layout
M.Magesh

Author:
A. V. Anoop

Translator:
Karthika Kumari

Address:
Sixthsense Publications
10/2(8/2) Police Quarters Road,
(Between Thiyagaraya Nagar Bus Stop & Police Station)
Thiyagaraya Nagar, Chennai - 600 017
Phone: 24342771, 29860070
Cell: **72**000**5**00**73**
/ Sixthsense Publications
/ 6 th sense_karthi
e-mail : sixthsensepub@yahoo.com
Website: www. sixthsensepublications.com

Base Langugage : **Malayalam**
Publisher : **Current Books**,
an imprint of **DC Books**
First Edition : **October, 2023**
ISBN : **978-93-5732-956-9**

Edition:
First : **November, 2024**

Pages : **256**
Price : **₹ 399/–**

தலைப்பு : **யூ டர்ன்**
நூலாசிரியர் : **ஏ. வி. அனூப்**
தமிழில் : **கார்த்திகா குமாரி**

பக்கங்கள் : **256**
விலை : **₹ 399/–**

முதற்பதிப்பு : **நவம்பர், 2024**

நீங்கள் Smart Phone உபயோகிப்பவராக இருந்தால் QR Code Reader Application மூலம் இதை Scan செய்தால் நேரடியாக எமது இணையதளத்திற்கு சென்று மேலும் எங்கள் வெளியீடுகள் பற்றிய விவரங்களைப் பெறலாம்

No part of this book may be reproduced or transmitted in any form without permission in writing from the author or publisher

சிக்ஸ்த்சென்ஸ் பப்ளிகேஷன்ஸ்
10/2 (8/2) போலீஸ் குவார்ட்டர்ஸ் சாலை
(தியாகராயநகர் பேருந்து நிலையத்திற்கும் காவல் நிலையத்திற்கும் இடைப்பட்ட சாலை)
தியாகராயநகர், சென்னை – 600 017
தொலைபேசி : 24342771, 29860070

கைபேசி: **72**000**5**00**73**
மின்னஞ்சல்: *sixthsensepub@yahoo.com*

இந்தப் புத்தகத்திலுள்ள எந்த ஒரு பகுதியையும் பதிப்பாளர் மற்றும் எழுத்தாளர் அனுமதியை எழுத்து மூலம் பெறாமல் பதிப்பிக்கக் கூடாது

ISBN : 978-93-88734-58-5

A1 **B494**

பிரபலங்களின் பார்வையில்...

எப்படிப்பட்ட சூழலுக்கும் அனுசரிக்கும் திறன், பொறுப்புணர்வு மற்றும் நீடித்த உறவுகளை நீடிக்கச் செய்யும் வலிமை போன்றவற்றை எடுத்துக்காட்டும் ஒரு நம்பமுடியாத பயணத்திற்கு வாசகர்களை அழைத்துச் செல்கிறது டாக்டர் ஏ.வி. அனூபின் 'யூ டர்ன்'. இது வெறும் சுயசரிதை மட்டுமல்ல; தங்கள் கனவுகளைப் பின்பற்றவும், அதற்கான பயணத்தை மேற்கொள்ளவும் தயாராக இருக்கும் நபர்களுக்கு ஊக்கமளிக்கும் வழிகாட்டி. அவரது நுண்ணறிவு ஆழமானது. அவரது நேர்மை புத்துணர்ச்சியூட்டுகிறது. அவரது கதை உண்மையிலேயே ஊக்கமளிக்கிறது - நிறைவான வாழ்க்கையை வாழ விரும்பும் எவரும் படிக்க வேண்டிய புத்தகம்.

**மாண்புமிகு திரு. கே. கைலாசநாதன், I.A.S., (Retd)
புதுச்சேரி லெப்டினன்ட் கவர்னர்**

ஏறக்குறைய 30 ஆண்டுகளாக எனது நெருங்கிய நண்பர் அனூபைத் தெரியும். அவர் ஒரு பன்முகத்தன்மை கொண்ட பன்மைத்திறன் கொண்ட ஆளுமை. தொழிலதிபர், கொடையாளர், நாடக கலைஞர், திரைப்படத் தயாரிப்பாளர் என்பன அவற்றுள் சில. அனூப் வருடங்கள் தோறும் மேம்பட்டுக் கொண்டே இருக்கிறார். அவர் எனது மறைந்த தந்தை ஸ்ரீகே.கே. ராஜேந்திரனுக்கு (சாக்கியர் ராஜன்) மிகவும் நெருக்கமானவர். அவர் என் தந்தையை ஒரு நண்பராகவும், தத்துவஞானியாகவும், வழிகாட்டியாகவும் பார்த்தார். அனூப் ஒரு சிறந்த மாணவர் என்றும் வாழ்க்கை தரும் எந்தச் சவாலையும் பாறை போன்ற தன் உறுதியால் சகிப்புடன் கையாளும் திறன் கொண்டவர் என்றும் என் தந்தை என்னிடம் கூறியிருக்கிறார். "யூ டர்ன்" அனூபின் வாழ்க்கைக்குள் உங்களை அழைத்துச் செல்கிறது, மேலும் விடாமுயற்சியும் கடின உழைப்பும் வெற்றிக்கான சில திறவுகோல்கள் என்பதையும் காட்டுகிறது. அனூப் ஒரு சமூக சீர்திருத்தவாதியாகவும், நல்ல நடத்தையின் முன்மாதிரியாகவும் இருக்கிறார். அவரது பணிகளே அவர் திறனைப் பேசுகின்றன. இந்தப் புத்தகம் ஒரு நல்ல வாசிப்பனுபவம் தருகிறது. அனூப் வாழ்வில் சிறப்பாக அமைய வாழ்த்துகிறேன்.
'லோகா ஸமஸ்தா சுகினோ பவந்து'

**மாண்புமிகு நிதியரசர் கே.ஆர்.ஸ்ரீராம், தலைமை நீதிபதி,
சென்னை உயர்நீதிமன்றம்**

"எனது நல்ல நண்பர், ஏ.வி. அனூபின் சுயசரிதையான 'யூ டர்ன்' அவர் தனது வாழ்க்கையில் ஏற்றுக்கொண்ட பல பாத்திரங்களில் எப்படி முத்திரை பதித்தார் என்பதை மகிழ்ச்சியுடன் படிக்க வைக்கிறது.தொடர்ந்து கற்கவும் வளர்ச்சியடையவும் முயலும் ஒரு மனிதனின் பயணம் - உத்வேகம் பெற விரும்பும் அனைவரும் வாசிக்க வேண்டும்.

**டாக்டர். எஸ்.சோமநாத், தலைவர், இந்திய விண்வெளி
ஆராய்ச்சி நிறுவனம் (இஸ்ரோ)**

“டாக்டர் ஏ.வி. அனூப் எழுதிய புத்தகம், ‘யூ டர்ன்’ வெறும் சுயசரிதை மட்டுமல்ல, தொழிலதிபர், வணிகம் செய்பவர், மருத்துவ நிபுணர், திரைப்படத் தயாரிப்பாளர், நடிகர், சமூக ஆர்வலர் மற்றும் இப்போது ஒரு எழுத்தாளர் என அவரது வெற்றியின் ரகசியத்தை வெளிப்படுத்தும் ஒரு ‘செய்து பாருங்கள்’ வகை புத்தகம். புத்தகத்தைப் படித்த பிறகு, “நீங்கள்” *(YOU)* இன்னும் பலனளிக்கும் பாதைக்கு “திரும்புவீர்கள்”*(TURN)* என்று அவர் எதிர்பார்க்கிறார். ஆனால் அர்ப்பணிப்பு, கடின உழைப்பு, நீதி உணர்வு மற்றும் பரோபகாரம் போன்ற பல விஷயங்களைக் கோருவதால் அவருடைய வழிகளையும் முறைகளையும் பின்பற்றுவது கடினம். இருப்பினும், வெற்றிகரமான வாழ்க்கையைத் தேடும் ஆர்வமுள்ள இளைஞர்களுக்கு அவர் ஒரு முன்மாதிரி என்பது உறுதி. புத்தகத்தில் உள்ள நுண்ணறிவு ஆழமானது, அவரது நேர்மை வெளிப்படையானது மற்றும் அவரது கதை ஊக்கமளிக்கிறது.

திரு. டி. பி. ஸ்ரீனிவாசன், *I.F.S.,(Retd)*
முன்னாள் தூதுவர் மற்றும் எழுத்தாளர்

‘ஒவ்வொரு அனுபவமும் வாழ்க்கையில் ஒரு சோதனைதான். இதுபோன்ற அனுபவங்களில் இருந்து கற்றுக்கொண்ட பாடங்கள் மேலாண்மைப் பாடப் புத்தகங்கள் மற்றும் தொழில்முனைவோர் கையேடுகளுக்கு அப்பால் ஒருவரை வளப்படுத்துகின்றன. ஏ. வி. அனூப் இந்தப் புத்தகத்தில் எழுதிய நிகழ்வுகளும் சாட்சியங்களும் தனது கனவுகளைத் துரத்தும் ஒவ்வொருவருக்கும் உண்மையிலேயே உத்வேகம் தருகின்றன. ‘யூ டர்ன்’, நிச்சயமாக, ஒரு கட்டாய வாசிப்புக்கான புத்தகம்!

- டாக்டர். சிபிச்சென் கே. மேத்யூ, ஐ. ஆர். எஸ்., பெருவிற்பனை படைத்த நூல்களை எழுதியவர் மற்றும் மூத்த அரசு அதிகாரி

பெருந்துன்பங்களை எதிர்கொள்ளும் போதும் பின்னடையாமல் மீண்டு வருதல் மற்றும் படைப்பாற்றலைப் பயன்படுத்துவது எப்படி என்று எடுத்துக்கூறுகிறது டாக்டர் ஏவி. அனூப்பின் ‘யூ டர்ன்’. அவரது பயணம், உறுதியும் ஆர்வமும் இருந்தால் வாழ்க்கையின் எப்படிப்பட்ட சவால்களையும் எதிர்கொள்ளவும் , தடைகளையே குறிப்பிடத்தக்க சாதனைகளுக்கு வழிவகுக்கவும் வைக்க முடியும் என்பதையும் காட்டுகிறது.

டாக்டர் கீதாகிருஷ்ணன், ஆராய்ச்சிப் பிரிவுத் தலைவர், *WHO*
பாரம்பரிய மருத்துவ மையம், ஜாம்நகர், இந்தியா.

‘யூ டர்ன்’ இல் டாக்டர் அனூப் திறமையான பார்வையை வெளிப்படுத்துகிறார். இது நிறுவனங்களில் வேகமாக முன்னேற நினைப்பவர்களுக்கான உத்வேகம் தரும் நடைமுறைக் கையேடு.

திரு. மாம்மன் மேத்யூ, மலையாள மனோரமா

“உத்வேகம் தரும் தொழில்முனைவு மற்றும் பரோபகாரப் பயணத்தைப் பற்றிய ஒரு அழுத்தமான படைப்பு. சவால்களைச் சமாளிக்கவும், வாய்ப்புகளைப் பயன்படுத்திக் கொள்வதற்கும் எதிர் மரபு சார்ந்த மனநிலையில் இருப்போரையும் அரவணைத்துக் கொண்டு செயல்படுவது என்பது பற்றியும் கற்பிக்கும் ஒரு புத்திசாலித்தனமான அற்புதமான வாழ்க்கைச் சுருக்கம்” - **டாக்டர். ஐசக் ஜான் பட்டாணிபரம்பில், நிர்வாக ஆசிரியர், கலீஜ் டைம்ஸ்**

இந்தியாவின் முன்னணி தொழில்முனைவோர்களில் ஒருவரான ஏ. வி. அனூப், ஒரு அறியப்பட்ட திரைப்படத் தயாரிப்பாளர், கொடைவள்ளல் மற்றும் ஆர்வலர். இந்த அரிய மற்றும் நேர்மையான சுயசரிதையில் அவரது வாழ்க்கைப் போராட்டம் மற்றும் வளர்ச்சியைப் பற்றிய தூண்டுதல் கதையைப் பகிர்ந்து கொள்கிறார். அவரது நிஜ வாழ்க்கையில் துன்பம், போராட்டம் மற்றும் வெற்றி ஆகிய இரண்டிற்கும் ஏராளமான வாய்ப்புகள் இருந்தாலும் இங்கு தற்பெருமையோ, சுய பரிதாபமோ இல்லை. வாசிக்கத் தூண்டும் வகையில் தெளிவான நடையில் எழுதப்பட்ட எழுச்சியூட்டும் வாழ்க்கைச் சரிதம்.

கவிஞர் க.சச்சிதானந்தன், கேரள சாகித்ய அகாடமியின் தலைவர் மற்றும் சாகித்ய அகாடமியின் முன்னாள் செயலாளர்

திரு. ஏ.வி. அனூபின் ‘யூ டர்ன்’ - அவரது வாழ்க்கையின் குறைபாடற்ற & களிப்பூட்டும் பார்வை. ஆசிரியர் வணிகத்தின் பல உயரங்களைச் சிரமமின்றித் தொடர்வது, எதிர்பாராத வாழ்க்கை முரண்பாடுகளை எதிர்கொள்வது, தடைகளை முறியடிக்கும் கலையைப் போராடிக் கற்றுக்கொண்டது, துரோகம் நிறைந்த வாழ்க்கைப் பயணத்தை கலை, இசை, திரைப்பட உருவாக்கம் ஆகியவற்றில தனது தீவிர ஆர்வத்தின் மூலம் கடந்து செல்வது போன்ற பல விஷயங்களை விவரிப்பதன் மூலம் தனது ஆபத்தான வாழ்க்கைப் பாதையை விவரிக்கிறார் ஆசிரியர். அவரது நிறைவேறிய கனவுகள் மற்றும் பார்வைகள், மட்டற்ற மகிழ்ச்சி மற்றும் அறியப்படாத விஷயங்களில் இன்னும் தொடரும் சாதனைகளின் சுமைகளால் நிரம்பி வழியும்அவரது வாழ்க்கை வாசகர்களை அவரது உலகத்திற்கு கொண்டு செல்கிறது.

திரு. ரவி கொட்டாரக்காரா, இந்திய திரைப்படக் கூட்டமைப்பு மற்றும் தென்னிந்தியத் திரைப்பட வர்த்தக சபையின் தலைவர்.

“ஒரு பல்துறை ஆளுமை. திரு. அனூப் அவர்களின் வாழ்க்கை எதையும் எதிர்கொள்ளும் மனம், செயலுக்கும், விளைவுக்கும் தானே பொறுப்பேற்கும் தன்மை, நீடித்த உறவுகளை வளர்த்துக் கொள்வது போன்ற பல விஷயங்களை உள்ளடக்கியது. இவை எல்லாமே படிக்கப் படிக்க அவர் மீது மிகுந்த மரியாதையை ஏற்படுத்துகிறது. பயனுள்ள வாழ்வுக்கு இதைக் கண்டிப்பாக படிக்க வேண்டும்!”

- திரு. ஏ.ஆர். உன்னிகிருஷ்ணன், நிர்வாக இயக்குனர், செயிண்ட் கோபெய்ன் இந்தியா ப்ரைவேட் லிமிடெட்

வளைவுகள்

என் வாழ்க்கையின் தத்துவத்தைத் திறந்து வைக்கும் சாளரங்கள்..08

பதிப்புரை...21

என் எழுத்தினுடைய வலிமையின் பின்புலம் மற்றும் ஒரு நன்றியுரை..24

ஏ.வி.அனூபின் யூ டர்ன்(சசி தரூர்).........................25

ஆசிரியர் குறிப்பு..28

பாதை

1. அ-அம்மா, அம்பலநகர்.....................................31
2. குறும்புகள்..38
3. முதல் அரங்கேற்றமும், முதல் ரேடியோ நாடகத் தேர்வும்...54
4. முடிவில்லாத பாதையை நோக்கி........................65

பயணம்

5. ஒற்றை அறையில் இருந்து கார்ப்பரேட் அலுவலகம் வரை..81
6. 'சஞ்சீவனத்தின் பிறப்பு - ஆரோக்கியமான வாழ்க்கை பற்றிய எனது எண்ணங்கள்...............101
7. நாராயண குருவும், 'யுகபுருஷன்' திரைப்படமும்...113

உச்சங்கள்

8. பேரன்பும், பெருவெள்ளமும்......125

9. மலையாளி க்ளப்பின் நூற்றாண்டு விழாவும்,
எனது களச் செயல்பாடுகளும்......147

10. அரசர் இடிப்பஸூம் அவரது கால் ஊனமும்......169

வரையறைகள்

11. சொல்லும் பொருளும்......181

எதிரொலிகள்

12. ஏ.சி.கோவிந்தனும் அவரது அளப்பரிய ஞானமும்......189

13. நாயனார்- ஒரு வித்தியாசமான அரசியல்வாதி......196

பிடிப்பினைகள்

14. வணிகத்தில் வெற்றி பெற சில பாடங்கள்......201

15. கேரளாவும் தமிழ்நாடும்......211

பகிர்வுகள்

16. பயணங்களும், பிரமிப்பூட்டும் காட்சிகளும்......217

17. சபிக்கப்பட்ட வார்த்தைகளும் சில எதிர்பாராத
நிகழ்வுகளும்......225

மைல்கல்கள்

18. டாக்டர் சித்தனின் மரணமும், பேசப்படாத
வார்த்தைகளும்......229

19. மெடிமிக்ஸ் பொன்விழா......232

20. ஒரு ஊடுருவலின் நினைவாக......237

21. உதவிகளும், உருமாற்றங்களும்/
உதவிகள்- நினைத்ததும், நடந்ததும்......241

22. ஜம்மு காஷ்மீர்-வழக்கும், சோதனையும்......247

23. A.V.A. குழுமத்தின் பிறப்பு......251

24. எதிர்காலம்......255

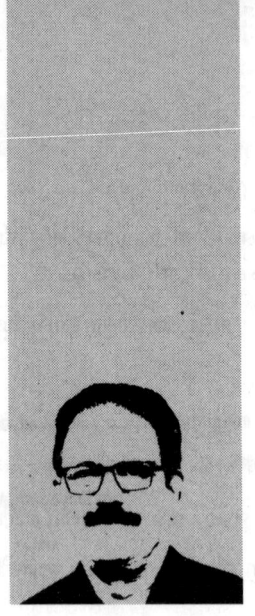

என் வாழ்க்கையின் தத்துவத்தைத் திறந்து வைக்கும் சாளரங்கள்

"நீ என்னை முடிவில்லாததாக ஆக்கிவிட்டாய்
அதுவே உன் மகிழ்ச்சி
இந்தப் பலவீனமான பாத்திரத்தை மீண்டும் மீண்டும் காலி செய்து
திரும்பத்திரும்ப அதைப் புதிய வாழ்க்கையால் நிரப்புகிறாய்
மலைகள் மற்றும் பள்ளத்தாக்குக்களின் மீது
இந்தச் சிறிய புல்லாங்குழலை நீ சுமந்து சென்றாய்
அதன் மூலம் என்றென்றும் புதிய மெல்லிசைகளை
உன் சுவாசத்தால் நிரப்பினாய்
உன் கரங்களின் அழியாத ஸ்பரிசத்தால்
என் சிறிய இதயம் மகிழ்ச்சியில்
தன் எல்லையை இழந்து
விவரிக்க முடியாத வார்த்தைகளைப் பிறப்பிக்கிறது
உன்னுடைய எல்லையற்ற பரிசுகள்
என்னுடைய இந்த மிகச் சிறிய கைகளில் மட்டுமே விழுகின்றன

யுகங்கள் கடந்துவிட்டன

இன்னும் நீ ஊற்றுகிறாய்

இன்னும் நிரம்ப இடம் இருக்கிறது."

- உலகப் புகழ்பெற்ற கவிஞர் ரவீந்திரநாத் தாகூரின் நோபல் பரிசு பெற்ற "கீதாஞ்சலி"யின் முதல் பாடல்.

இயற்கையின் தொடர் அற்புதமான நிகழ்வுகள் நமக்குள் தேடலைத் தூண்டுகிறது. கோவிட் நோயை ஏற்படுத்திய கொரோனா வைரஸ், உலகம் முழுவதும் எல்லோர் வாழ்க்கையின் போக்கையும் சீர்குலைத்து, வித்தியாசமாக சிந்திக்கவும், புதிய வாழ்க்கை முறையைத் தொடங்கவும் நம்மைத் தூண்டியது. ஒரே ஒரு நாள் கூட இந்த உலகம் முழுமையாக பூட்டிவைக்கப்படும் என்று யாரும் ஒருபோதும் நினைத்துப் பார்த்திருக்க மாட்டார்கள். எந்தவொரு சமூகவியலாளரோ அல்லது ஆராய்ச்சி மையமோ அத்தகைய சாத்தியம் குறித்து எச்சரிக்கை அளித்ததில்லை. நிகழ்ந்ததற்குப் பிறகுதான் நாம் எச்சரிக்கையானோம். மனித குல வரலாற்றின் இருண்ட அத்தியாயங்களில் ஒன்றாகக் கொரோனா காலகட்டம் அமைந்துவிட்டது. சூழ்நிலைகளின் கைதிதான் மனிதன் என்ற கூற்றை அடிக்கோடிட்டுக் காட்டியது. உலகம் முழுவதையும் சிறை பிடித்து வைத்திருக்கும் ஒரு கண்ணுக்குத் தெரியாத உயிரினத்தைப் பற்றி நாம் சிந்திக்கவும் பேசவும் வேண்டியிருந்தது. எனக்குள்ளும், மற்றவர்களோடும் நடந்த இப்படிப்பட்ட உரையாடலைத்தான் இந்த நினைவுக் குறிப்புகளின் மையமாக வைக்க முயல்கிறேன். நமது கடந்தகாலம் நம் நினைவில் வாழ்கிறது; சில நினைவுப்புள்ளிகள் மற்றவற்றை விட அதிகமாகப் பிரகாசிக்கும். நாம் மறக்க முயற்சிக்கும் கரும்புள்ளிகளும் உள்ளன. லாக்டவுன் மூலம் நமக்குக் கிடைத்த அதிகப்படியான நேரம், சுற்றிநடக்கும் விஷயங்களைப் பார்க்கவும், கவனிக்கவும் கற்றுக்கொடுத்து வரவிருக்கும் காலத்தில் சிறந்த பங்களிப்புகள் செய்வதற்கு என்னைத் தயார்படுத்தியது. அனைத்துப் போக்குவரத்தும் நிறுத்தப்பட்டது; வாகனச் சத்தத்துடன் முழங்கிய தெருக்கள் கொடிய அமைதியைச் சந்தித்தன. 'யார் எங்கிருந்தாலும் அங்கேயே தங்கியிருக்க வேண்டும்' என்று

அதிகாரிகள் கொடுத்த உத்தரவை யாரும் புறக்கணிக்க முடியவில்லை. கொரானாப் பெருந்தொற்று உலகம் முழுவதும் நெருப்பைப் போலப் பரவிக்கொண்டிருந்தது. உலகத்தைச் சாம்பலாக நிர்மூலமாக்க கொரோனா தயாராக இருந்தது.

ஒருகாலத்தில் பிளேக்நோயால் லட்சக்கணக்கான மக்கள் மின்மினிப் பூச்சிகளைப் போலப் பரவலாக இறந்து விழுந்தார்கள். அந்த நிகழ்வை நாம் முற்றிலும் மறந்துவிட்ட சமயத்தில்தான் இந்தப் புதிய அவதாரம் முளைத்தது.

இந்தக் காலகட்டத்தில் என் மனதில் நிறைந்திருந்த எண்ணங்கள், என்னை உலுக்கிய உணர்ச்சிகள், இவை அனைத்தும் இந்தப் படைப்பின் அங்கமாக அமைந்துள்ளன.

கொரோனாவால் தனித்திருந்து சிகிச்சைபெறும் முறையான 'குவாரண்டைன்' என்ற சொல் உலகம் முழுவதும் பிரபலமானது. 'குவாரண்டைன்' என்ற இந்த வார்த்தை எனக்கு முன்பே அறிமுகமாகி இருந்தது. எங்கள் நிறுவனத்தில் தனிமைப்படுத்தப்பட்ட அறை ஒன்று இருக்கிறது. அங்குதான் எங்கள் நிறுவனத்துக்கு நாட்டின் பல்வேறு பகுதிகளில் இருந்து வரும் மூலப்பொருட்களை, எந்த வகையிலும் பாதிக்கப்பட்டுள்ளதா என்பதைச் சோதனை செய்வோம். பொருட்கள் தூய்மையானவை என்பதை உறுதி செய்த பின்னரே பயன்பாட்டுக்கு அனுப்புவோம். அதைக் 'குவாரண்டைன் ரூம்' என்றுதான் அழைப்போம்.

இந்தக் கொரானா சமயத்தில் ஒட்டுமொத்த உலக மக்களும் தங்கள் வீடுகளில் அடைந்தே இருந்தனர். நாங்களும் அப்படித்தான் இருந்தோம்.

வழக்கமாகச் சென்னையில் உள்ள எங்கள் வீட்டில் நான், அம்மா, மனைவி மற்றும் மூன்று பேர் மட்டுமே இருப்போம். ஆனால் லாக்டவுன் அறிவிக்கப்பட்டபோது எதிர்பாராத விதமாக அதேநேரம் அதிர்ஷ்டவசமாக எனது முழுக் குடும்பமும் எங்களுடன் இருந்தது. எனது இரண்டு மகள்கள், லாஞ்சனா மற்றும் பிரதிக்ஷா, மருமகன்கள் விவேக் வேணுகோபால் மற்றும் டாக்டர் பிரசாந்த் கிரீஷ் மற்றும் பேரக்குழந்தைகள் யுவான் மற்றும் தாரா பிரசாந்த் ஆகியோர் அனைவருமே அப்போது எங்களுடன் இருந்தனர். நம் அன்பானவர்கள் நம்முடன் இருப்பதன் மூலம் உருவாகும்

தைரியமும் தன்னம்பிக்கையும் அளவிட முடியாதது. மலையாளத்தில், குடும்பம் என்பதற்கான அர்த்தம், 'குடும்ப உறுப்பினர்கள் ஒன்றாக இருப்பதன் மூலம் உருவாக்கப்படும் இன்பம்' என வரையறுக்கப்படுகிறது. நாம் அன்புசெலுத்தும், நம்மிடம் அன்பு செலுத்தும் நபர்களுடன் நாம் இருக்கும்போது, மனதின் இன்னல்களை வெல்லும் வலிமையைப் பெறுகிறோம். நமக்குப் பிரியமானவர்கள் அருகிலிருந்தால் வாழ்க்கை ஒரு கொண்டாட்டமாக மாறும். குடும்ப உறுப்பினர்களின் பேச்சு ஒலி, சேர்ந்திருப்பதன் மகிழ்ச்சியை அதிகரிக்கிறது. பிரபல மலையாள நாவலாசிரியர் வைக்கம் முகமது பஷீரின் "மதிலுகள்" (சுவர்கள்) புத்தகத்தையோ அல்லது அதை அடிப்படையாகக் கொண்ட திரைப்படத்தையோ படித்த அனைவரும், அதில் சித்தரிக்கப்பட்டுள்ள இரண்டு நபர்களுக்கு இடையேயான அன்பின் வளர்ச்சிக்கு ஒலியின் மயக்கும் விளைவை, அதன் பங்களிப்பை அறிந்திருக்கக்கூடும். மலையாளத்திலிருந்து இன்னொரு உதாரணத்தை எடுத்துக் கொள்வோம். ஒருவரின் குழந்தைகள் 'மக்கள்' எனப்படுவர்; ஆனால் மகளை அந்த வார்த்தையின் சிறிய மாற்றத்துடன் அன்புகலந்து 'மோளே' என்று செல்லமாக அழைப்பார்கள். ஒலி வார்த்தைக்கு அன்பை சேர்க்கிறது. நெருக்கத்தை நிரூபிக்க ஒருவரின் இருப்பு அவசியம். அதில் பார்வையும் முக்கியப் பங்கு வகிக்கிறது. நம் அன்பானவர்களைக் காண நம் கண்களும், இதயமும் துடிக்கிறது என்று பொதுவாகச் சொல்கிறோம். நமக்குப் பிரியமானவர்களிடம் தொடர்ந்து நம்மை ஒப்புக்கொடுக்க வேண்டும். இது இதயத்திலிருந்து இதயத்திற்குத் தொடர்புகொடுப்பது போன்றது. அது நின்றுவிட்டால் நாம் நாமாக இருப்பதை நிறுத்திவிடுகிறோம். தனிமை உங்களை மனச்சோர்வின் ஆழத்தில் தள்ளுகிறது. இந்தப் புரிதல்தான், 'தனிமைச் சிறையை' ஒரு குற்றவாளிக்கு வழங்கப்படும் மிகச் சக்திவாய்ந்த கொடூரமான தண்டனை என்று அதிகாரிகளை முடிவு செய்ய வைத்துள்ளது. இந்தத் தண்டனையை நீண்ட காலமாக அனுபவிக்கும் ஒருவர், மனச் சமநிலையை இழந்து பைத்தியக்காரனாக மாறலாம். அத்தகைய பேரிடரைத் தவிர்க்க, தனிமைச் சிறையில் இருக்கும் அரசியல் கைதிகள் போன்ற புத்திசாலிக் கைதிகள், மற்றவர்கள் தங்களுடன் இருப்பதுபோலக் கற்பனை

செய்துகொண்டு அந்தக் கற்பனை மனிதர்களுடன் பேசிக்கொள்கிறார்கள்.

என் வாழ்க்கை முழுவதும் தொழில் மற்றும் சமூக சேவை நடவடிக்கைகளுக்காக நான் தொடர்ந்து பயணத்திலேயே இருந்திருக்கிறேன். ஆனால் இந்தக் காலகட்டத்தில் கொரோனா என்னைக் கூண்டில் அடைத்தது. அதேசமயம் அந்தக் 'கூண்டு' எனக்குச் சில பலன்களையும், லாபத்தையும் தந்தது - என்னுடைய செலவுகள் குறைந்தன. விமான டிக்கெட்டுகளுக்குப் பணம் செலுத்த வேண்டியிருக்கவில்லை. வாகனங்களுக்கான செலவுகள் மற்றும் ஹோட்டலில் தங்குவதற்கான செலவுகளுக்கும் தேவையிருக்கவில்லை. வெளியில் சாப்பிடுவதற்குப் பதிலாக, ஒவ்வொரு உணவுவேளையின் போதும் வீட்டில் சமைத்த உணவை ரசித்தோம். என் மனைவி மற்றும் மகள்கள் புதிய உணவு வகைகளைச் செய்து பார்க்க முயற்சித்தனர். தன் சொந்த சமையல் குறிப்புகளோடு என் மனைவி சமைத்த புதிய உணவுவகைகளை நாங்கள் ரசித்து உண்டு பாராட்டினோம். நான்கு தலைமுறையைச் சேர்ந்தவர்களும் ஒன்றாக இருக்கக் கிடைத்த அரிய வாய்ப்பை - மகிழ்ச்சியை முழுமையாக அனுபவித்தோம். மிகவும் வெளிப்படையான மற்றும் சந்தோஷமான மாற்றம் என் தாயிடம் காணப்பட்டது. அவரது இரத்த அழுத்த அளவு குறைந்து சராசரி அளவில் நீடித்தது. நமக்கு மிகவும் பிடித்தவர்கள் அனைவரும் அருகிலிருக்கும்போதும், ஒருவரோடொருவர் நிதானமாகப் பேசும்போதும், கவலையும் பதற்றமும் நம் மனதில் இருந்து நீங்கி, நாம் அனைவரும் சந்தோஷமாகவும், பிரகாசமாகவும் ஆரோக்கியமாகவும் இருப்போம் என்ற முக்கியமான பாடத்தை இது எங்களுக்குக் கற்றுக் கொடுத்தது. ஆரோக்கியமான உணவு உடல் எடையைக் குறைத்தது. நீச்சல் குளத்தில் முன்பைவிட என்னால் வேகமாக நீந்த முடிகிறது என்பதைக் கண்டுகொண்டேன்.

கொரோனா எங்கள் வாழ்க்கையில் ஒரு கண்டிப்பான ஒழுங்கைக்கொண்டு வந்தது. நாங்கள் அனைவரும் அதிகாலையில் எழுந்து சில உடற்பயிற்சிகளைத் தவறாமல் செய்தோம். தவிர்க்க முடியாத பிற கடமைகளால்

தொலைந்து போன புத்தகம் படிக்கும் பழக்கம் மீண்டும் வந்தது. வீட்டில் எல்லா வேலைகளையும் நாங்கள் அனைவரும் பகிர்ந்து கொண்டோம். எங்கள் அனைவருக்கும் துணிகளை இஸ்திரி செய்யும் கடமையை நான் ஏற்றுக்கொண்டேன். அதைத் திறமையாகச் செய்தேன். அவ்வப்போது மொட்டை மாடியில் ஏறி தெருக்களின் வெறுமையைப் பார்த்துக் கொண்டிருப்பேன். 'நாம் சுறுசுறுப்பாக இருக்கும்போது உலகமே நம்முடன் வரும். ஆனால் நாம் சோர்ந்துவிட்டால் கட்டிலும் படுக்கையும் மட்டுமே நம்முடன் இருக்கும்' என்ற மலையாளப் பழமொழி நினைவுக்கு வந்தது. ஆனால் இவை எதுவும் எங்கள் மொட்டை மாடிக்கு வந்துபோய்க் கொண்டிருந்த பறவைகள் மற்றும் பிற சிறிய விலங்குகளுக்குப் பாதிப்பைத் தரவில்லை. நாங்கள் அவற்றுக்கு உணவு மற்றும் தண்ணீரை வழங்கினோம். எங்கள் விருந்தோம்பலைப் பகிர்ந்து கொள்ள இன்னும் ஏராளமான பார்வையாளர்கள் வரஆரம்பித்தனர்.

அப்போதும் நான் எனது சொந்த நிறுவனத்தை நினைத்துக் கவலை கொண்டிருந்தேன். அனைத்து நிறுவனங்களும் 21 நாட்களுக்கு மூடப்பட்டால் என்ன நடக்கும்? நான் அதைப் பற்றி அதிகமாக யோசிக்க யோசிக்க, அது மிகவும் சிக்கலாகத் தோன்றியது.

உலகம் முழுவதும் அதிகாரப்பூர்வ அறிவிப்புகள் வெளியாகி, கொரோனா வைரஸ் பரவுவதைத் தடுக்க, சோப்புடன் கைகளை நன்றாகக் கழுவ வேண்டும் என்று அறிவுறுத்தப்பட்டது. அதனால் சோப்பு உற்பத்திக்கு எந்தத் தடையும் விதிக்கப்படவில்லை. சோப்பு உற்பத்தி மற்றும் விநியோகம் பாதிக்கப்படாமல் இருக்க அந்த நிறுவனங்களின் தொழிலாளர்கள், ஓட்டுநர்கள் மற்றும் பிறருக்கு அரசு சிறப்பு பாஸ்களை வழங்கியது.

சானிடைசர்கள் மற்றும் முகமூடிகளும் பிரபலமடைந்தன.

பின்னர் 'ஆன்லைனில்' வேலை செய்வது நடைமுறைக்கு வந்தது. அலுவலகம் செல்லாமல் வீட்டிலிருந்தே வேலை செய்ய உலகுக்குக் கற்று கொடுத்தது கொரோனா. எல்லாக் கடைகளையும் மூடியிருந்தால் எப்படி உணவு கிடைக்கும் என்ற கேள்விக்கும் அடுத்து விடை கிடைத்தது. அந்தக்

காலகட்டத்தைப் போல் வேறு எந்தக் காலகட்டத்திலும் உலகம் கணினிகளையும், செல்பேசிகளையும் பயன்படுத்தியிருக்காது.

'கூகுள் மீட் பயன்பாடு' கொரோனா வைரஸால் பரவலாக்கப்பட்ட கண்டுபிடிப்புகளில் ஒன்றாகும். நேரில் செல்வதற்கு ஆவதுபோல் பணமும், நேரமும் விரயமாகாமல் யாரையும் சந்திக்கலாம். முன்அனுமதி இல்லாமல் ஒரு அமைச்சரைச் சந்திக்கமுடியும். யாருக்காகவும் காத்திருக்கத் தேவையில்லை. சரியான நேரத்தில் லாக்-இன்(login) செய்தால்போதும். ஒரு கூட்டத்தில் இருக்கும் போது, ஒரே இடத்தில் பல மணிநேரம் ஒன்றாக உட்கார வேண்டியிருக்கும். இது முதுகு மற்றும் கழுத்தில் அசௌகரியத்தை ஏற்படுத்தும். Google Meetல் நீங்கள் ஒரே இடத்தில் உட்கார வேண்டியதில்லை. பேசும்போது வேறு ஏதாவது செய்யலாம். உலக மலையாளி கவுன்சிலுக்கு ஆன்லைனில் நடத்தப்பட்ட தேர்தலைப் பெருமையுடன் நினைவு கூர்கிறேன். கூகுளில் தேர்தலை நடத்துவதற்காக ஒரு ஐடி நிறுவனத்தை அணுகினோம். அவர்கள் நடவடிக்கைகளில் இரகசியம் பேணஉறுதி கொடுத்தனர். அந்தத் தேர்தலில் அதுவரை நடக்காத ஒருவிஷயம் நடந்தது - அனைத்து உறுப்பினர்களும் வாக்களித்திருந்தனர். இதுவரை நடக்காத ஒரு விஷயம் அது. அவர்களில் சிலர் தாங்கள் அனுமதிக்கப்பட்டிருந்த ஐசியூவில் இருந்தும் வாக்களித்தனர்.

ஆனால் கொரோனா நிறைய இழப்புகளையும் கொண்டுவந்தது. எனக்குத் தெரிந்து நிகழ்ந்த இரண்டு மரணங்கள் இன்னமும் எனக்கு வலியை ஏற்படுத்துகின்றன. அவற்றில் ஒன்று மாதவரத்தில் உள்ள எங்கள் தொழிற்சாலையின் மேலாளர் கார்த்திகைச்செல்வனின் மரணம். அந்தக் கிளையில் பணியாற்றும் அனைத்து ஊழியர்களும் வைரஸால் பாதிக்கப்பட்டுள்ளார்களா என்பதை அறிய R.T.P.C.R பரிசோதனையை மேற்கொண்டனர். யாருக்கும் 'பாசிட்டிவ்' என்று சோதனை முடிவுகள் வரவில்லை. இதனால் உற்சாகமடைந்த செல்வன், தனது பெற்றோரைச் சந்திக்க மதுரைக்குக் காரில் சென்றார். ஆனால் திரும்பி வந்தபோது அவருக்குக் காய்ச்சல் வந்து

மருத்துவமனையில் அனுமதிக்கப்பட்டார். கோவிட் உறுதி செய்யப்பட்டது. விரைவாகவே அவரது உடல்நிலை மோசமாகி உயிரிழந்தார்.

அதற்கு முன் நிகழ்ந்த மரணம் எங்கள் மனிதவள மேம்பாட்டுத் துறையின் தலைமைப்பொறுப்பில் இருந்த வெங்கட்ராமனின் மரணம். எங்கள் நிறுவனத்தின் மிக முக்கியப் பொறுப்பில் இருந்தவர் அவர். கோவிட் இருக்கிறது என்று உறுதிசெய்யப்பட்ட மூன்றே நாட்களில் அவர் மரணமடைந்தார். தொழிலாளர்கள் பீதியடைவதைத் தடுக்க நாங்கள் எல்லா முயற்சிகளையும் எடுக்க வேண்டியிருந்தது. 'மேடையில் எப்போது தோன்ற வேண்டும் என்று தெரியாத கோமாளியைப் போன்றது மரணம்' என்பது எவ்வளவு உண்மையான வாக்கியம்.

கொரோனா நம்மை வித்தியாசமாகச் சிந்திக்க வைத்தது. எங்களது சில முடிவுகளை மாற்றியது மற்றும் சில முக்கியமான முடிவுகளை எடுக்க வைத்தது. மெடிமிக்ஸ் நிறுவனத்திற்கு ஒரு தலைமையகம் கட்டுவதற்காக நிலம் வாங்கி, கட்டடம் கட்டுவதற்கான திட்டங்களையும் தயார் செய்திருந்தோம். கொரோனா காலத்தில் அந்த முடிவை மறுபரிசீலனை செய்து பெரிய புதிய கட்டிடம் தேவையில்லை என்று முடிவு செய்தோம். ஒரு வணிகத்தின் வளர்ச்சிக்கு ஒரு கம்பீரமான கட்டிடம் தேவையில்லை என்ற புரிதலுக்கு நாங்கள் வந்திருந்தோம். அனைத்து உற்பத்தியும் ஒரே இடத்தில் குவிந்தால் ஏற்படக்கூடிய பிரச்சனைகளையும் கோவிட் தொற்றுநோய் காலத்தின் அனுபவம் எங்களுக்கு உணர்த்தியது. உற்பத்தி மையங்கள் வெவ்வேறு இடங்களில் அமைந்திருந்தால், அவசர காலத்தில் நாங்கள் பொருட்களை விநியோகம் செய்து மற்ற மையங்களில் இருந்து சேவைகளை வழங்கியிருக்க முடியும். நிலநடுக்கம் அல்லது வெள்ளம் போன்ற எதிர்பாராத நிகழ்வுகளின் போதும்கூட, பல இடங்களில் உற்பத்தி செய்வது வணிகத்தைச் சீராக நடத்துவதை உறுதி செய்யும் என்பதைப் புரிந்துகொண்டோம். தொழில் தொடங்க விரும்பும் இளைஞர்கள் தெரிந்து கொள்ள வேண்டிய பாடங்கள் இவை. ஒரு தொழிலதிபர் தனது பல்வேறு இடங்களில் சின்னச்சின்ன உற்பத்தியகங்கள் வைத்திருப்பதன்

மூலம் தொற்றுநோய்களின் பாதகமான விளைவுகளைத் தாங்க முடியும் என்பதை எங்கள் சொந்த அனுபவம் எங்களுக்குக் கற்பித்துள்ளது.

புதிய தொழிலதிபர்கள் மத்தியில் நிலவும் ஒரு போக்கு என்னவென்றால், சில தூண்டுதல்களால் தவறாக வழிநடத்தப்பட்டு, கண்மூடித்தனமாகச் செலவுசெய்வது. அவர்களின் லாபம் சிறிதளவு அதிகரித்தாலும் கடன் வாங்கி ஆடம்பரமான காருடன் ஆடம்பரமான வாழ்க்கையை நடத்துவது, திருமணத்திற்குப் பணம் குவிப்பது, அடமானம் வைத்து சொகுசு மனைகளை வாங்குவது, வீட்டைக் கட்டும்போது மற்றவர்களைக் கவர வேண்டும் என்பதற்காக அதை முடிந்தவரைப் பெரியதாகவும், பிரமாண்டமாகவும் மாற்ற முயற்சிப்பது என எல்லாமே செய்வார்கள். இவை அனைத்தும் வாழ்க்கைக்குத் தேவையற்றவை என்பதை கொரோனா நமக்குக் கற்றுத் தந்தது. ஒரு தொழிலதிபர் மனதில் கொள்ள வேண்டிய மிக முக்கியமான விஷயங்களில் ஒன்று, ஊழியர்களுக்கு ஆறு மாதங்களுக்குச் சம்பளம் கொடுக்கப் போதுமான பணம் அவரிடம் இருக்க வேண்டும். கையிருப்பு நிதி இல்லாமல் வேலை செய்வது, இருளில் உள்ள துளைகளை மறைக்க முயற்சிப்பது போலாகும்

இந்த இக்கட்டான காலம் எங்களுக்குக் கற்பித்த மற்றொரு பாடம் என்னவென்றால், ஒரு **ஊழியர் 'எத்தனை மணிக்கு வேலைக்கு வருகிறார்? எத்தனை நாட்கள் வேலை செய்திருக்கிறார்?' என்பது போன்ற கேள்விகள் எதுவுமே முக்கியமில்லை. உற்பத்தி மற்றும் விநியோக இலக்கை அவர் அடைந்துவிட்டால் அதுவே போதும்.**

எந்தவொரு வியாபாரத்திலும், உற்பத்தி மட்டுமே மிக முக்கியமான காரணியாகும். ஆகையால், நாங்கள் இலக்கின்படி உற்பத்தி மற்றும் விற்பனையில் மட்டுமே கவனம் செலுத்தினோம்.

ஒருபுறம் கொரானாவும், அறிவியலும் நேரடிசந்திப்புகள் இல்லாமல் நம்மை வாழப் பழக்கிக் கொண்டிருந்தது. மறுபுறம் அப்படிப்பட்ட நேரடி சந்திப்புகள் தடை செய்யப்பட்டிருந்ததால் யாரும் யாருக்கும் உதவி செய்ய முடியவில்லை. ஆயிரக்கணக்கானோர் தங்கள்

அன்பானவர்களைக் கடைசியாகப் பார்க்கமுடியாமல் இறந்தனர். உயிரை இழந்த பலர், ஆழ்துளைக் குழிகளில் எரிக்கப்படுவதற்காக மருத்துவமனைகளில் இருந்து கருப்புப் பைகளில் ஒன்றாகக் கொண்டு செல்லப்பட்டனர். பலர் ஆதரவற்றோர், விதவைகள் ஆனார்கள்.

இதையெல்லாம் உலகமே தொலைக்காட்சியிலும், கைபேசியிலும் பார்த்தது. நான் அப்போது உலக மலையாளி கவுன்சிலின் சர்வதேசத் தலைவராக இருந்தேன். உலகம் எதிர்கொள்ளும் பிரச்சினைகளுக்குச் சில தீர்வுகளைக் காண வேண்டிய பொறுப்பு எனக்கு இருப்பதாக உணர்ந்தேன். அப்போது தொடங்கப்பட்ட NORKA ஹெல்ப் டெஸ்க் மூலம் எங்கள் சேவையை வழங்க நாங்கள் தயாராக இருந்தோம். எனது தனிப்பட்ட தொலைபேசி எண் அவர்களிடம் கொடுக்கப்பட்டது. என்னைத் தொடர்பு கொள்ள விரும்புபவர்களுக்கு அந்த எண் தொலைக்காட்சியில் காட்டப்பட்டது. ஒவ்வொரு நாளும் நூற்றுக்கும் மேற்பட்ட அழைப்புகள் வந்தன. என்னை அழைத்தவர்களின் பிரச்சினைகளுக்குத் தீர்வு காண என்னால் முடிந்தவரை முயற்சித்தேன்.

கேரளாவில் இருந்து யாரும் வரவோ அல்லது செல்லவோ முடியவில்லை. பயணத்திற்கான வசதிகள் சீரமைக்கப்பட்டபோது, மாநிலங்களுக்கு இடையேயான அனுமதிச் சீட்டுகள் தேவைப்பட்டன. அதற்காகப் பலர் என்னை அணுகினர். பலருக்கு மருத்துவ வசதிகள் தேவைப்பட்டன. இலக்கை அடைவதற்குள் பயணத்தை முடித்துக் கொண்டவர்களும் இருந்தனர். பல கர்ப்பிணிப் பெண்களுக்கு உதவி தேவைப்பட்டது. வேலைக்காக நேர்காணல்களுக்குச் செல்லப் போய்த் தெரியாத இடங்களில் தங்கள் குழந்தைகளுடன் சிக்கிக்கொண்ட சில இளம் தாய்மார்களும் இருந்தனர். குடியிருப்புகளில் தனிமைப்படுத்தப்பட்டவர்கள் பலர் இருந்தனர். பெரும் எண்ணிக்கையிலானோர் அத்தியாவசிய மருந்துகளைப் பெறுவதற்கு உதவியை நாடினர். இந்தப் பட்டியல் முடிவில்லாமல் நீண்டது....

ஏ.வி.அனூப்

இவர்கள் அனைவருக்கும், எனது வீட்டை விட்டு வெளியேறாமல் நான் உதவ முடிந்தது. சமுதாய சமையல் கூடங்கள் தொடங்கப்பட்டு, பள்ளிகளில் தங்குவதற்கான வசதிகள் செய்யப்பட்டன. உணவுப் பொட்டலங்கள் உரிய நேரத்தில் விநியோகிக்க ஏற்பாடு செய்யப்பட்டது. சாதி, மதம், அரசியல் சார்பு பாராமல், தங்கள் உயிரைப் பணயம் வைத்தும், நூற்றுக்கணக்கானோர் தன்னார்வத் தொண்டு செய்யத் தயாராக இருக்கிறார்கள் என்பதை அந்த அனுபவம் எனக்கு உணர்த்தியது. உணவு மற்றும் மருந்துக்குத் தேவையான பணம் Google Pay மூலம் செலுத்தப்பட்டது. இந்தத் தொழில்நுட்ப வார்த்தை அந்தச் சமயத்தில்தான் மிகவும் பிரபலமானது.

ரமலான் மாதத்தின்போது நோன்பு துறப்பதற்கு உணவு வழங்குவது தொடர்பாக நிகழ்ந்த சில சம்பவங்கள் இன்னும் என் இதயத்தில் பசுமையான நினைவுகளாக இருக்கின்றன . இன்னொன்று, யாருக்காவது ரத்தம் தேவைப்பட்டால் எங்களை அழைக்கும்படி நாங்கள் கொடுத்த விளம்பரம். நாங்கள் ஏற்பாடு செய்திருந்த ஆம்புலன்ஸ்கள் முகவரியில் தெளிவு இல்லாததால் சரியான இலக்கை அடைய முடியாமல் அவதிப்பட்ட பல சந்தர்ப்பங்கள் உள்ளன. அந்தக் காலகட்டத்தில் ஆம்புலன்ஸ் தேவைப்படுவோர் எண்ணிக்கை அதிகமாக இருந்தது. இதனால் சிலசமயங்களில் எங்களிடம் உதவி கேட்டவர்களுக்கு ஆம்புலன்ஸ் சென்றுசேரும்போது அது அவர்களுக்குப் பயனற்றதாகப் போயிருந்தது. இப்படிப் பல நிகழ்வுகள். ஆனால் இவை எதையுமே நான் பணத்திற்காகவோ விளம்பரத்திற்காகவோ செய்யவில்லை. திரைமறைவில் இருந்து செய்து வந்திருக்கிறேன். ஆனால்' தி ஹிந்து நாளிதழ்' எனது செயல்பாடுகளைப் பாராட்டி ஒரு கட்டுரை எழுதி உலகத்தின் முன் கொண்டு வந்தது.

கொரோனா நமக்குக் கற்றுத் தந்த மற்றொரு மிக முக்கியமான பாடம் என்னவென்றால், நோயால் பாதிக்கப்பட்டவர்கள் யாராக இருந்தாலும் பணமும் அதிகாரமும் பயனளிக்காது. டெல்லியில் பாதிக்கப்பட்ட மக்களுக்கு உதவ முன்வந்த பெண் ஒருவர் ஆய்வுக் கூட்டத்தில் பேசியபோது ஒரு விஷயத்தைப்பகிர்ந்து

கொண்டார். டெல்லியில் உள்ள ஐந்து நட்சத்திர ஹோட்டலில் ஒருவர் குவாரண்டைனில் இருந்தார். தில்லி மலையாளிகள் கிளப்பின் தொண்டர்கள் ஹோட்டலுக்கு வந்தபோது, அந்த நபர் தொண்டர்களிடம் கூறியது இதுதான், "எனது பையில் 2000 ரூபாய் நோட்டுகள் நிறைய உள்ளன. என் வங்கிக்கணக்கில்பெருமளவு பணம் இருப்பில் உள்ளது. ஆனால் அதெல்லாம் இப்போது எனக்கு உதவாது. ஆனால் நான் இப்போது மிகவும் விரும்புவது கொஞ்சம் கஞ்சியும், பயிறு துவரனும்(பச்சைப்பயிறு சுண்டலும்) வேண்டும் என்பதுதான்." அந்தச் சமயத்தில் ஓட்டல் ஊழியர்கள் உட்பட அனைவரும் அங்கிருந்து வெளியேறியிருந்தனர். இப்படி ஒரு விஷயத்தைச் சொல்ல அந்த மனிதர் மிகவும் உதவியற்றவராக உணர்ந்திருக்க வேண்டும். அவர் கேட்டதைத் தொண்டர்கள் ஏற்பாடு செய்து கொடுத்தனர்.

கொரோனாவால் பாதிக்கப்பட்டவர்கள் தங்குவதெற்கென்று சென்னை மாநகராட்சி ஏற்பாடு செய்திருந்த இடங்களில் இருந்து வேறுவிதமான கதைகள் வந்தன. தங்கள் செல்வம், அதிகாரம் மற்றும் பதவி போன்றவற்றைக் காரணம்காட்டித் தங்களுக்கு அதிக வசதிகள் செய்து தரப்பட வேண்டும் என்று வலியுறுத்தியவர்கள், மற்றவர்களை இகழ்ச்சியுடன் பார்த்தவர்கள் என்று பலதரப்பட்டவர்களும் இருந்தனர். அந்த இடங்களில் வாழ்க்கை அத்தகைய மக்களை எவ்வாறு பாதித்தது என்பதை விரிவாக ஆய்வு செய்வது சமூகவியல் முக்கியத்துவம் வாய்ந்ததாக இருக்கும்.

அரசாங்கம் அனைத்துத் துறைகளிலும் அறிவுறுத்தல்களை வெளியிடும் என்ற உணர்வை கொரோனா காலம் நமக்கு அளித்தது. அரசு நடவடிக்கை எடுக்காவிட்டால், மக்களின் வாழ்க்கை கேள்விக்குறியாகிவிடும். அதிர்ஷ்டவசமாக அரசுக்கும் தன்னார்வத் தொண்டு நிறுவன ஊழியர்களுக்கும் இடையேயான ஒருங்கிணைப்பு மிகவும் சுமூகமாக நடந்தது. இந்தியர்கள் தாயகம் திரும்பச் சிறப்பு விமானங்கள் ஏற்பாடு செய்தல், துபாயில் நோயால் பாதிக்கப்பட்டவர்களுக்காகச் செய்த பணிகள் போன்ற விஷயங்களில் கேஎம்சிசியின்

பதாகையின் கீழ் பணியாற்றியவர்களை ஐக்கிய அரபு எமிரேட்ஸ் அரசு பாராட்டியது.

நான் லோக கேரளா சபாவில் உறுப்பினராக இருந்தபோது, குடியுரிமை இல்லாத இந்தியர்களை ஊக்குவிக்கவும் ஆதரவளிக்கவும் பல ஆலோசனைகளைச் சமர்ப்பித்தேன். அவற்றில் ஒன்று உலகளாவிய இளைஞர் விழா. உலகம் முழுவதும் வாழும் மலையாளி இளைஞர்கள் தங்கள் கலைத்திறனை வெளிப்படுத்திப் போட்டிகளில் பங்கு பெறுவது நிச்சயம் பாராட்டத்தக்க சாதனையாக இருக்கும். உலக மலையாளி கவுன்சிலுக்கு நடத்தப்படும் தேர்தலைப் போல இதையும் ஆன்லைனில் நடத்தலாம். புகழ்பெற்ற நபர்களைக் கொண்ட குழுவை நீதிபதிகளாக அழைக்கலாம். வெற்றியாளர்களுக்குப் பரிசுகளை விநியோகிக்க நேரடி சந்திப்புக் கூட்டத்தையும் நடத்தலாம். வெளியில் வளரும் குழந்தைகளுக்கு அரசு கொடுக்கும் அங்கீகாரமாக இது இருக்கும்.

எனது எண்ணங்களை வலுப்படுத்தவும், எனது இளமை நாட்களின் நினைவுகள், அனுபவங்கள் மற்றும் பார்வைகளை முன்வைக்கவும் எனக்கு உதவியது கொரோனா காலகட்டம். சில ஊக்கமளிக்கும் வீடியோக்களை உருவாக்கினேன். மனதுக்குப் பிடித்ததை எழுதினேன். இது ஒரு சுயசரிதை மற்றும் ஒரு நினைவுக் குறிப்பிற்கு இடையேயான ஒன்றாகப் பார்க்கப்பட வேண்டும். இது இரண்டு வகைகளுக்கும் அப்பாற்பட்டது. எனது வாழ்க்கைத் தத்துவங்களைத் திறக்கும் சாளரமாக இது பார்க்கப்படலாம். அவற்றை அடுத்துவரும்பக்கங்களில் ஒவ்வொன்றாகத் திறப்போம்.....

உள்ளுணர்வு எனும் உள்ளொளி!

ஜெயமோகன் எழுதிய அறம் தொகுப்பை என்னைப் படிக்கத் தூண்டியது பவா செல்லதுரையின் கதையாடலில் அவர் பேசிய சோற்றுக்கணக்குக் கதைதான். பொன்னியின் செல்வனை வண்ணப்படங்களுடன் நாங்கள் பதிப்பிக்கும்போது ஓவியர்கள் எப்படி அந்தக் கதை மாந்தர்களை - கதாபாத்திரங்களை, அதில் வரும் காட்சிகளைத் தங்கள் கற்பனைத் திறனால் உயிர்ப்பிக்கிறார்கள் என்பதை எங்களால் உணர்வுப் பூர்வமாக உணர முடிந்தது. அதேபோல்தான் ஒரு கதை சொல்லியின் வர்ணனைகளும் நம்மை வேறொரு உலகத்திற்குள் சஞ்சரிக்க வைக்கும். பல நேரம் அது கதையின் சட்டகத்தைத் தாண்டி விஸ்வரூபம் எடுக்கும். சட்டைப் பையில் பணம் இருக்கிறதா என்று பார்க்காமல் வருபவர்களுக்கெல்லாம் சோறு போட்டுக்கொண்டே இருந்த ஜெயமோகனின் அந்த கெத்தேல் சாகிப் வள்ளல் பெருமானாகவே எனக்குத் தெரிந்தார்.

எஸ். ராமகிருஷ்ணனும் அதேபோல ஒரு உரையாடலில் தானம், தர்மத்தைப் பொருத்தவரை கொடையைப் பெறுபவன்தான் உயர்ந்தவன் என்று தென்கோடியில் பார்த்த ஒரு சின்ன இனிப்புக்கடை பற்றிய கதை வழியே நமக்கு அறிவுறுத்துகிறார். ரஷ்ய இலக்கியத்தில் பதிவு செய்யப்பட்டிருக்கும் ஏராளமான கதைகளின்வழி வணிகம் செய்பவர்கள் எப்படியிருக்க வேண்டும், உழைக்கும் வர்க்கத்துடனான உறவை அவர்கள் எப்படிப் பேண வேண்டும் என்பது குறித்த பல வாழ்க்கைப் பாடங்களை அவர் எடுத்துரைக்கிறார்.

வீடு படம் எடுத்த பாலுமகேந்திரா வாழ்நாள் முழுவதும் தனது தாய் எப்படி ஒரு வீட்டைக் கட்டிமுடிக்கப் படாதபாடு பட்டார் என்பதைப் பக்கத்திலிருந்து பார்த்த அனுபவத்திலிருந்தே அந்தக் கதையை எழுதியதாகச் சொல்கிறார் பவா. ஜெயகாந்தனும், பிரபஞ்சனும், அசோகமித்திரனும் பெரிய

அளவில் பொருள் ஈட்டவில்லையென்றாலும் எந்த ஒரு சந்தர்ப்பத்திலும் யாருக்கும் வளைந்துகொடுக்காமல் அதே அறச்சீற்றத்துடன் எழுதினார்கள் என்பதை இலக்கியவாதிகளில் பலர் அழுத்தமாகப் பதிவு செய்துள்ளார்கள்.

கலையில் ஜெயிக்க வேண்டுமென்றால் வியாபாரத்திற்கு அடிப்படையான கறார்த்தன்மையை ஒருவன் இழக்க நேரிடும் என்று நமக்குத் தொடர்ந்து போதிக்கப்பட்டு வருகிறது. ஏதோ ஒரு நாட்டில் குண்டுமழை பொழியும் செய்தியைப் பார்த்ததும் கண் கலங்குபவன்தான் உண்மையான கலைஞன். அந்தச் செய்தியைப் படித்து முடிப்பதற்குள்ளேயே பங்குச் சந்தை நிலவரத்தின்மீது கவனத்தைத் திருப்புபவன் பக்கா வணிகன். இது இரண்டிற்கும் இடையே என் பணத்தையும் செல்வாக்கையும் பயன்படுத்தி என்னால் இயன்ற அளவிற்கு யாருக்காவது உதவ முடியுமா என்று ஒருவர் சிந்தித்தால்?

இதைத்தான் இன்றைய கல்வி நிறுவனங்கள் பயிற்றுவிக்கத் தவறிவிடுகின்றன. யுவால் நோவா ஹராரியின் சமீபத்திய வெளியீடன 'நெக்ஸஸில்' தகவல் யுகத்தில் செயற்கை நுண்ணறிவு போன்ற அதிநவீன தொழில்நுட்பங்கள் எப்படி அதிகார மையங்களான அரசாங்கம், மொழி, இனம், மதம் இவற்றிற்கெல்லாம் எடுப்பார் கைப்பாவைகளாக இருக்கின்றன என்று விரிவாக எழுதியுள்ளார். தொழில் முனைவு, வியாபார உத்தி, பண மேலாண்மை, நேர நிர்வாகம், குயுக்தியான முடிவெடுத்தல் என்று எல்லாத் திறன்களையும் வளர்த்துக் கொள்வதில் பெரும் முனைப்புக் காட்டும் புதுயுக தொழில் அதிபர்கள் ஈகையால் தனக்கு என்ன பிரதிபலன் கிடைக்கும் என்று அதன் பொருட்டு ஏற்படும் வரவு செலவுக் கணக்கையும் தராசில் வைத்து எடைபோட முற்படும்போதுதான் பெருங் குழப்பங்கள் ஏற்படுகின்றன.

“போதும் என்ற மனமே பொன் செய்யும் மருந்து” என்ற பழமொழிக்கு நேரிடையான அர்த்தம் நம் தேவைகளைச் சுருக்கிக்கொள்ள வேண்டும் என்பதல்ல. ‘‘தேவைக்கு மிஞ்சிதான் தானமும் தர்மமும்” என்ற ஒரு வாய்மொழியையும் பலர் கேட்டிருக்க வாய்ப்புண்டு. இதையும் நம் வசதிக்கேற்றபடி, நமக்கு உபயோகப்படாதவற்றை மட்டுமே பிறருக்குக் கொடுக்க வேண்டும் என்று எடுத்துக்கொள்ள வாய்ப்புண்டு. தன்னுடைய நிறுவனத்தை ஒரு தொழில்க்குழுமமாக நினைக்காமல் வேலை செய்யும் எல்லா ஊழியர்களையும் சேர்த்து ஒரே குடும்பமாக

பாவித்தால்? எவ்வளவு பேருடைய அடிப்படைத் தேவைகள் பூர்த்தி அடையும். அடுத்த தலைமுறையின் வாழ்க்கைத் தரம் இந்த ஒரே முடிவால் எப்படி உயரும்? அதுதான் இந்தப் புத்தகம் நமக்குக் கற்றுத்தரும் பாடம்....

வியாபாரத்தில் தொழில் அல்லது உற்பத்தி சார்ந்தவை/ சேவை அல்லது மனிதவளம் சார்ந்தவை என்று இரண்டு வகையுண்டு. உற்பத்தி சார்ந்த ஒரு தொழிலையே சேவையை முதன்மைப்படுத்திச் செய்ய முடியுமா? அரசு வேலைக்காகத் தன்னைத் தயார்செய்துகொள்ள வேண்டிய சூழலில் வளர்ந்த ஒருவர் பெரிய தொழில் அதிபர் ஆக முடியுமா? இடுக்கண் வருங்கால் நகுவது எப்படி என்பதை எந்தப் பல்கலைக்கழகத்தில் கற்பது? தன்னுடைய பொழுதுபோக்குகளையும் எப்படி வினையூக்கியாக வகுத்துக்கொள்வது? இவை எல்லாவற்றையும் தன் வாழ்க்கையில் எடுத்த முக்கியமான முடிவுகள் மூலம் சொல்லாமல் சொல்லித்தருகிறார் திரு. அனூப்.

ஜெயித்தவர்கள் சொல்லாத பாடம், ஹார்வர்டில் நீங்கள் கற்க முடியாத படிப்பினை, மருத்துவக்கல்லூரிகளில் கற்றுத் தரப் படாதவை, சட்டக்கல்லூரியில் எடுக்கப்படாத மாஸ்டர் க்ளாஸ், கடைசி பேருரை, பணக்காரத் தந்தை ஏழைத் தந்தை, பணமும் உளவியலும் இப்படிப் பல புத்தகங்களில் மேற்கோள் காட்டப்படும் பலரின் வாழ்க்கை நம்முடைய இந்திய மனோபாவத்திற்குச் சற்றும் பொருந்தாதவையாகவே இருக்கின்றன. DC புக்ஸ்ஸின் கிளை நிறுவனமான கரண்ட் புக்ஸ் மலையாளத்தில் வெளியிட்ட இந்த நூலைத் தமிழில் வெளியிட அளித்தமைக்கு நன்றி.

நீங்கள் சிறு/குறு தொழில் செய்பவரா? ஒரு வங்கியின் மேலாளரா? ஒரு கல்வி நிறுவனத்தின் ஸ்தாபகரா? அல்லது திரைப்படத் தயாரிப்பாளரா? உங்கள் முன் ஒரேயொரு வாய்ப்புக்காக மன்றாடி நிற்கும் ஒருவரின் திறனை உங்களால் சரியாக மதிப்பீடு செய்ய முடிந்தால் ஒரு குடும்பத்தின் தலையெழுத்தையே அது மாற்றிவிடும். இப்படி அவரவர் நிலையில் தன்னால் இயன்ற அளவு ஒருவரை முன்னுக்குக் கொண்டுவரும் நோக்குடன் செயல்பட்டால் ஒட்டுமொத்தமாக சமூகத்தில் அது எப்படியொரு கூட்டு விளைவை ஏற்படுத்தும். அதன் சூட்சமத்தைத்தான் கலை வழி தான் பெற்ற கதையாக இவர் தன் வாசகருக்குக் கடத்த முற்படுகிறார்!

க.சு. புகழேந்தி
சிக்ஸ்த்சென்ஸ் பப்ளிகேஷன்ஸ்

என் எழுத்தினுடைய வலிமையின் பின்புலம் மற்றும் ஒரு நன்றியுரை

தாத்தா, ஏ.சி.கோவிந்தன் ஒரு பிரபலமான எழுத்தாளர். எனது தந்தை ஏ.ஜி.வாசவன் பல்வேறு இதழ்களில் நகைச்சுவைக் கட்டுரைகளை எழுதி வந்தார். என்னுள் புத்தகங்கள் மீதான காதலை வளர்ப்பதில் அவை முக்கியப் பங்கு வகிக்கின்றன.

நான் பல்வேறு துறைகளில் குறிப்பிடத்தக்க அங்கீகாரம் பெற்றிருக்கிறேன். ஆனாலும் எழுதிப் பார்ப்பதற்குத் தைரியம் வந்ததில்லை. ஆனால் கோவிட் தொற்றுநோய் காலத்தில் நம் வாழ்க்கை முறையில் ஏற்பட்ட அணுகுமுறை மாற்றம் என்னை எழுதத் தூண்டியது.

என்னுடைய வார்த்தைகள் என் இதயத்திலிருந்து வர வேண்டும் என்றும் என் அனுபவங்களுக்கு அவை உண்மையாக இருக்க வேண்டும் என்றும் நான் விரும்பினேன். என் வாழ்க்கைக் கதையில் மிகைப்படுத்தப்படுவதையும் பெருமை பேசுவதையும் தவிர்க்க வேண்டும் என்பதில் நான் உறுதியாக இருந்தேன். அதனால் முக்கியமாகத் தோன்றிய பல விஷயங்கள் பதிவு செய்ய முடியாமல் விடுபட்டுப் போயின. இருந்தாலும் இந்த அளவுக்கு என்னால் செய்ய முடிந்ததற்காக நான் நன்றியுள்ளவனாக இருக்கிறேன்.

இந்த முயற்சியில் பலர் எனக்கு ஆதரவும் ஊக்கமும் அளித்துள்ளனர். குறிப்பாக பிரபல எழுத்தாளரும், நாடாளுமன்ற உறுப்பினருமான ஸ்ரீ சசி தரூர் அவர்களுக்கு எனது நன்றியைத் தெரிவித்துக் கொள்கிறேன். இந்தப் புத்தகம் குறித்து தனது கருத்தை அவர் எழுதியுள்ளார். கையெழுத்துப் பிரதியை வாசித்து, சம்பவங்களுக்கு ஏற்ப அத்தியாயங்களாகப் பிரிக்க உதவிய எனது நண்பரும், புகழ்பெற்ற எழுத்தாளருமான ஸ்ரீ. சஜீத் கான் பனவேலில் அவர்களை நன்றியுடன் நினைவு கூர்கிறேன்.

ஏ.வி. அனூபின் யூ டர்ன்

ஏ.வி. அனூப்பின் வசீகரமான நினைவுக் குறிப்பான யூ டர்ன் -ஐ வாசித்தபோது முதலில் எனக்குத் தோன்றிய விஷயம், அது எவ்வளவு நேரடியாக, வெளிப்படையாக இருக்கிறது என்பதுதான். பலமான முரண்பாடுகளைத் தாண்டி, தொழில்முனைவு, கல்வி, சேவை செயல்பாடுகள் முதல் திரைப்படம் தயாரிப்பதுவரையிலான பல்வேறு துறைகளில் தடம் பதித்தவர் இவர். ஆயினும்கூட, நேர்த்தியாக எழுதப்பட்ட இந்தப் புத்தகத்தின் போக்கில், அவர் ஒரு முறை கூட தன்னை ஒரு வழக்கமான முன்னேற்றப் படிநிலைகளில் வெகு கீழே இருப்பவராக முன்னிறுத்தவில்லை. ஒரு காலத்தில் மிகவும் கஷ்டப்பட்டவராக இருந்தாலும் பின்னாளில் வெற்றி பெற்ற ஒரு கதாநாயகனாகத் தன்னை வெளிப்படுத்த அவர் எந்த ஒரு இடத்திலும் முனையவில்லை. உண்மையில், அனூப் தனது வாழ்க்கையின் நிகழ்ந்த மிகவும் சோகமான இடர்பாடுகளைப் பற்றி வெளிப்படுத்தும் சமயங்களில் கூட, அவற்றுள் முக்கியமானது அவரது தந்தையின் திடீர் மற்றும் அகால மரணம் (குடும்பத்தை வழிநடத்தும் கடுமையான சுமைகளை அவரது இளம் தோள்களில் சுமத்திய நிகழ்வு, அதற்காக நாம் வருத்தப்படுவதை அவர் விரும்பவில்லை. அவரைப் போல நம்மைச் சூழ்ந்திருக்கும் துயரங்களைத் தைரியத்துடனும் கருணையுடனும், நாமும் எப்படிக் கடக்க முடியும் என்பதைப் பார்க்க வேண்டும் என்று அவர் விரும்புகிறார். ஆகவே அவரது இந்த

நினைவுக் குறிப்பு, கசப்பான நகைச்சுவை நிரம்பியதாக யிருந்தாலும், வாசிக்க மகிழ்ச்சியாக இருப்பதில் ஆச்சரிய மில்லை. நான் செய்ததைப் போலவே, நீங்களும் இதை ஒரே மூச்சில் படித்து முடிப்பீர்கள் என்று நான் உறுதியாக நம்புகிறேன்!

யூடர்னில், நம்முடன் ஒரு அன்பான மற்றும் உறுதியான ஹீரோ இருக்கிறார். அவர் ஒருபோதும், முடிந்தாலும் கூட, எளிதான வழியைத் தேர்ந்தெடுக்கவில்லை. தனது கடின உழைப்பு மற்றும் கத்தியைப் போன்ற கூர்மையான மனதினால் எப்போதும் உயர்ந்த உயரங்களை அடைய முயற்சி செய்கிறார். தந்தையின் மறைவின் போது அரசு அலுவலகங்களில் சந்தித்த பல செங்கோட்டு நடைமுறைகளால் இந்திய வாழ்க்கையின் இந்த இழிவான யதார்த்தத்தை வெறுத்த அனூப், அவருக்கு உரிமையாக இருந்த தன் தந்தையின் அரசாங்க வேலையை நிராகரித்தார். இதனால் எல்லா மாவீரர்களும் செய்வது போல விதியின் அலைகளைத் தனது கைகளில் இழுத்து, ஆழம் தெரியாத நீரில் எதிர்நீச்சல் போடத் துணிந்தார். இப்படியாகத்தான் ஒரு சின்னத் தொழிலதிபர் பிறந்தார். அவருடைய தாய் மாமா மதுரையிலிருந்து சென்னைக்கு ரயிலில் தினமும் அனுப்பிய நீளமான அலுவல் கடிதங்களினால் மட்டுமே வணிக நிர்வாகத்தில் பயிற்சி பெற்றார். இது ஒரு பெருங்கதை இல்லை என்றால், வேறு எதைச் சொல்வது என்று எனக்குத் தெரியவில்லை. இந்த நிகழ்வில், அனூப் வர்த்தகத்தின் தந்திரங்களைப் பறந்து கொண்டே கற்றுக் கொண்டார். எரிச்சலூட்டும் வழக்குகளுடன் போராடுவது, மஹாராஷ்டிராவில் உள்ள ரயில் நிலையங்களுக்கு அருகில் உள்ள கடைகளில் ஒரு நேரத்தில் இரண்டு அல்லது மூன்று சோப்புகளை விற்கப் போராடுவது என்று இருந்த மெடிமிக்ஸின் ஆரம்ப நாட்களில் இது ஒரு கடினமான செயல்முறையாக இருந்தது. எல்லாவற்றிற்கும் மேலாக, அனூப்பின் விடாமுயற்சியின் சாட்சியமான இந்தக் கதை, எந்தவொரு இடர் வந்தாலும் அதை அவர் கைவிடாததைப் பதிவு செய்கிறது. இருண்ட இரவில் நீங்கள் ஒரு சிப்பாயாக இருந்தீர்களென்றால், ஒரு ஒளிரும் விடியல் விரைவாகவோ சற்றுத் தாமதமாகவோ உங்களை வரவேற்கும்: இதற்கு

யூ டர்ன் சாட்சியாக உள்ளது. புத்தகத்தின் முடிவை நான் நெருங்கியபோது, டென்னிசனின் யுலிஸஸின் கடைசி வரியான "முயற்சி செய்ய, நாடிச் செல்ல, தேட மற்றும் எதற்கும் விட்டுக்கொடுக்காத" என்ற கடைசி வரியை என் மனதிற்குள் புரட்டிப் பார்க்காமல் என்னால் இருக்க முடியவில்லை.

இது, அனூப்பின் வாழ்க்கையின் சாரத்தைப் படம்பிடிக்கிறது என்று நான் நம்புகிறேன். தங்கள் முயற்சிகளின் ஆரவாரத்தில் மூழ்கியிருப்பதால், கலை ஆர்வத்தைத் தொடர்ந்து தக்க வைத்துக் கொண்டிருக்கும் தொழில்முனைவோரைக் காண்பது அரிது. ஆனால், நிச்சயமாக, அனூப் இந்த விதிமுறைக்கு ஒரு விதிவிலக்கு. ஒரு நாடகக் கலைஞராக இருந்து, கல்லூரிப் படிப்பில் இருந்தே மேடையில் நடிப்பதில் பெருமை கொண்டவரான அனூப், வாழ்க்கையின் தேவைகள் இருந்தபோதிலும், நடிப்பின் மீதான தனது ஆர்வத்தை ஒருபோதும் கைவிடவில்லை. உண்மையில், அவர் காலப்போக்கில் ஒரு தலைசிறந்த திரைப்படத் தயாரிப்பாளராக மாறினார், அவரது திரைப்படங்கள் மற்றும் ஆவணப்படங்கள் மாநில மற்றும் தேசிய விருதுகளை வென்றன. ராஜா ரவி வர்மா தனது தலைசிறந்த படைப்புகளை வரைந்த கிளிமானூர் அரண்மனையில், அனூப்பின் 'பிஃபோர் தி பிரஷ் டிராப்' ஆவணப்படத்திற்காக பெற்ற விருதும், இந்திய விண்வெளி மற்றும் ஆராய்ச்சி நிறுவனத்தால் (இஸ்ரோ) அவர்களது பெங்களூரு தலைமையகத்தில் கௌரவிக்கப்பட்ட விருதும் அவரது கிரீடத்தில் பதிக்கப்பட்ட கற்களாகக் கருதப்படு கின்றன. அனூப் ஒரு திரைப்படத் தயாரிப்பாளராக மட்டுமே இருந்திருந்தால்கூட இந்தச் சாதனைகள் பொறாமைப்படக் கூடியதாக இருந்திருக்கும்; ஆனால் அவரோ ஒரே நேரத்தில் ஒரு முன்னணி தொழில்முனைவோர், கல்வியாளர், பரோபகாரர் மற்றும் சமூக சேவகர் என்பது அவரை உண்மையிலேயே அசாதாரணமானவராக்குகிறது. அவரது நட்சத்திர நினைவுக் குறிப்பான யூ டர்ன் வெளியீட்டுக்கு, அவருக்கு எனது நல்வாழ்த்துக்கள்!

- சசி தரூர்

ஏ.வி.அனூப்

கேரளாவின் திருச்சூரைச் சேர்ந்தவர். அப்பா: ஏ.ஜி.வாசவன், அம்மா: லில்லி பாய், சகோதரிகள்: திருமதி அனிலா சுதீர் மற்றும் திருமதி அஞ்சலி ரவி, மனைவி: பிரியா அனூப், மகள்கள்: லாஞ்சனா மற்றும் பிரதீக்ஷா, மருமகன்கள்: விவேக் வேணுகோபால் மற்றும் டாக்டர் பிரசாந்த் கிரீஷ், பேரக்குழந்தைகள்: தாரா மற்றும் யுவான்.

மெடிமிக்ஸ் சோப்பு மற்றும் மேளம் மசாலா தயாரிக்கும் நிறுவனங்களின் குழுமமான A.V.A குழும நிறுவனங்களின் உரிமையாளர்.. கொச்சியில் உள்ள சஞ்சீவனம் ஆயுர்வேத மல்டி ஸ்பெஷாலிட்டி மருத்துவமனையின் உரிமையாளர். ஒரு தொழிலதிபராக, நாடகங்கள் மற்றும் திரைப்படங்களில் நடிகராக மற்றும் ஒரு சமூக சேவகராக தனது திறமையை நிரூபித்துள்ளார். பல மாநில, தேசிய மற்றும் சர்வதேச விருதுகள் மற்றும் அங்கீகாரங்களைப் பெற்ற A.V.A புரொடக்ஷன்ஸ் பேனரின் கீழ் குறிப்பிடத்தக்க திரைப்படங்கள், ஆவணப்படங்கள் மற்றும் குறும்படங்களையும் இவர் தயாரித்துள்ளார். மலையாளத் திரைப்படமொன்றில் சிறப்பாக நடித்ததற்காக அவர் 2023ம் வருடத்தின் கேரள திரைப்பட விமர்சகர் விருதையும் பெற்றுள்ளார். சமீபத்தில் வேட்டையன் திரைப்படத்தில் நீதிபதியாக நடிகர் ரஜினிகாந்துடன் நடித்திருக்கிறார்

கொழும்பில் அமைந்துள்ள(மாற்று) இணை மருத்துவத்துக்கான சர்வதேச திறந்தவெளி பல்கலைக்கழகத்தின் கீழ் செயல்படும் கல்வி நிறுவனங்களுள் ஒன்றான மெடிசினா ஆல்டர்னேட்டிவாவில் தத்துவியலுக்கான முனைவர் பட்டம் பெற்றிருக்கிறார் திரு. அனூப். ஸ்ரீநாராயண குருதேவனின் போதனைகளைப் பரப்புவதில் இவர் ஆற்றிய சேவைகளுக்காக பல விருதுகளைப் பெற்றுள்ளார். குடும்ப மதிப்புகள் பற்றிய சிறந்த திரைப்படத்திற்கான தேசிய விருதையும், குறுகிய காலத்தில் தயாரிக்கப்பட்டு வெளியான திரைப்படத்திற்கான கின்னஸ் உலக சாதனையையும் இவர் பெற்றுள்ளார். மகாத்மா காந்தி அமைதி அறக்கட்டளை விருது, ஏ.பி.ஜே. அப்துல் கலாம் விருது மற்றும் செஞ்சிலுவை சங்க விருது ஆகிய விருதுகளும் பெற்ற பெருமைக்குரியவர். சென்னையில் கடந்த நாற்பதாண்டுகளாக வசித்து வருகிறார். இந்திய யூரேசியா வர்த்தக கவுன்சிலின் தலைவராக 2023ல் நியமிக்கப்பட்டார்.

md@avacare.in

www.avanoop.com

பாதை
பாதை
பாதை
பாதை

1

அ-அம்மா, அம்பலநகர்

"இந்தப் பேரண்டத்தில் மேன்மைப்படுத்தக்கூடியது என்று ஒன்று உண்டென்றால் அது நம்மை நாமே மேம்படுத்திக் கொள்வது மட்டும்தான்"

- ஆல்டஸ் ஹக்ஸ்லி.

அம்மா - நான் உச்சரித்ததில் இனிமையான வார்த்தை - எல்லோரையும் போல. மனதின் ஆழத்தில் இருந்து நேர்மை பொங்க வரும் அந்த வார்த்தைக்கென்று ஒரு சக்தி உள்ளது; எந்தத் துயரத்தையும் நீக்கி அடைக்கலம் தர வல்லது இந்த வார்த்தை. எல்லா உயிரும் இந்த வார்த்தையை நம்பியே இருக்கிறது.

நம் வாழ்வின் இருப்பை இன்னொருவரோடு பகிர்ந்து கொள்வதுதான் வாழ்க்கையின் சாரம். பகிர்தல் நின்றுவிட்டால் வாழ்வும் நின்றுவிடும். என்னுடைய வாழ்க்கையில் இப்போது வரை நேர்மறையான பாதைகள் மட்டுமே எப்போதுமே திறந்துள்ளன.

எனக்கு எப்போதெல்லாம் குழப்பம் வருகிறதோ அப்போதெல்லாம் தீர்வுகளும் தானாகவே கண்முன்னால் வந்திருக்கின்றன. 'வாழ்க்கையில் ஒரு கதவு மூடினால் ஒன்பது கதவுகள் நமக்காக திறக்கும்' என்ற பிரபலமான பழமொழி என் வரையில் உண்மையான ஒன்று.

வாழ்க்கை எனக்கு மிகக் கடினமான பாடங்களைக் கற்றுக் கொடுத்துள்ளது. எத்தனை கடினமான பிரச்னை வந்தாலும், அவற்றைக் கண்டு பயப்படக்கூடாது என்பது அதில் ஒன்று. எல்லாச் சிக்கல்களுக்கான தீர்வும் அதனுடனேயே சேர்ந்திருக்கும். இதில் நமக்குத் தேவையான ஒரே விஷயம், அந்தத் தீர்வைக் கண்டறியும் அனுபவத்தை வளர்த்துக் கொள்வது மட்டுமே.

நான் கற்றுக் கொண்ட இந்தப் பாடமும், அதைக் கற்க எனக்கு இருந்த ஆர்வத்தையுமே இந்தப் புத்தகத்தில் வார்த்தைகளாக்கித் தருகிறேன். என்னுடைய வாழ்க்கையை ஒரு திறந்த புத்தகமாக்கி வாசகர்களிடமே ஒப்படைக்கிறேன். எது, என்ன என்று தேர்வு செய்யும் பொறுப்பு இனி உங்களுடையது. என் வாழ்க்கையை நான் எழுதும் போது அதில் சில அடிப்படை உண்மைகள் உட்பொதிந்துள்ளன. சமூகக் கடமையும் அவற்றை எழுத என்னை உந்தித் தள்ளுகிறது. நான் சந்தித்த சவால்களை எந்த நினைவோடு, என்ன மாதிரியான உணர்ச்சியோடு எதிர்கொண்டேனோ அதை அப்படியே வார்த்தைகளில் கொண்டு வந்துவிட முயற்சி செய்கிறேன். அதில் எவ்வளவு தூரம் வெற்றி பெற்றிருக்கிறேன் என்பதை வாசகர்கள்தான் முடிவு செய்ய வேண்டும். இப்படிப்பட்ட மதிப்பீடு சில நாட்களிலோ, மாதங்களிலோ வந்துவிடாது. இருந்தாலும் என் வார்த்தைகள் உண்மையை மட்டுமே வேர்கொண்டு நிற்க வேண்டும் என்பதுதான் என் எதிர்பார்ப்பு.

எனது இந்தப் பயணம் என் காலக்கோடு முழுமையும் தொட்டுச் செல்கிறது.

என் நோக்கம் என் வாழ்வைச் சொல்வது மட்டும்தான், நினைவுபடுத்திக் கொள்வது மட்டும்தான். கற்றுக் கொடுப்பது அல்ல. ஆனால் இதில் என்னுடைய முயற்சிகளோடு தொடர்புடைய எண்ணங்களையும் பதிவு செய்ய முயற்சி செய்கிறேன். என் வார்த்தைகளுக்குச் சக்தி கொடுக்கும் என் ஆன்மாவை நம்புகிறேன். இது முழுக்க முழுக்க எந்தக் கற்பனையும், மிகைப்படுத்தலும் இல்லாத என் சொந்த வாழ்க்கையின் கதை.

பல எதிர்பார்க்காத நிகழ்வுகள் சூழ்ந்தது என் வாழ்க்கை. அந்த நிகழ்வுகளைப் பகுத்தறிவால் விளக்க முடியாது. ஆனால் அவைதான் என்னை உருவாக்கியவையும் கூட. என் வாழ்வில் என்னை விலக்கி வைத்து விட்டுப் பார்க்கும் போது சில உண்மைகளும், பதில்களும் மிஞ்சுகின்றன. அவற்றைத்தான் இங்கு எழுதத் தேர்ந்தெடுத்திருக்கிறேன்.

அறுபது ஆண்டு வாழ்வு; எதிர்பாராத நிகழ்வுகளின் பெருந்தொகுப்பு.

இன்பமும் துன்பமும் கலந்ததே வாழ்க்கை. சந்தோஷத்தின் மேன்மையைக் கொண்டாட வேண்டுமென்றால் துக்கத்தை அனுபவிக்க நமக்குத் தெரிந்திருக்க வேண்டும். சுகபோகத்திற்காகவே தன் வாழ்வை அழித்துக் கொண்ட வர்களை நாம் பார்த்திருக்கிறோம். தனக்காகவோ, இந்த உலகத்துக்காகவோ எதுவுமே செய்யாமல் அழிந்து போன உயிர்கள் அவை. இந்த உலகத்துக்குத் தேவையில்லாத சுமை அவர்கள்.

நமக்கிடையே வாழ்ந்த பல பெரிய மனிதர்கள் மனித குலத்துக்காகத் தம் வாழ்வையே அர்ப்பணித்திருக்கிறார்கள். அவர்கள் ஆடம்பரத்துக்கும், கஞ்சத்தனத்துக்கும் இடையே உள்ள பாதையைத் தேர்ந்தெடுத்து, அதில் தடுமாறாமல் நடக்கப் பழகியவர்கள். தங்கள் நேரம், சொத்து, பதவி மற்றும் தங்கள் அனைத்து வளங்களையும் அடுத்தவர்களின் நலனுக்காக அர்ப்பணித்தவர்கள். நம்முடைய வாழ்க்கையின் ஒளியும், சக்தியும் அவர்கள்தான். முன்னேறுவதற்கான பாடத்தை அவர்களிடம் இருந்துதான் நாம் கற்றுக் கொள்ள வேண்டும். நம்முடைய நம்பிக்கை மற்றும் உந்துதலுக்கான கலங்கரை விளக்கமாக அவர்கள்தான் இருக்கிறார்கள். அவர்களைப் போன்ற ஒரு நபராக வாழ வேண்டும் என்பதுதான் என் தனிப்பட்ட ஆசை. என்னுடைய ஒவ்வொரு சொல்லும், ஒவ்வொரு செயலும் இந்தக் குறிக்கோளை நோக்கியே செல்ல வேண்டும் என்பது என் பிரார்த்தனை.

எந்தப் பயனும் இல்லாமல் சும்மா வாழ்வதில் என்ன உற்சாகம் இருந்துவிட முடியும்?

நான் அதற்காகப் பிறக்கவில்லை.

நாம் ஒவ்வொருவரும் ஏதோ ஒரு குறிப்பிட்ட கடமையை முடிப்பதற்காகத் தான் இந்த உலகில் பிறந்திருக்கிறோம். ஒருவர் எப்படிப்பட்ட ஆதரவற்ற சூழலில் இருந்தாலும், அதிலிருந்து மீண்டு முன்னேறிச் செல்லவேண்டும் என்பதே அவரது முதல் எண்ணமாக இருக்க வேண்டும். இந்த இரண்டும்தான் என் மனதில் முக்கிய சிந்தனைகளாக எப்போதும் ஓடிக் கொண்டிருக்கும். சில சமயம், பொருளாதாரத் தேவைகளை நிறைவேற்றிக் கொள்ளும் சராசரி வாழ்வைத் தாண்டியும், வேறு சில கடமைகளை நாம் செய்ய வேண்டி வரும்.

நாம் ஆசைப்படுவதும், நாம் சாதிப்பதும் எல்லா நேரமும் ஒன்று போல இருப்பதில்லை.

ஒரு காலத்தில் இந்த உலகமே என்னைச் சுற்றித்தான் சுழல்வதாக நினைத்துக் கொண்டிருந்தேன். அப்போது திருவனந்தபுரத்தின் புகழ்பெற்ற கல்லூரியான மகாத்மா காந்தி கல்லூரியில் பட்டதாரி மாணவனாக இருந்தேன். அந்தச் சூழலில்தான் என் தந்தை எங்களை மொத்தமாக விட்டுச் சென்றார். அந்தச் சம்பவத்துக்குப் பிறகு வருகிறேன்.

இப்போது முதலில் இருந்தே தொடங்குகிறேன்: அதுவும் அகரத்தில் இருந்தே...

தமிழ், மலையாளம் இரண்டிலும் முதல் எழுத்து அ. அதோடு மிக முக்கியமான எழுத்தும் கூட.

ப்ரணவ மந்திரத்தின் முதல் அசை அது தான்.

'அக்ஷராநாமகரோஸ்மி' – அதாவது 'எழுத்துக்களில் நான் அகரமாவேன்' என்று பகவான் ஸ்ரீகிருஷ்ணர் பகவத் கீதையில் குறிப்பிடுகிறார்.

ஹரிநாமகீர்த்தனத்திலும் அகரத்தின் முக்கியத்துவத்தை வலியுறுத்தி ஒரு ஜோடி வரிகள் உண்டு.

இந்த எழுத்து கடவுள் ப்ரம்மாவைக் குறிக்கிறது. 'அக்ஷரம்' என்ற வார்த்தைக்கு அர்த்தமே 'அழியாதது' என்பதுதான்.

மலையாளத்தில் உள்ள 52 எழுத்துக்களில் இது முதன்மையானது. நாங்கள் தொடர்ந்து 54 வர்ணங்களையும், 52 லிபிகளையுந்தான் பயன்படுத்துகிறோம். அவற்றில் அதிகம் பயன்படுவது 52 எழுத்துக்களின் சேர்க்கையைத்தான். மலையாள இலக்கணத்தைத் தொகுத்தவரான கேரளத்தின் பாணினி என்றழைக்கப்பட்ட ஏ.ஆர். ராஜராஜ வர்மா தம்புரான் இலக்கணத்தைப் பற்றிச் சொன்னவற்றையெல்லாம் நினைத்துப் பார்த்தேன். 'என்னடா இவன், தன் வாழ்க்கைக் கதையைச் சொல்வதில் இருந்து மலையாள இலக்கணத்துக்குத் தாவுகிறானே' என்று நினைக்க வேண்டாம். வாழ்க்கைக்கென்று ஒரு இலக்கணம் இருக்க வேண்டும். தவறிழைக்காதிருப்பதற்கு வாழ்க்கைக்கு அது முக்கியம். அதற்காகத்தான் இதைச் சொன்னேன்.

1962ம் வருடம், ஏப்ரல் 30ம் நாள் பகல் 12 மணிக்கு நான் பிறந்தேன். அப்பா - ஏ.ஜி. வாசவன். அம்மா: லில்லி பாய். தன்னுடைய 53 வது வயதில் என் தந்தையார் காலமானார். திருவனந்தபுரம் அரசாங்கத்தில் ஒரு உயர்பதவியில் - மீன்வளத்துறையின் இயக்குனராக இருந்த சமயத்தில்தான் அவர் காலமானார்.

இப்போது என் அம்மாவுக்கு வயது 84. என் அப்பா இறந்த சமயத்தில் நாங்கள் நால்வரும், அம்மா, அனூப் என்ற நான், என் அக்கா அனிலா, என் தங்கை அஞ்சலி ஆகிய நான்கு 'அகரங்களும்' எங்கள் வீட்டின் நான்கு சுவர்களுக்குள் ஆதரவின்றி மாட்டிக் கொண்டிருந்தோம்.

அப்போது திருவனந்தபுரத்தின் அம்பலநகர் காலனியில் எங்கள் வீடு இருந்தது. எங்களுக்கு என்ன பிரச்னையென்றாலும் நாங்கள் அடைக்கலம் தேடுவது எங்கள் அம்மாவிடம்தான். சோலையில் வாலிப்பறம்பு குடும்பத்தில் பிறந்த டாக்டர் பத்மனாபனின் மகள் அவர். திரு-கொச்சி அரசில் (திருவனந்தபுரம் - கொச்சி இணைந்த மாகாணம்) மருத்துவராக இருந்த அவர் தனது 56 வயது வரையே வாழ்ந்தார். என் தாத்தா இறந்த போது அம்மாவுக்கு 14 வயதுதான்.

சரி, வரலாற்றுக்கு வருவோம். வரலாறு இல்லாமல் எதுவுமே இல்லை. காலமும் வரலாறும் தனக்கெனத் தனி

சரித்திரம் கொண்டவை. பழங்காலத்தில் சரித்திரம் என்றால் அது அரசர்கள் அல்லது பெருந்தலைவர்களின் வரலாறாகவே இருக்கும். 1950க்குப் பிறகுதான், இந்தச் சமூகத்தில் உள்ள மனிதர்களின் கதையை, அவர்களது உறவைச் சொல்வதாக வரலாறு மாறியது. இன்றும் அது முழுமையான மக்கள் வரலாறாக மாறவில்லை. என்னுடைய கதையைப் படிக்கும்போதும் இதை மனதில் கொண்டே என்னை மதிப்பிடுங்கள்.

அம்பலநகரின் சிறுவன்

எனது இளம்பிராயத்தில் திருவனந்தபுரம் - அம்பலநகர் 45 வீடுகளைக் கொண்ட ஒரு காலனியாக இருந்தது. நாங்கள் வாங்கிய முதல் வீடு அதுதான். சிறுவனாக இருந்ததற்கும், இளைஞனாக மாறுவதற்கும் இடைப்பட்ட காலகட்டத்தில் - அதாவது, என் மனசுக்கு இறக்கை முளைக்கும் காலகட்டத்தில் அங்கே சென்றோம். என் வயதையொத்த பலருடன் சுதந்திரமாக நான் கூடிக் களித்த காலம் அது.

எங்களுடைய அண்டை வீட்டுக்காரர்களில் பலர் தங்கள் துறைகளில் ஜொலிப்பவர்களாக இருந்தார்கள். ஆகாஷ்வாணியின் இயக்குனர் கொன்னியூர் நரேந்திரநாத், பின்னாட்களில் டிஜிபியாக பதவி உயர்வு பெற்ற கிருஷ்ணமூர்த்தி, சட்டக்கல்லூரி முதல்வர் விஜயபாலன், கேரள மாநில மின்துறையின் தலைமைப் பொறியாளர் சிவக்குமார் என்று பலர் அங்கே வசித்தார்கள். அவர்களது இருப்பு எங்களுக்குத் தேவையான ஆதரவையும், அரவணைப்பையும் தந்தது.

விடுமுறை நாட்களில் அங்கே பல போட்டிகள் நடக்கும். வெற்றி பெற்றவர்களுக்குப் பரிசுகள் வழங்கப்படும். ஓணம் திருவிழாதான் இதற்கு மிகவும் சிறந்த காலகட்டம். அங்கே இருந்த சிறுவர்களும், சிறுமிகளும் ஒன்றாக விளையாடினோம். எந்த எதிர்பார்ப்பும் இல்லாமல் பழகினோம். பெற்றோர் எங்களை நம்பினார்கள். எந்தக் குறையும் சொன்னதில்லை. பல விழாக்களின் அமைப்பாளனாகவும் ஒரு கலைஞனாகவும் இன்றளவும் நான் திறம்படப் பணி செய்வதற்கான அடித்தளம் அம்பலநகர் காலனியில் வசித்தபோது

போடப்பட்டதுதான். இப்படிப்பட்ட ஓணம் கொண்டாட்டங்களின்போது நான் இயற்றிய கவிதையை அங்கே வாசித்திருக்கிறேன்.

அங்கே வசித்த பலரை இன்றளவும் நான் நினைத்துப் பார்ப்பதுண்டு. என் நண்பர்கள் ஜேக்கப் குரியகோஸ், ஸ்ரீகுமார், பின்னாட்களில் லெஃப்டினண்ட் கர்னலாகப் பணியாற்றிய மேத்யூ வர்கீஸ், 'அனியன் சேட்டன்' என்று நான் அழைத்த கர்னல் நாகேஷ் நாயர், இன்னும் பல அத்தை, மாமாக்கள், சின்னத் தம்பி, தங்கைகள் என்று பலரை நான் அடிக்கடி நினைப்பதுண்டு. இப்படிப்பட்ட அருமையான மனிதர்களுடன் ஆறு ஆண்டுகள் சந்தோஷமாகச் சென்றன.

அத்தனை இளம்வயதினர் அங்கே இருந்தாலும் எங்களுக்குள் யாரும் யாரையும் காதலித்ததாக நினைவில்லை. ஆண் பெண் பேதமின்றி அனைவரும் நல்ல நண்பர்களாகவே பழகினோம். அதனால் பெரிய உறவுச்சிக்கல் ஏதுமின்றி, யாருடைய தலையீடும் இன்றி சந்தோஷமாகவே கழிந்தன பொழுதுகள்.

நாடகத்துக்காக மேடையேறிய நிகழ்வுகளும் இங்கே வாழும்போதுதான் முதலில் ஆரம்பித்தன.

2

குறும்புகள்

'ஒருவருடைய குணத்தின் அடிப்படையிலேயே அவரது ஆசையின் ஒழுக்கம் அமைகிறது'

– ஜான் லாக்.

குறும்புகளுக்கான காலகட்டம் என்பது குழந்தைப்பருவம்தான். அதன் உலகம் எந்த வேலிகளும், சுவர்களும் இல்லாமல் விரிந்து பரந்திருந்தது. இயற்கையுடன் நெருக்கமாக இருந்த வாழ்வு. எனக்கு இரண்டு வயதாக இருந்தபோதுதான் திரிச்சூரின் வடுக்கராவில் இருந்த எங்கள் வீட்டுக்கு மின்சாரம் வந்தது. குளிர்சாதன வசதி, தொலைபேசி, தொலைக்காட்சி என எதுவுமில்லாத வாழ்வு. அதன் அவசியம் யாருக்கும் தேவைப்படாத வாழ்வு.

கிராமத்து வாழ்க்கையில் பெரும்பாலும் விவசாய வேலைகள்தான். விதைப்பது, நீர் பாய்ச்சுவது, அறுவடை செய்வது, வைக்கோலில் இருந்து தானியங்களைப் பிரிப்பது என்று பல விஷயங்கள் கிராமத்து வாழ்க்கையை ஆக்கிரமித்து இருக்கும்.

அந்தச் சமயத்தில் வீட்டில் இருந்த பசுக்களும், வைக்கோல் போரின் அளவும்தான் வீட்டின் செல்வத்தைப் பறைசாற்றுவதாக இருந்தன. வயலில் உழவுவேலை செய்வதற்குக் காளைகள்தான் இருக்கும். டிராக்டர்

இருக்காது. எங்களது வீட்டின் சுற்றுச்சுவருக்குள் அளவுக்கதிகமான காட்டுச் செடிகளும், மா, பலா பழ மரங்களும், புளிய மரங்களும் இருக்கும். முதிர்ந்த மா, பலாவின் வாசனையை நுகர்ந்து கொண்டே வயல்வரப்பின் ஊடாக நடந்து செல்வது சொர்க்கத்தில் நடப்பது போல சிறுவர்களுக்கு மிகவும் பிடித்தமான விஷயம். இயற்கை அமைத்துக் கொடுத்த சிற்றாறுகளில் குட்டிக் குட்டி மீன்களைப் பிடித்துக் கொண்டு செல்வார்கள். சில சமயம் கெண்டை மீன்களையோ, சில சமயம் பல்லத்தி மீன்களையோ(தமிழில் 'சாலை மீன்' என்பார்கள் என நினைக்கிறேன்.) பிடித்துக் கொண்டு செல்வார்கள். இடுப்பில் தாங்கள் அணிந்திருக்கும் 'முண்டு' எனப்படும் சின்ன ஆடையையோ அல்லது ஒரு கைத்தறித் துண்டையோ வலையாகப் பயன்படுத்தி மீன்களைப் பிடித்துச் செல்வார்கள். பருவமழைக் காலத்தில் வயலும், வரப்பும் மொத்தமாகவே நீரில் மூழ்கிவிடும். கோடை காலத்தில் பெரிய மரங்களின் மீது இருக்கும் மாம்பழங்கள் குழந்தைகளை ஏறத் தூண்டும். மாங்காயாக இருந்தால் அங்கேயே கொஞ்சம் உப்பு தடவி சாப்பிட்டு விட்டுத்தான் இறங்குவோம். எங்கள் வீட்டுக்குத் தேவையான பெரும்பான்மை காய்கறி வீட்டுவளாகத்தில் இருக்கும் மரம், செடி, கொடிகளில் இருந்தே கிடைத்து விடும். பசுஞ்சாணமும், சாம்பலும் உரமாகக் கிடைக்கும். அந்த வருடம் கிடைக்கும் நெல்லின் அளவும், தேங்காய்களின் எண்ணிக்கையும்தான் வருடாந்திர சொத்து மதிப்பைத் தீர்மானிக்கும்.

இது தவிர நாங்கள் சாப்பிட கொய்யா மரங்களும், முந்திரி மரங்களும் பழங்களும், கொட்டைகளும் தந்தன. வீட்டு வளாகத்துக்குள் கிடைக்கும் காய்ந்த இலை தழைகளையும், குச்சிகளையும் எரித்து முந்திரிப் பழத்தை சூடாக்கி உள்ளே இருக்கும் கொட்டையை சுட்டு சாப்பிடுவோம். அப்படிப் பற்ற வைத்த நெருப்பை அணைக்க முயற்சிக்கும்போது பல சமயங்களில் தீக்காயமும் பட்டிருக்கிறோம். என் குழந்தைப் பருவத்தின் மிக இனிமையான நாட்கள் அவை. ஆனால் அந்த நாட்களின் எல்லா நினைவுகளுமே இனிமையானவை அல்ல. இதயத்தைக் கனக்க வைக்கும் பல சோகமான நினைவுகளும் உண்டு. சந்தோஷமும், துக்கமும் கலந்ததுதானே வாழ்க்கை.

என் சிறு வயதில் நான் பயங்கரக் குறும்புக்காரனாக இருந்தேன். என்னுடைய சேட்டைகள் ஏராளம். அதற்கான விளைவை அதிகம் அனுபவித்தது என் அம்மா லில்லி பாய் தான். ஆனால் அவர் தன் ஒரே மகனின் எல்லாச் சேட்டைகளையும் அமைதியாகவே பொறுத்துக் கொண்டார். மலையாளத்தின் பிரபல எழுத்தாளர்களுள் ஒருவரான கேசவதேவ் தனது 'ஓடையில் நின்னு' நாவலில் ஒரு விஷயம் எழுதி இருப்பார் - 'எவ்வளவு பெரிய தவறையும் மன்னிக்கும் ஒரே நீதிமன்றம் தாயின் இதயம் மட்டும்தான்'. அது எப்படிப்பட்ட சத்தியமான வாக்கியம் என்பது எனக்கு நன்றாகவே தெரியும். எத்தனையோ நாட்களும், இரவுகளும் என் அம்மாவை அப்படிப் படுத்தியிருக்கிறேன்.

எங்கள் வீட்டின் உள்ளே அப்போதெல்லாம் கழிப்பறை கிடையாது. அது சுற்றுச்சுவரின் இன்னொரு மூலையில் இருக்கும். மொத்த வளாகமும் இரவில் துளி வெளிச்சம் கூட இல்லாமல் இருட்டாகவே இருக்கும். ஏதாவது உதவி என்று கத்தினால் யார் காதுக்கும் கேட்காது. விஷ ஜந்துக்கள் வேறு சுற்றிக் கொண்டிருக்கும். அந்தச் சமயத்தில் இளம்பெண்ணாக இருந்த என் அம்மா, தினமும் ஒருமுறையாவது இப்படிப்பட்ட இரவில் எனக்குத் துணையாக வர வேண்டி இருக்கும்.

என் வீட்டில் இருந்து அரைக் கி.மீ தூரத்தில் இருந்த குருவிஜயம் தொடக்கப் பள்ளியில் முதலாம் வகுப்பு சேர்ந்தேன். அலுவலக வேலைகளில் அப்பா மும்முரமாக இருந்த சமயம் ஆதலால் அந்தப் பள்ளியில் என்னைச் சேர்க்க அம்மாதான் கூட்டிப் போனார். அப்பாவுக்கு அடிக்கடி பணியிடமாறுதல் இருக்கும். அதனால் நானும் என் சகோதரிகளும் பல ஊர்களில் பல பள்ளிகளில் படித்திருக்கிறோம். பல்வேறு ஊர்களின் பழக்க வழக்கம், வாழ்க்கைமுறை என பல விஷயங்களைத் தெரிந்து கொள்ள இது உதவியது. ஆனால் எங்கள் கல்விக்கு அது பெரிதாக உதவவில்லை.

ஒரு பள்ளியில் படித்து அங்குள்ள விஷயங்கள், ஆசிரியர்களை, கல்விமுறையைத் தெரிந்து கொள்ளும்

முன்பே நாங்கள் அடுத்த இடத்துக்குச் செல்ல வேண்டி வரும். ஆசிரியர்களை, நண்பர்களை, பக்கத்து வீட்டுக்காரர்களை விட்டுச் செல்வது அந்தக் காலத்தில் அப்படி ஒன்றும் கடினமான விஷயமாக இல்லை. இருந்தாலும் சில நினைவுகள் இன்றும் இதயத்தைக் கிழிப்பவை.

எனக்கு அப்போது பத்து வயதிருக்கும். நாங்கள் திரிச்சூரில் இருந்து கோழிக்கோட்டுக்குச் செல்ல வேண்டி இருந்தது. திரிச்சூரில் எங்கள் பக்கத்து வீட்டுக்காரராக இருந்தவர் பெயர் வேலு. அவரை நான் 'அச்சச்சன்' (பெரியப்பா) என்று கூப்பிடுவேன். காவல்துறையில் பணிபுரிந்தாலும், மண்ணை மதிப்பவராக இருந்தார். எல்லோருமே மண்ணை நம்பியே வாழ வேண்டும் என்பார். அப்படியே வாழ்ந்தும் காட்டுவார். விவசாயம் சார்ந்த விஷயங்களில் மட்டுமல்ல குழந்தைகளை வளர்ப்பதிலும் கண்டிப்பானவர்.

அவரது மகன் லோஹிதாக்ஷன் என்னுடைய தோழன். என்னை விடச் சில வருடங்கள் மூத்தவன். ஆனாலும் உற்ற தோழன். பல சமயங்களில் அவர்கள் வீட்டு மாமரத்தில் கல்லெறிந்து என் அம்மாவிடமும், வேலு பெரியப்பாவிடமும் திட்டு வாங்கி இருக்கிறேன். பின்னாட்களில் அந்த நிலத்தை நான் வாங்கிவிட்டேன். இப்போது என்னுடைய காரில் அங்கே நான் செல்வதுண்டு. அந்தக் காலத்தில் அவரது நிலத்துக்குள் யாரும் சைக்கிளைக் கூட எடுத்துச் செல்ல முடியாது. அந்த மரமும், அதனால் விழுந்த அடிகளும் பசுமையாக நினைவில் இருப்பவை. ஆனால் என் இதயத்தைக் கிழிக்கும் விஷயமும் அங்கேதான் நிகழ்ந்தது.

நாங்கள் கிளம்புவதற்கு முதல் நாள், லோஹி எங்கள் வீட்டுக்கு வந்து என்னிடம் மிகவும் சோகமாகப் பேசிக் கொண்டிருந்தான். என்னைக் கட்டிப்பிடித்து கண்ணீர் விட்டு அழுதான். நாங்கள் வீட்டைக் காலி செய்த பிறகு அவனுக்கென்று நண்பர்கள் யாரும் இருக்க மாட்டார்கள் என்று அழுது கொண்டே சொன்னான். (அவனுடைய அப்பா கண்டிப்பானவர் என்று எனக்குத் தெரியும். இருந்தாலும் என்னைத் தவிர அவனோடு சந்தோஷமாகப் பேச, விளையாட ஆள் இல்லையென்பதை அவன்

சொன்னபோது எனக்கு வருத்தமாகவே இருந்தது. அவர்கள் வீட்டில் வாத்துக் கறியுடன் விருந்து சமைத்திருப்பதாகச் சொல்லி, அதைச் சாப்பிட என்னை அழைத்தான். அவனுடைய உற்ற தோழனுக்காக அவன் ஏற்பாடு செய்திருந்த பிரிவு உபச்சார விருந்து அது.

அன்று மாலை வீட்டுக்கு அருகில் இருந்த குளத்தங்கரையில் உரக்க ஓலமிட்டு யாரோ அழும் சத்தம் அனைவருக்கும் கேட்டது. (எல்லாரும் ஓடிப் போய் பார்த்தோம். குளத்தில் மூழ்கி லோகிதாக்ஷன் இறந்திருந்தான்.) மதியம் என்னிடம் அழுததோடு சோகத்தைத் தீர்த்துக் கொள்ள முடியாமல் தற்கொலை முடிவை எடுத்துவிட்டான் லோஹிதாக்ஷன். அவனை மடியில் கிடத்திக் கொண்டு வேலு பெரியப்பா அழுதது தாங்கமுடியாத வேதனையாக இருந்தது. இந்தச் சம்பவம் இன்று வரை என் மனதை அழுத்துகிறது. குழந்தைகளின் மனதை வலிமையாக்கும் பொறுப்பை பெற்றோரும், ஆசிரியரும் சேர்ந்து செய்ய வேண்டியதன் அவசியத்தை, அது சார்ந்த என் நம்பிக்கையை இந்த நிகழ்ச்சி வலுப்படுத்துகிறது.

என்னுடைய செயல்களின் காரணகாரியத்தைக் கேட்டறிய முனையாதவர்களால் பலமுறை நான் தண்டனை பெற்றிருக்கிறேன். அப்படி ஒரு முக்கியமான தண்டனை நான் ஒன்றாம் வகுப்புப் படிக்கும்போது நடந்தது. என்னுடைய ஆசிரியை ஒருவரை 'அவமானப்படுத்திவிட்டேன்' என்றார்கள். அந்தக் கதை அங்குள்ள மக்களின் நினைவில் இன்றும் உள்ளது. அன்று நான் பள்ளிக்குச் சந்தோஷமாக நடந்து சென்று கொண்டிருந்தேன். மெட்ராஸில் இருந்து என் பாட்டி எனக்காக இரண்டு பொருட்கள் வாங்கிக் கொடுத்திருந்தார் - ஒரு குடை மற்றும், என் புத்தகங்களை வைப்பதற்காக ஒரு உலோகப் பெட்டி. இந்த இரண்டையும் பெருமையாகத் தூக்கிக் கொண்டு பள்ளிக்குச் சென்று கொண்டிருந்தேன். வேறு யாரிடமும் அவை இல்லை. அப்போது வழியில் சில சிறுவர்கள் கோலிக்குண்டுகள் வைத்து விளையாடிக் கொண்டிருந்தார்கள். நான் வருவதைப் பார்த்ததும் என் புதிய பெட்டியின் மீது கோலிகளைத் தூக்கி

எறியத் தொடங்கினர். வேக வேகமாக என் பெட்டியைத் தாக்கிய அந்தக் கோலிகள் துப்பாக்கி குண்டு போல என் பெட்டியைத் தாக்கியதில் பெட்டி முழுவதும் பள்ளங்கள் விழத் தொடங்கின. என்னுடைய பொக்கிஷம் சேதமடைந்ததைப் பார்த்ததில் எனக்குக் கோபம் வந்தது. என்னால் தாங்க முடியவில்லை. என் முழு பலத்தையும் திரட்டி அவர்களுடன் சண்டை போட்டேன். சரியாக அந்த நேரத்தில் ஒரு ஆசிரியை அங்கு வந்தார். குழந்தைகளுக்குள் நடக்கும் வழக்கமான சண்டை என்று அதை அவர் எடுத்துக் கொள்ளவில்லை. சண்டைக்கு யார் காரணம், என்ன நடந்தது என்பதையும் தெரிந்து கொள்ள அவர் முயற்சிக்கவில்லை. பக்கத்தில் இருந்த புளியமரத்தில் இருந்து ஒரு குச்சியை ஒடித்து என்னை அடிக்க ஆரம்பித்தார். அடிபட்ட வலியை விட தவறெதுவும் செய்யாமல், காரணமில்லாமல் அடிபட்டதுதான் எனக்கு மிகவும் வலித்தது. அந்தக் கோபத்தில் தன்னிச்சையாக அந்த ஆசிரியையின் சேலையைத் தூக்கி அவரது காலைக் கடித்துவிட்டேன். எதிர்பாராத வலியால் அவர் அதிர்ச்சி அடைந்த சமயத்தில் நான் அங்கிருந்து ஓடினேன். அந்தத் தெருவில் அந்த ஆசிரியையும் என்னைத் துரத்தினார். அப்போது பள்ளிச்சுவர் வர அந்தத் துரத்தல் முடிவுக்கு வந்தது. சுவரேறி நான் குதித்துவிட ஆசிரியையால் அப்போது ஒன்றும் செய்ய முடியவில்லை.

ஆனால் விஷயம் இதோடு முடியவில்லை. ஆசிரியையின் காலைக் கடித்த விஷயம் பள்ளி முழுவதும் பரவியது. என் அம்மா அழைக்கப்பட்டார். தலைமை ஆசிரியர் என்னைக் கேள்வி கேட்டார். சிங்கத்தின் குகையில் மாட்டிய மான்குட்டியைப் போலானது என் நிலைமை. எக்கச்சக்கமான அடியும் விழுந்தது. இன்றும்கூட இந்த விஷயம் முழுமையாக மறைந்துவிடவில்லை. அந்தப் பகுதி முதியவர்களின் மனதில் இந்தச் சம்பவம் பசுமையாக நினைவில் உள்ளது. அது ஒரு சாதாரண நிகழ்வுதான். ஆனால் அந்தத் தண்டனையின் தாக்கம் என் மனதில் நீங்காத வடுவை ஏற்படுத்தியது.

இன்று குழந்தைகளின் உரிமைகளுக்காகப் பல சட்டங்கள் வந்துவிட்டன. கேரள உயர்நீதிமன்றத்தில் நீதிபதியாக

இருந்த டி.பி ராதாகிருஷ்ணன் தனது தீர்ப்புகளில் ஒன்றில் 'தாயின் கர்ப்பப்பைக்குள் இருக்கும் குழந்தைக்குக் கூட உரிமைகள் உண்டு' என்று சொல்லி இருக்கிறார். மனித இனத்தைச் சரியான பாதையில் அழைத்துச் செல்லும் பொறுப்பு பள்ளிகளுக்கு இருக்க வேண்டும். இங்குதான் மனிதகுலத்தின் வளர்ச்சிப்பாதை வடிவமைக்கப்பட வேண்டும். எந்தச் சமூகமாக இருந்தாலும் ஆசிரியர்களுக்கு மதிப்பு இருக்க வேண்டும். குழந்தைகள் கற்கும் கல்விக்கு ஏற்ப சரியான தரத்தையும், நற்பெயரையும் அளிக்க வேண்டிய பொறுப்பு ஆசிரியர்களுக்கு இருக்கிறது. அதில் எந்தக் குறையும் இருக்கக்கூடாது. 'ஆசிரியர் ஒரு எழுத்தை விட்டால் குழந்தைகள் ஐம்பத்தியோரு எழுத்தையும் விட்டுவிடுவார்கள்' (மலையாளத்தில் ஐம்பத்தியோரு எழுத்துக்கள் உண்டு) என்று மலையாளக் கவிகளுள் ஒருவரான குஞ்சன் நம்பியார் சொன்னது முக்கியமானது. மகாத்மா காந்தியின், சர்வபள்ளி ராதாகிருஷ்ணனின் உயர் கோட்பாடுகளைத் தூக்கிப் பிடிக்க வேண்டிய ஆசிரியர்களே அந்தப் பொறுப்பில்லாமல் இருப்பது களையப்பட வேண்டும். குழந்தைகளைக் கிள்ளுவது, சாக்பீஸை தூக்கி எறிவது, மாணவர்களை பெஞ்சின் மீது நிற்க வைத்து அவமானப்படுத்துவது போன்ற கொடூரமான தண்டனைகள் குறைந்துள்ளதை நான் மனமார வரவேற்கிறேன். இவையெல்லாம் ஒரு குழந்தையின் மனநலத்தில் பெரும் பாதிப்பை ஏற்படுத்தும். இதை இன்றைய கல்வித்துறை அறிந்து வைத்திருப்பது வரவேற்கக்கூடிய ஒரு விஷயம். பிரம்புகள் இன்று பள்ளிக்குள் இல்லாமல் இருப்பதே முந்தைய வாக்கியத்திற்கான வாக்குமூலமாக அமைந்திருக்கிறது.

என் ஆசிரியையைக் 'கடித்ததோடு' என் குறும்புகள் நிற்கவில்லை. நாலாம் வகுப்பு படிக்கும்போது படிகளில் ஹனுமானைப் போலப் பறக்க நினைத்தேன். ஆறு படிகள் தாண்டித் தரையில் கீழே விழுந்தேன். என்னுடைய வலது கையில் எலும்பு முறிவு ஏற்பட்டு மருத்துவமனையில் கட்டுப்போட வேண்டி வந்தது. இதற்கெல்லாம் அந்தக் காலகட்டத்தில் நான் பார்த்த திரைப்படங்கள்தான் காரணம். நம்முடைய புராணங்கள் பல அந்தச் சமயத்தில்

திரைப்படங்களாக வந்தன. அந்தப் படங்களில் பெரும்பாலும் பிரபல மலையாள நடிகர் ப்ரேம் நஸீர்தான் நடித்திருப்பார். அதேபோல் மலபாரைச் சேர்ந்த சில தலைவர்களை ஆதர்சமாகக் கொண்டு அவர்களது தைரியத்தைப் புகழ்ந்து பாடப்பட்ட 'வடக்கன் பாட்டு' பாடல்களும் அப்போது பிரசித்தம். அதிலெல்லாம் வருவது போல நானும் குதிரை மீதேறி எதிரிகளோடு சண்டை போட விரும்பினேன். (குதிரைக்கு நான் எங்கே போவது?) அதனால் வீட்டில் இருந்த கன்றுக்குட்டி என்னிடம் மாட்டியது. அதைக் குதிரையாக்கி அதன் மேல் அமர்ந்து செல்ல முடிவு செய்தேன். அதன் மேல் குதித்ததுதான் தாமதம். அந்தக் கன்றுக்குட்டி பயந்துபோய் முரட்டுத்தனமாக ஓட ஆரம்பித்தது. திரைப்படங்களை நான் மட்டும்தானே பார்த்திருந்தேன். கன்றுக்குட்டி எங்கே பார்த்தது? அதனால் என்னுடைய நோக்கம் புரியாமல், ஒரு கதாநாயகன் என்றும் பாராமல் என்னை எட்டித் தள்ளிவிட்டுச் சென்றது. என்னுடைய கையில் இரண்டாவது எலும்புமுறிவு ஏற்பட்டது அப்போது தான்.

குரியச்சிராவில் புனித ஜோசஃப் பள்ளியில் இரண்டாம் வகுப்புப் படித்துக் கொண்டிருந்தேன். அப்போது நாங்கள் மூவரும் ஒரு ரிக்ஷாவில்தான் பள்ளிக்குச் செல்வோம். என்னுடைய இரண்டு சகோதரிகளுக்கும் இடையில் என்னை உட்கார்த்தி வைப்பார் அம்மா. என்னால்தான் ஒரே இடத்தில் தொடர்ந்து ஐந்து நிமிடம் கூட உட்கார முடியாதே! அந்தச் சின்ன இடத்துக்குள் குதிக்க, நகர முயற்சி செய்வேன். என்னுடைய சகோதரிகள் என்னைப் பிடித்து உட்கார வைக்க முயற்சித்தால் அவர்களது முடியைப் பிடித்து இழுப்பேன். இல்லையென்றால் ரிக்ஷாவில் இருந்து கீழே குதிக்க முயற்சிப்பேன். இத்தனையையும் சமாளித்து அந்த ரிக்ஷாக்காரர் வண்டி ஓட்ட வேண்டி இருக்கும். என்னுடைய சேட்டை தாங்காமல் வீட்டுக்கு வந்து 'இந்தப் பையனை வைத்து என்னால் ரிக்ஷா இழுக்க முடியாது' என்று சொல்லி 'உங்க சவாரியே வேண்டாம்' என்று சொல்லி விட்டுச் சென்றார் அவர். இதற்கெல்லாம் மசிகிற ஆளா நான்?

இன்னொரு முறை ஒரு பெண்ணின் பல்லை கல்லெறிந்து உடைத்திருக்கிறேன். அவரும் அப்படி ஒன்றும் அப்பாவி அல்ல. அந்தக் காலத்தில் கிராமத்துப் பெண்கள் சின்னப் பையன்களிடம் விளையாட்டாகப் பேசுவார்கள். என்னுடைய உள்ளூறுப்புகளில் மிளகாய்ப்பொடியைத் தடவப்போவதாகச் சொல்லிக் கிண்டலடித்தார் அந்தப் பெண்மணி. அப்படிச் செய்தால் என்ன ஆகும் என்று என்னுடைய மனம் கற்பனை செய்து பயந்தது. அதனால் அப்படி ஒரு சம்பவம் நடக்கும் முன்பே அதைச் சமாளிப்பது என்று முடிவு செய்தேன். அப்படித்தான் அவர் மேல் கல்லெறிந்து அவரது பல்லை உடைத்தேன்.

இதோடு நின்றதா என் சேட்டைகள் என்றால் இல்லை. ஒருமுறை எனக்கு சூப்பர்ஹீரோக்களின் சக்தி கிடைத்துவிட்டது என்று நினைத்து மரத்தில் இருந்து குதித்திருக்கிறேன். இப்படி ஏராளம். ஒன்று என்னுடைய குறும்புகளால் எனக்கே காயம்படும். இல்லையென்றால் மற்றவர்களுக்குக் காயம்படும். அதற்கான தண்டனையாக எனக்கு நிறைய அடியும் விழும்.

இன்று இதையெல்லாம் நினைத்துப் பார்க்கும்போது இன்றைய குழந்தைகள் மொத்தமாகவே வேறு உலகத்தில் இருக்கிறார்கள் என்றுதான் தோன்றுகிறது.

வடுக்கரா கிராமம் அதன் தூய்மையுடன் இன்றும் அப்படியேதான் இருக்கிறது. ஆனால் பல விஷயங்கள் கால ஓட்டத்தில் தொலைந்து போய்விட்டது. எங்கு பார்த்தாலும் தங்கம் போல் காற்றில் அசைந்து கொண்டிருந்த வயல்கள் இப்போதில்லை. ரிக்ஷாக்களையும், அதை ஓட்டிக் கொண்டிருந்த மனிதர்களையும் இப்போது காணவே முடிவதில்லை. (கொல்கத்தாவின் சில பகுதிகளையும், டெல்லியின் புறநகர்ப்பகுதிகளையும் தவிர இந்தியா முழுக்கவே ரிக்ஷாக்கள் இல்லையென்று நினைக்கிறேன்.) அவற்றை எங்காவது பார்க்க நேர்ந்தால் திரிச்சூரில் நான் ரிக்ஷாவில் சென்ற காலகட்டத்துக்குச் சென்றுவிடுகிறேன்.

இன்னொரு மறக்கமுடியாத பள்ளிக்கால நினைவு எனக்கு சின்னம்மை போட்ட சமயம். அந்த எரிச்சலையும் அரிப்பையும் தாங்கிக் கொள்ள வேப்பிலைப் படுக்கையில்

நான் படுத்திருந்தது இன்னமும் நினைவில் உள்ளது. (அம்மாதான் என்னைக் கண்ணும் கருத்துமாகத் தொடர்ந்து கவனித்துக் கொண்டார்.)

என் அம்மா எங்களைப் பற்றிக் கவலைப்படும் இன்னொரு சந்தர்ப்பம் எங்களுக்குத் தேர்வுகள் நடக்கும் சமயம். எங்களுக்குப் பரீட்சை என்றால், என் தங்கையுடனும், என்னுடனும் அமர்ந்து எல்லாப் பாடங்களையும் படிக்க வைப்பார். நான் மலையாள மீடியத்திலும் என் தங்கை ஆங்கில மீடியத்திலும் படித்தோம்.

ஐந்தாம் மற்றும், ஆறாம் வகுப்பைக் கோழிக்கோட்டில் உள்ள சுங்கம் நடுநிலைப்பள்ளியில் படித்தேன். இதற்கு முன் நாங்கள் படித்த முறையை விட இங்கே சொல்லிக் கொடுக்கும் முறை முற்றிலும் வேறுபட்டது. எல்லாருமே மலையாளம்தான் பேசுவோம். என்றாலும் என்னுடைய திரிச்சூர் வட்டார வழக்கு அங்கிருந்தவர்களின் 'கோழிக்கோடன்' வட்டார வழக்கை விட வித்யாசமாக இருந்ததில் நிறையக் குழப்பங்கள் ஏற்பட்டன. அங்கிருந்த மாணவர்களில் பலர் மீனவர்களின் குழந்தைகள். அன்றாடம் பிடிக்கும் மீன்களை வைத்துத்தான் அவர்களது வாழ்வாதாரம் என்பதால், மீன்வரத்துக் குறைவாக இருக்கும் காலகட்டங்களில் அவர்கள் வாழ்க்கையை ஓட்டுவது கடினமாக இருக்கும். இந்தக் குடும்பங்களில் இருந்து வரும் பிள்ளைகள் படிப்பாளிகளாகவோ, ஒழுக்கமானவர்களாகவோ இருந்ததில்லை. எனக்குத் தெரியாமல் என் புத்தகங்களை எடுத்துச் செல்வது, காரணமே இல்லாமல் என்னைத் தொந்தரவு செய்வது என்பதெல்லாம் சாதாரணமாக இருந்தன. இதோடு என் பழக்கவழக்கமும், பாஷையும் மாறியதில் என் அம்மாவுக்கு வருத்தம் இருந்தது. ஆனால் ஒவ்வொரு வகுப்பைத் தாண்டும்போதும் என் மனமுதிர்ச்சி அதிகமாகத்தான் செய்தது.

எர்ணாகுளத்தில் பொன்னூரணியில் இருந்த புனித ரீத்தா பள்ளியில் ஏழாம் வகுப்புப் படித்துக் கொண்டிருந்தேன். அங்கே எனக்குக் கிடைத்த மிகப்பெரிய சொத்து என்.சி.சி. பயிற்சிதான். ஆரம்பத்தில் என்.சி.சியில் சேருவதில் பெரிய விருப்பமெல்லாம் எனக்கில்லை. ஆனால் ஏற்கெனவே என்சிசியில் சேர்ந்திருந்த என் நண்பர்கள், பயிற்சி முடிந்த

பிறகு அங்கே தரப்படும் சிறப்பான உணவு வகைகள் பற்றிப் பேசிப் பேசியே என்னையும் சேர வைத்தார்கள். முதல் வகுப்பிலேயே என்சிசி என்றால் என்ன என்பது பற்றி எங்கள் பயிற்சியாளர் எனக்கு விரிவாகப் பாடம் நடத்தினார். ஆயுதப்படையின் தன்னார்வ இளைஞர் அமைப்புதான் என்.சி.சி. நம்முடைய நாட்டின் முன்னேற்றத்துக்கும், வளமான எதிர்காலத்துக்கும் பயிற்சி கொடுக்கும் ஒரு அமைப்பு. இளம் வயதில் இருந்தே ஒரு ஆரோக்கியமான, கட்டுப்பாடான, ஒழுக்கம் மிகுந்த வாழ்க்கையை வாழ்வதற்கான ஒரு பயிற்சியை அளிப்பதும், ஏதேனும் நெருக்கடி காலம் வரும் சமயம் எப்படி நடந்து கொள்ள வேண்டும் என்பதற்கான பயிற்சியைத் தருவதும் என்சிசியின் நோக்கமாக இருந்தது. பள்ளிகளில் மாணவர்களுக்குப் பயிற்சி அளிப்பதற்காகவே இந்தப் பயிற்சியை மேற்கொண்ட ஆசிரியர்கள் இருந்தனர். அது மட்டுமல்ல மேற்படிப்பிலும், ஆயுதப் படையில் வேலை வாய்ப்பிலும் என்சிசி மாணவர்களுக்கு முன்னுரிமை வழங்கப்பட்டது. பயிற்சிக்காக மற்ற மாநிலங்களுக்கு செல்லும்போது ரயில் பயணச்சீட்டில் சலுகை இருந்தது.

ஆனால் இந்த வகுப்புகளுக்குச் செல்வதற்கோ, நல்ல வெயிலில் இந்தப் பயிற்சிகளை மேற்கொள்வதற்கோ அதிக விருப்பமில்லாமல்தான் சென்றேன். ஆனால் அங்கிருந்த பல விஷயங்களால் ஈர்க்கப்பட்டேன். அந்தச் சீருடையின் பகுதியாக இருந்த தொப்பி மற்றும் காலணிகளை நேர்த்தியாக அணியக் கற்றுக்கொண்டேன். இதற்குக் கூட விதிகள் இருந்தது என்னைக் ஈர்த்தது. காலணிகள் எவ்வளவு பளீரென்று இருக்க வேண்டும், காலணியில் உள்ள முடிச்சுகளை நேர்த்தியாக எப்படிக் கட்ட வேண்டும். என்ன வேகத்தில் அணிவகுப்பில் சென்றாலும் தலையில் வைத்த தொப்பி கீழே விழாமல் இருக்க அதை எப்படி வைக்க வேண்டும், அதற்கு வசதியாக எப்படி முடிவெட்டிக் கொள்ள வேண்டும் என்று பல விதிகள் இருந்தன. அதோடு இது அனைத்தையும் குறிப்பிட்ட நேரத்துக்குள் செய்ய முடிந்தால் நாம் திறமையாளர். என்.சி.சியின் அனைத்துக் கட்டளைகளும் இந்தியில்தான் வழங்கப்பட்டன. அதற்காகக் கற்றுக்கொண்ட

வார்த்தைகளும், வாக்கியங்களும், பின்னாளில் முக்கியமான சமயங்களில் எனக்கு உதவின. இப்போது என்சிசியின் இடத்தில் மாணவர் காவல் பிரிவு எஸ்.பி.சி இருக்கிறது. இது காவல்துறையின் கட்டுப்பாட்டின் கீழ் வருகிறது.

ஏழாம் வகுப்பு காலாண்டுத் தேர்வுகள் நடந்து முடிந்த சமயத்தில் அப்பாவுக்கு திருவனந்தபுரத்துக்கு மாற்றலானது. பதவி உயர்வுடன் கூடிய இடமாற்றம். மீன்வளத்துறையின் இணை இயக்குனராகப் பொறுப்பேற்றிருந்தார் அப்பா. இதுவரை தலைநகரத்தை நாங்கள் நேரில் பார்த்ததில்லை. அங்கிருந்த அருங்காட்சியகம், மிருகக்காட்சிசாலை எல்லாவற்றையும் பற்றிக் கேள்விப்பட்டிருந்தோம். அதோடு அடுக்கு மாடிப் பேருந்தில் பயணம் செய்வது, தலைமைச் செயலகம், அமைச்சர்களின் வீடுகள், பத்மனாபசுவாமி கோவில், விமானநிலையம், ரேடியோ ஸ்டேஷன் என எல்லாவற்றையும் பார்க்க முடியும் என்பதே எங்களுக்குப் பெரிய ஆர்வமாக இருந்தது. அங்கே இருந்த மிகப்பிரபலமான பள்ளியான புனித ஜோசஃப் பள்ளியில் எனக்கு இடம் கிடைத்தது. அப்பாவின் பதவியும் இதற்கு உதவியாக இருந்தது. நான் இதுவரை படித்த மற்ற எல்லாப் பள்ளிகளையும் விட உயர்ந்த தரத்தில் இருந்தது இந்தப் பள்ளி. அப்படி என்றால் என்னுடன் படிக்கும் மாணவர்களும் உயர்ந்த தரத்தில் இருப்பார்கள் என்று அர்த்தம்.

ஆங்கில மீடியத்தில் படிப்பவர்கள், ஆங்கிலம் பேசுபவர்கள் கொஞ்சம் கூடுதல் ஸ்பெஷல் என்று நான் நினைத்து வைத்திருந்தேன். கொஞ்சம் தாழ்வு மனப்பான்மையும் அதனால் இருந்தது. அந்தக் காலத்தில் எஸ்.எஸ்.எல்.சியில் முதல் மதிப்பெண் வாங்குபவர்கள் பெரும்பாலும் புனித ஜோசஃப் பள்ளி மாணவர்கள்தான். முதல் ரேங்க் வாங்குவதெல்லாம் அப்போது மிகப் பெரிய விஷயம். எல்லா செய்தித்தாள்களிலும் அந்த மாணவரின் முகமும், அவரைப் பற்றிய வாழ்க்கை வரலாறும்தான் முதல் பக்கத்தில் வரும். பள்ளிக்கும் அவர்களால் பெருமை.

அப்படிப்பட்ட மாணவர்களின் வரிசையில் சேரும் ஆர்வம் எனக்கு வந்தது. கலை, இலக்கியத்தில் எனக்கு இருந்த ஆர்வம் இதைச் சாதிக்க உதவும் என்று எனக்குத் தோன்றியது.

அந்த நம்பிக்கை உண்மைதான் என்பது பின்னாட்களில் என் வாழ்வில் நிரூபணமாகியது.

அப்போது புனித ஜோசஃப் பள்ளியில் தலைமை ஆசிரியராக இருந்தவர் ஃபாதர் குஞ்சரைய்யா. ஒரு பாதிரியாராக இருந்ததால் எங்கள் எல்லாரையும் மிகுந்த கட்டுப்பாட்டுடன், ஒழுக்கத்தின் பாதையில் கொண்டு செல்ல வேண்டும் என்பது அவரது லட்சியமாக இருந்தது. கத்தோலிக்க பாதிரிமார்களுக்குரிய கடமைகளை வழுவாமல் செய்துகொண்டே பள்ளியையும் கட்டுப்பாட்டுடன் அவர் நிர்வகித்து வந்தார். மாணவர்களுக்கு அவர் மீது பயம் இருந்தது. பிரம்பெடுத்துக்கொண்டு அவர் பள்ளியைச் சுற்றி வருகிறார் என்றால் பள்ளியே அவ்வளவு அமைதியாக இருக்கும்.

பள்ளி ஆரம்பிக்கும் முன்பும், வகுப்புகளுக்கு இடையே ஆசிரியர்கள் மாறும் சமயத்திலும் நாங்கள் சத்தமாகப் பேசிக் கொண்டிருப்போம். சத்தம் வெளியே போனால் பள்ளியின் ஒழுங்கு கெடும்தானே. சில சமயம் தலைமை ஆசிரியர் வந்தாரென்றால் மொத்த வகுப்பும் எந்தத் தவறும் செய்யாதது போல 'கப்சிப்'பென்று ஆகிவிடும். பல சமயங்களில் இதனால் பிரம்படி வாங்கியதும் உண்டு.

ஒழுக்கத்தின் வடிவமாகத்தான் ஃபாதர் குஞ்சரைய்யாவை நாங்கள் பார்த்தோம். ஆனால் எதிர்பாராத ஒரு நிகழ்வும் நடந்தது. 'சட்டைக்காரி' என்று ஒரு படம். இயக்குனர் சேதுமாதவன் இயக்கியது. அதில் கிறித்தவ ஆங்கிலோ இந்தியப் பெண்ணாக நடிகை லட்சுமி நடித்திருந்தார். எங்கள் தலைமையாசிரியருக்குத் திரைப்படங்கள் பார்ப்பதே பிடிக்காது. பார்க்கவும் மாட்டார். ஆனால் கிறித்தவ குடும்பக் கதை என்பதாலோ என்னவோ ஃபாதர் குஞ்சரைய்யா அந்தப் படத்தைப் பார்க்க நகரத்தில் இருந்த ஒரு தியேட்டருக்குச் சென்றிருந்தார். அங்கே இருந்த படிகளில் வழுக்கி விழுந்து அதனால் ஏற்பட்ட காயங்களால் சில நாட்களில் இறந்துவிட்டார்.

அவருடைய திடீர் மரணம் எங்களுக்குப் பெரும் வலியை ஏற்படுத்தியது. அத்தனை நாட்கள் அவரது கட்டுப்பாடுகளால்

அவர் மேல் எங்களுக்கு இருந்த கோபம் கூடக் காணாமல் போனது. அந்தப் பள்ளியை மதிப்புக்குரியதாக மாற்ற அவர் கொடுத்த உழைப்பு என்றென்றும் மாணவர்களின் நினைவில் இருக்கும். அவர் தலைமை ஆசிரியராக இருந்த காலகட்டத்தில்தான் எங்கள் பள்ளி எஸ்.எஸ்.எல்.சி தேர்வில் முதல் மதிப்பெண்கள் பெற்ற அதிக மாணவர்களை உருவாக்கியது. அதன் பிறகு அங்கே அவ்வளவு முதல் மதிப்பெண் மாணவர்கள் உருவாகவில்லை.

புனித ஜோசஃப் பள்ளியில் ஒரு என்.சி.சி பிரிவும் இருந்தது. எங்களுக்கு ஆங்கிலம் கற்றுக்கொடுத்த ஆசிரியர் திரு வர்கீஸ் அவர்கள்தான் அந்தப் பிரிவுக்குத் தலைவராக இருந்தார். நான் முன்பே என்.சி.சியில் இருந்தது தெரிந்து அவர்தான் என்னை இங்கும் சேரச் சொல்லி ஊக்கப்படுத்தினார்.

நான் ஒன்பதாம் வகுப்புப் படிக்கும்போது வருடாந்திர பயிற்சி முகாமுக்காக எங்கள் பள்ளியில் இருந்து தேர்ந்தெடுக்கப்பட்ட இரண்டு மாணவர்களில் ஒருவனாக நானும் தேர்வு செய்யப்பட்டேன். திருவனந்தபுரத்தின் கிழக்குப் புறநகர்ப் பகுதியில் இருந்த ‘மலையின்கீழு’ என்ற சின்னக் குன்றின் மேல் பயிற்சி முகாம் நடைபெற்றது. அந்த முகாமில் எங்களுக்குக் கிடைத்த பயிற்சி, கிட்டத்தட்ட ராணுவ வீரர்களுக்குக் கிடைக்கும் பயிற்சிக்கு ஈடானது. மலையின் மேலே உள்ள பள்ளிக்கு, கீழே இருந்து சாலை அமைப்பதுதான் எங்களுக்குக் கொடுக்கப்பட்ட பணி. அது மிகவும் அசாதாரணமான வேலை. கொஞ்சம் தப்பினாலும் உருண்டு கீழே தான் விழ வேண்டும்.

முதல் நாள் பயிற்சியின் போதுதான் எங்கள் பயன்பாட்டுக்கு அங்கே எங்கேயுமே கழிப்பறைகள் இல்லை என்பது தெரிய வந்தது. அங்கே இருந்த கடினமான மண்ணைத் தோண்டி குழி அமைத்து எங்களுக்கு நாங்களே கழிப்பறைகள் அமைத்துக் கொள்ள வேண்டி இருந்தது. அப்படிப்பட்ட ஒரு குழியை என்னால் கற்பனை செய்து பார்க்கவே முடியவில்லை. ஏனெனில் அப்படிப்பட்ட ஒரு கழிப்பறையை நான் அதற்கு முன்பு பயன்படுத்தியதே இல்லை. அதனால் பயிற்சிமுகாம்

முடியும் வரை அந்தக் கழிப்பறையைப் பயன்படுத்தவே கூடாது என்பதுதான் என் முக்கியக் குறிக்கோளாக இருந்தது. ஆனால் முகாமில் எங்களுக்கு வழங்கப்பட்ட சப்பாத்தியும், கடலைப்பருப்பு குருமாவும் எனக்கு வில்லன்களாக அமைந்தன. அதனால் எனக்கு வயிற்றுப்போக்கு ஏற்பட்டது, அடுத்ததாக அந்தப் பயிற்சிமுகாமில் இருந்து எப்படித் தப்பித்துச் செல்வது என்று திட்டமிட ஆரம்பித்தேன். ஆனால் அதிலும் எனக்குத் தோல்விதான். தவறுக்குக் கடுமையான தண்டனைகள் கொடுப்பதில் நம்பிக்கை கொண்ட முகாம் அதிகாரிகள் என்னைத் தப்பிக்க விடவில்லை.

அதனால் சாலை அமைக்கும் பணியைத் தொடர்ந்தேன். கைகளில் காயம் ஏற்பட்டு வீங்கியபோதும், கொடும் வெயிலில் என்னுடைய தோல் சுருங்கிக் கருத்தபோதும் விடாமல் எங்கள் சாலை அமைக்கும் பணி தொடர்ந்தது.

இரவுப்பணி செய்ய நேர்ந்தால் அது இன்னும் கொடுமை யான ஒன்றாக இருந்தது. இரவு முழுக்க முகாம் வாசலில் எடை மிகுந்த ஒரு துப்பாக்கியைத் தூக்கிக் கொண்டு நான் காவல் காக்க வேண்டி இருந்தது.

குறி பார்த்து சுடுவதற்கான பயிற்சி எனக்கு அங்கேதான் வழங்கப்பட்டது. துப்பாக்கி விசையை இழுப்பதானால் அதை மிகுந்த கவனத்துடன் செய்ய வேண்டும்.. தரையில் படுத்துக் கொண்டு துப்பாக்கியை இயக்க முயற்சிக்கும்போது கை நடுங்கினால் பயிற்சியாளரிடம் உதைபடுவதில் இருந்து தப்பிக்க முடியாது. அந்த வேலை கடினமானது என்பதால் அதற்கான பயிற்சியும், தண்டனைகளும் கடினமாகவே இருந்தன. இரவுக் காவல் பணியில் யாராவது அயர்ந்து கண்ணை மூடினால் ஒரு அறை விழுவது நிச்சயம். இதனால் ராணுவம், காவல்துறை இவற்றின்மீது ஒரு வெறுப்பு இயல்பாகவே எனக்குள் எழுந்தது. ஆனால் அந்தப் பத்து நாட்கள் எப்படிப்பட்ட இருள் சூழ்ந்த கடினமான பிரச்னையையும் சந்திக்கும் தைரியத்தை எனக்குக் கொடுத்தது. ஆனால் காவலர்கள் மீதான ஒரு எரிச்சல் எனக்குள் தொடரத்தான் செய்தது.

இதனால் என் நிறுவனத்தின் பாதுகாப்புக்காக ராணுவத்தில் உயர்பதவிகளில் இருந்த நபர்களை வேலைக்கு எடுத்திருக்கிறேன். பள்ளிச்சிறுவனாக இருந்தபோது எனக்கு அவர்கள்மீது இருந்த கோபத்தை வயதானபின் அவர்களை ஆள்வதில் தீர்த்துக்கொள்ளலாம் என்று சிறுபிள்ளைத்தனமாக யோசித்திருக்கிறேன். ஆனால் அவர்களைக் காயப்படுத்த வேண்டும் என்றோ மரியாதைக்குறைவாக நடத்தவேண்டும் என்றோ நான் நினைத்ததில்லை. அவர்களும் ராணுவத்தில் இருந்தபோது என்ன ஒழுக்கத்துடனும், நேர்மையுடனும் பணியாற்றினார்களோ அப்படியே என் நிறுவனத்திலும் பணியாற்றுகிறார்கள். அவர்களது நேர்மையாலும், உழைப்பாலும் திறமையாலும் அவர்களைப் பற்றிய எனது எண்ணமும், நடத்தையும் மாறியுள்ளது.

எங்கள் சோப்பை மிதிவண்டியில் வைத்து ஊரைச் சுற்றிவந்து விற்கும் வலிமையும், தன்னம்பிக்கையும் அந்த என்.சி.சி. பயிற்சிமுகாமினால்தான் எனக்குக் கிடைத்தது என்று நினைக்கிறேன்.

என் மனதில் என் பள்ளிக்கால வாழ்வின் பத்து வருடங்களில் நினைவில் இருந்தவற்றையெல்லாம் மேலே எழுதியிருக்கிறேன்.

3

முதல் அரங்கேற்றமும், முதல் ரேடியோ நாடகத் தேர்வும்

*"தாங்கள் என்ன விரும்புகிறார்களோ
அதையே மனிதர்கள் நம்புகிறார்கள்"*

- ஜூலியஸ் சீஸர்.

பட்டமுன்படிப்பு - அந்தக்காலத்தில் கல்லூரியில் சேர்வதற்கு முன்பு இரண்டு வருடப் படிப்பு ஒன்றில் சேரவேண்டும். இந்தக்கால +1,+2 போல. பள்ளிக்காலத்தின் கட்டுப்பாடான வாழ்க்கையில் இருந்து கல்லூரியின் கட்டுப்பாடற்ற சுதந்திரம்.

சில வருடங்களுக்கு முன்பு வரை இந்தப் பட்டமுன்படிப்பு கல்லூரிப்படிப்பில் ஒரு பாகமாக இருந்தது. சிறுவர்களும், சிறுமிகளும் பத்தாம் வகுப்பை முடித்தபிறகு இந்தப் படிப்புக்காகக் கல்லூரியில் சேர்ந்து ஆண்கள், பெண்கள் என வளர்ந்தவர்களாக மாறினர். பள்ளியின் ஆசிரியர்கள் போய் கல்லூரியில் பேராசிரியர்களும், விரிவுரையாளர்களும் வந்தனர். இங்கே பிரம்புகளுமில்லை, தண்டனைகளும் இல்லை. ஆனால் மாணவர்களுக்கிடையே சண்டைகள் நடக்கும். கல்லூரிகள் காலவரையின்றி இந்தச் சண்டைகளால் மூடப்படும்.

நான் திருவனந்தபுரம் சின்மயா மிஷன் கல்லூரியில் சேர்க்கப்பட்டேன். மற்ற கல்லூரிகளின் மோசமான தாக்கம் இல்லாமல் ஸ்வாமி சின்மயானந்தாவின் நேரடி மேற்பார்வையில் நன்னெறிகளுடன் நான் வளர்க்கப்படவேண்டும்

என்பதற்காகத்தான் அங்கே சேர்க்கப்பட்டேன். அந்தக் காலத்தில் இந்தப் பட்டமுன்படிப்பு வகுப்புகளில் ஆண்களை விடப் பெண்கள்தான் அதிகம். எங்கள் கல்லூரியில் எங்கள் வகுப்பிலும் அதேதான் கதை. ஆனால் ஆண்கள், பெண்கள் இருதரப்புக்கும் இடையிலான நட்பு சுத்தமாகவும், அப்பழுக்கின்றியும் இருந்தது. இன்று பல பத்தாண்டுகளுக்குப் பிறகு நம்முடைய சமூகம் அந்த நிலையில் இருந்து மாறிவிட்டதாகவே எனக்குத் தோன்றுகிறது.

பத்தாம் வகுப்பின் பரபரப்பான வாழ்க்கைக்குப் பிறகு மிகவும் நிதானமான இந்தக் கல்லூரி வாழ்க்கையால் எனக்கு நிறைய நேரம் கையில் இருந்தது. அதனால் பல்வேறு விஷயங்களில் ஈடுபடத் தொடங்கினேன். பத்தாம் வகுப்பில் தேர்வு பெற ஒரு மாணவர் 12 பரீட்சைகள் எழுதித் தேர்வு பெறவேண்டும். பட்ட முன்படிப்பில் வெறும் 5 பரீட்சைகள்தான். ஆனால் அதற்காக இந்த ஐந்தும் எளிதாக இருக்கும் என்று அர்த்தமல்ல.

தேர்வுகளுக்குத் தயாராவது தவிர இந்த இரண்டு வருடங்களில் விடுமுறை வந்தபோதெல்லாம் மூன்று வெவ்வேறு திறன்களைக் கற்றுக் கொண்டேன். ஒன்று ஜக்லிங். பல பொருட்களை ஒரே நேரத்தில் காற்றில் தூக்கிப் போட்டு இரண்டு கைகளாலும் மாற்றி மாற்றிப் பிடிக்கும் வித்தை. கண்ணையும் கையையும் ஒருங்கிணைக்கும் திறன் இருந்தால் மட்டுமே இந்த வித்தையை வெற்றிகரமாகச் செய்யமுடியும். நான் கற்களை மேலே தூக்கிப் போட்டு, கீழே விடாமல், மாற்றி மாற்றி அவற்றைப் பிடித்துப் பார்வையாளர்களை ஆச்சர்யப்படுத்தினேன்.

இரண்டாவது திறன் ரோலர் ஸ்கேட்டிங். இந்தச் சின்னச் சக்கரங்களைக் காலில் கட்டிக்கொண்டு எங்கள் வீட்டு மொட்டைமாடியில் பல நாட்கள் பயிற்சி எடுத்தேன். கீழே விழாமல் சமநிலை தவறாமல் செல்லப் பழகியபிறகு தெருக்களில் செல்லத் தொடங்கினேன். நன்கு பயிற்சி எடுக்காமல் இந்த சக்கரங்களை கட்டிக்கொண்டு சென்றால் பெரிய காயங்கள் ஏற்படவும் வாய்ப்பிருக்கிறது.

மூன்றாவது ரூபிக் க்யூப். சில நொடிகளிலேயே எல்லா பக்கங்களிலும் அந்தந்த நிறத்தை எளிதில் வரவைத்துவிடுவேன்.

என் குடும்பத்துக்கும், நண்பர்களுக்கும் இந்த விசயம் ஆச்சர்யமாக இருந்தது. பல்வேறு சமன்பாடுகளைக் கொண்டு தீர்க்கப்படும் இந்தப் புதிர் இன்றும்கூடப் பலருக்குக் கைவராமல் இருக்கிறது. இப்போது என் பேரன் யுவான் இந்த விஷயத்தில் கெட்டிக்காரனாக இருக்கிறான்.

என்னுடைய இன்னொரு பழக்கம் ரேடியோவில் வரும் திரைப்பட அல்லது நாடகங்களின் வசனங்களைக் கேட்டுக்கொண்டிருப்பது. சத்தங்கள் உருவாக்கிய உலகத்தை ரசிப்பதில் எனக்கு அப்படி ஒரு ஆனந்தம் இருந்தது. நாடகங்களில் வரும் கதாபாத்திரங்கள் சொல்லும் வசனங்களை நடித்துப் பதிவு செய்து அதை மறுபடியும் கேட்டு ரசிப்பேன். ஆண், பெண், முதியவர், குழந்தைகள் என எல்லாக் கதாபாத்திரங்களையும் நடித்துப் பார்ப்பேன். இதை இன்னும் நேர்த்தியாகச் செய்வதற்காக கதை, வசனங்கள் இருக்கும் திரைப்படப் புத்தகங்களை வாங்கி வந்து வாசிப்பேன். அதில் திரு ஜெகதி என்.கே.ஆச்சாரி (பிரபல மலையாள நடிகரான ஜெகதி ஸ்ரீகுமாரின் தந்தை இவர்) எழுதிய புத்தகங்களும் இருக்கும். இதில் என்னோடு என் உறவுக்காரர் ஆர்.எல்.பைஜூவும் கலந்து கொண்டு என்னை ஊக்குவித்தார். இந்தப் பயிற்சிதான் பின்னாட்களில் நாடகத்தின் மீது தீராக் காதலாக உருவெடுத்தது. இதற்கு அடுத்தபடியாக கல்லூரியில் மேடைநாடகம் போடுவது என்ற முடிவுக்கு வந்தோம். கல்லூரியில் மாணவிகள் பலர் ஒன்று சேர்ந்து இதற்கான ஏற்பாட்டைச் செய்தார்கள். அதற்காக எல்லா மாணவர்களும் அவர்களுக்குக் கொடுக்கப்பட்ட வசனங்களை மனப்பாடமாகப் படித்து வைத்துக் கொண்டோம். ஆனால் நாடகத்துக்கு முன் ஒத்திகை பார்க்க வேண்டும் என்பது மட்டும் எங்கள் யாருக்கும் தோன்றவில்லை.

நாடகம் போட வேண்டிய நாளும் வந்தது. திரைக்குப் பின் எல்லாரும் தயாராக இருக்கிறோம். மேடையின் பின்னே அனைத்து மாணவர்களும் பயத்துடன் இருக்கிறோம். மேடைக்கு முன்னால் அரங்கத்தில் ஒட்டுமொத்த மாணவர்களும் எங்கள் நாடகத்தைப் பார்ப்பதற்காக

ஆவலுடன் காத்திருந்தார்கள். திரை விலகி மேடைக்கு வந்தோம். ஆனால் யார் எந்த வசனத்தை எப்படிச் சொல்ல வேண்டும் என்ற ஒத்திகை இல்லாததாலும், மேடைபயத்தாலும் நடிகர்களான நாங்கள் திணறத் தொடங்கினோம். நேரம் சென்று கொண்டிருந்தது. நாங்களோ ஆரம்பிப்பதாகத் தெரியவில்லை. பார்வையாளர்களாக இருந்த எங்கள் கல்லூரி நண்பர்களுக்குப் பொறுக்கவில்லை. ஓலமிடத் தொடங்கினார்கள். இதற்காகக் காத்திருந்தது போல நாடக நடிகர்கள் அனைவரும் வேகமாகக் கலைந்து வந்துவிட்டோம். முன் தயாரிப்பு இல்லாமல், முழுமையாகத் தெரிந்து கொள்ளாமல் எதிலும் கலந்து கொள்ளக்கூடாது என்பது அன்று நான் கற்றுக் கொண்ட பாடம். ஆனால் இந்த அனுபவம் நாடகம் போடுவதில் இருந்து என்னை எப்போதும் விலக்கி வைத்ததில்லை.

அம்பலநகர் காலனியில் உள்ள பூங்காவில் தான் முதன்முதலாக ஒரு கதாநாயகனாக என் மேடை நாடகம் அரங்கேறியது. எங்கள் நண்பர் எம்.கே.ஜேக்கபின் தாய் எழுதிய ஒரு கதையை அடிப்படையாகக் கொண்டு அந்த மேடைநாடகம் அமைந்திருந்தது. பல முறை ஒத்திகை பார்த்து அந்த மேடைநாடகத்தை அரங்கேற்றினோம். அதில் ஒரு முஸ்லீமாக நடித்திருந்தேன்.

நாடகத்தில் என் நடிப்பைப் பார்த்து, ஆகாஷ்வாணியின் இயக்குனர் கொன்னியூர் நரேந்திரநாத் மேடையில் எனக்கு ஒரு பதக்கத்தைப் பரிசாக அளித்தார். அவர் அளித்த ஊக்கம் மேடையில் நடிக்க வேண்டும் என்ற ஆர்வத்தை இன்னும் அதிகப்படுத்தியது.

பின்னர் என் வேண்டுகோளுக்கிணங்கி ஆகாஷவாணியில் ஆடிஷனுக்காக என்னை அழைத்திருந்தார். ஆனால் அங்கே நடந்ததோ ஒரு பெரிய நகைச்சுவை. அந்தச் சமயத்தில் எனக்குப் பதினேழு வயது. எனக்குக் கொடுக்கப்பட்ட பாகமோ திருமணம் முடிந்த முதலிரவில் மனைவியிடம் கணவன் பேசும் வசனம். சூழலும், வசனமும் எனக்குச் சொல்லிப் புரிய வைக்கப்பட்டது. இதைப் பதிவு செய்வதற்காக இருள் சூழ்ந்த ஒரு அறைக்கு அழைத்துச் செல்லப்பட்டேன்.

மனைவியாக நடித்தவர் இன்னொரு இருட்டு அறையில் இருந்தார். பச்சை விளக்கு ஒளிர்ந்ததும் நாங்கள் பேசத் தொடங்க வேண்டும். எனக்கோ நடுங்கத் தொடங்கியது. 'கணவனாக' நடிக்க என்னால் முடியவில்லை. 'மனைவியாக' நடித்துக் கொண்டிருப்பவர் இன்னொரு அறையில் இருந்ததால்தான் எனக்குப் பேச்சு வரவில்லை என்று என்னைப் பரீட்சை செய்தவருக்குத் தோன்றிவிட்டது. இதனால் அந்தப் பெண்ணை என் அறைக்கு அழைத்து வர முயற்சி செய்தார். அந்தப் பெண் ஏற்கெனவே ரேடியோ நாடகங்களில் பேசி அனுபவம் பெற்றவர். அதனால் அவர் எந்தத் தயக்கமும் இல்லாமல் அங்கே வந்தார். எனக்கோ ஒரு இருட்டு அறையில் ஒரு பெண்ணுடன் முதலிரவு வசனம் பேசி நடிக்க வேண்டும் என்பதே பெரிய சவாலாக இருந்தது. இது ஒரு ரேடியோ நாடகத்துக்கான தேர்வு மட்டுமே என்பதெல்லாம் எனக்குத் தோன்றவில்லை. மொத்த உடலும் நடுங்கத் தொடங்கியது. இப்படியாக என் முதல் ரேடியோ நாடகத் தேர்வு தோல்வியில் முடிந்தது.

அதன் பிறகு என் வாழ்க்கையில் பலமுறை, பல ரேடியோ ஸ்டேஷன்களில் என்னுடைய குரல் பதிவு செய்யப்பட்டிருக்கிறது. ஆனாலும் அந்த 'முதலிரவு' காலத்துக்கும் நினைவில் இருக்கும்.

எழுபதுகளில் ரேடியோ பயன்படுத்துவதற்கே லைசன்ஸ் வைத்திருக்க வேண்டும். செய்திகளுக்கும், பொழுதுபோக்குக்கும் மக்கள் ரேடியோவையே நம்பி இருந்த காலகட்டம் அது. சைக்கிள் வைத்திருப்பதற்கும் லைசன்ஸ் கட்டாயம் வேண்டும். ஆனால் மிதிவண்டிகள் அவ்வளவு பிரபலமாகாத காலகட்டம் அது. என் அப்பாவுக்குத் தெரியாமல் பக்கத்து வீட்டுக்காரரின் சைக்கிளை வாங்கி ஓட்டக் கற்றுக் கொண்டேன். பின்னர் அதே வண்டியே எனக்குப் பரிசாகக் கிடைத்தது. நான் பலருக்கு உற்ற நண்பனாகவும் அது உதவியது. ஏனெனில் யாராவது தேவை என்று கேட்டால் என் சைக்கிளை அவர்களுக்கு உடனடியாகக் கொடுத்து உதவுவேன் என்பதால் இது நிகழ்ந்தது. கேரம், செஸ் போன்ற விளையாட்டுகளில் நான் திறன் பெற்றவனாக இருந்ததும்,

நண்பர்கள் மத்தியில் என் மதிப்பு உயரக் காரணமாக இருந்தது.

நான் உயரமாக, ஒல்லியாக இருந்தேன். அந்தக் காலத்தில் பலரும் முன்னெற்றியில் 'குருவிக்கூடு' போல் தங்கள் தலைமுடியை வெட்டியிருப்பார்கள். நான் அப்படி வைத்ததில்லை. தச்சர்கள் வைத்திருக்கும் உளி போன்ற அமைப்பில் பக்கவாட்டில் முடி வைத்திருப்பேன். சமீபத்தில் என்னுடைய நண்பன் ஒருவன், நாங்கள் நாற்பது வருடங்களுக்கு முன் எடுத்த புகைப்படம் ஒன்றை அனுப்பி இருந்தான். கால்பகுதியில் நீண்டு இருந்த பேண்ட்கள் 'பெல்பாட்டம்' என்றும், அதை விடப் பெரிய கீழ்ப்பகுதியைக் கொண்டவை 'எலிஃபண்ட் பெல்பாட்டம்' என்றும் அழைக்கப்பட்டன. நான் இரண்டையும் உடுத்தி இருக்கிறேன்.

அந்தக் காலத்தில் திருவனந்தபுரம் பொது நூலகத்துக்கு என்னையும், என் சகோதரிகளையும் அழைத்துச் செல்வார் அப்பா. கோடை கால விடுமுறையில், காலையிலேயே எங்களை அழைத்துச் சென்று அங்கே விட்டு விடுவார் அப்பா. மதியத்துக்கும் உணவு எடுத்துக் கொண்டிருப்போம். மாநிலத்தின் மிக அரிய நூல்கள் பல அந்த நூலகத்தில் இருந்தன. நாங்கள் புத்தகங்களை சந்தோஷமாகப் படித்துக் கொண்டிருப்போம். உலகத்துக்கான சாளரங்கள் புத்தகங்கள்தான். அனுபவம் மற்றும் அறிவை விளக்காகக் கொண்டு எழுதப்பட்டவை செவ்விலக்கியங்கள். மனிதகுலத்தின் பொக்கிஷங்கள் இவை. இன்றும் என்னுடைய வகுப்புகளிலோ, மேடைப்பேச்சுகளிலோ இதை நான் குறிப்பிடுவதுண்டு.

ஆனால் அந்தச் சமயத்தில் அந்நூலகத்தின் முக்கிய புத்தகங்களைத் தேர்ந்தெடுத்தெல்லாம் நாங்கள் படித்ததில்லை. அவற்றைப் புரிந்து கொள்ளும் முதிர்ச்சி, அறிவு அப்போது எங்களுக்கு வரவில்லை. நாங்கள் அதிகம் வாசித்தது துப்பறியும் நாவல்களைத்தான். எங்களுக்கு அவை மிகவும் பிடித்தன. அதிலிருந்துதான் அடுத்தடுத்த பிரிவுப் புத்தகங்களுக்கு நான் தாவினேன். அதிலும் கோட்டயம் புஷ்பநாத் எழுதிய நாவல்களுக்குப் பெரும்பங்கு உண்டு.

மாலையில் அப்பா எங்களைத் திரும்ப வந்து வீட்டுக்கு அழைத்துச் செல்வார்.

எங்கள் தாத்தா (அப்பாவின் அப்பா) திரு. ஏ.சி. கோவிந்தனுடைய புத்தகங்களுக்கு என்று ஒரு தனிப்பிரிவே அங்கு இருந்தது. அவரது புத்தகங்கள் எவ்வளவு முக்கியமானவை என்று அப்படித்தான் நாங்கள் தெரிந்து கொண்டோம்.

அதிகம் வாசிக்க வாசிக்க எழுதும் ஆவலும் அதிகரித்தது. பல்வேறு பதிப்பகங்களுக்கும், வார, மாதப் புத்தகங்களுக்கும் கதைகள் அல்லது நகைச்சுவைத் துணுக்குகள் எழுதி அனுப்பி வைப்பேன். அவற்றில் ஒரு சில அச்சிலும் வந்திருக்கின்றன. அவற்றை இன்றும் பொக்கிஷமாகக் கருதுகிறேன். எழுத்துலகில் கால் பதிக்க விரும்பினாலும் என்னுடைய சூழ்நிலை அதற்குப் பெரிதாக இடம் கொடுக்கவில்லை. இந்தப் புத்தகத்தில்தான் அந்த ஆவலைக் கொஞ்சம் கொஞ்சம் தீர்த்துக் கொள்கிறேன்.

நான் இளைஞனான சமயத்தில் நம் நாட்டில் எமர்ஜென்சி வந்திருந்தது. தொடர்ந்து அந்த வார்த்தையை ரேடியோவில் கேட்டுக் கொண்டிருந்தாலும் அதன் உண்மையான முகம் அப்போது எனக்குத் தெரியவில்லை. பிரதமர் இந்திராகாந்தியின் காலத்தில் அது கொண்டுவரப்பட்டது. அவரை ஆதரிப்பவர்கள் நாட்டின் நன்மைக்காக எமர்ஜென்சி கண்டிப்பாகத் தேவை என்றும் எதிர்த்தவர்கள் மக்களின் உரிமை பறிபோகிறது என்றும் சொன்னார்கள். ஒருவழியாக *1977ம் வருடம் எமர்ஜென்சி திரும்பப் பெறப்பட்டது.* ஆனால் இன்றும் அதைப் பற்றிப் பேசிக்கொண்டுதான் இருக்கிறோம். நம் சமூகத்தில் ஏதாவது ஒரு சட்டம் போடப்பட்டால் அது நம் மக்களின் மேல் என்ன தாக்கத்தை ஏற்படுத்துகிறது என்பதற்கு இது ஒரு உதாரணம்.

திருவனந்தபுரம் மகாத்மா காந்தி கல்லூரியில் பி.காம்., சேர்ந்தேன். நான் ஒரு திறமையான, நேர்மையான அரசு அதிகாரியாக வேண்டும் என்பது என் தந்தையின் விருப்பம். நானும் அதே பாதையில் செல்ல வேண்டும் என்றுதான் நினைத்துக் கொண்டிருந்தேன். சொந்தமாகத் தொழில்

செய்வது எல்லாம் சரிப்பட்டுவராது என்பது என் அப்பாவின் எண்ணம். தொழிலதிபர்களின் மகன்களோடு நான் நட்பாகப் பழகுவதைக்கூட அப்பா விரும்பியதில்லை. எனக்குமே கூட தொழில் செய்ய வேண்டும் என்ற எண்ணமே வந்ததில்லை. மகாத்மா காந்தி கல்லூரியின் சூழல் எப்போதும் பிரச்னைகளுடனேயே இருந்தது. பல்வேறு மாணவர் அமைப்புகளிடையே கிட்டத்தட்ட தினமுமே ஏதாவது சண்டை நடந்து கொண்டேதான் இருக்கும். இதனால் பல வாரங்கள் தொடர்ச்சியாகக்கூட கல்லூரி மூடப்பட்டு இருக்கும். நான் கல்லூரியில் முதல் வருடம் படிக்கும்போது வெறும் 80 நாட்கள்தான் கல்லூரியே நடந்தது. இதனால் என்னைப் போன்ற மாணவர்களுக்கு ஒருவிதப் பாதுகாப்பின்மை இருந்தது. போராட்டம், வேலைநிறுத்தம் என்றாலே எனக்குப் பயம் வரத் தொடங்கியது.

கல்லூரியில் எனக்குப் பிடித்த ஆசிரியர், மரியாதைக்குரிய மலையாளத் திரைப்பட நடிகர் ஜகதீஷ். எம்.காமில் முதல் ரேங்க் எடுத்ததால் எங்களுக்கு விரிவுரையாளராக நியமிக்கப்பட்டிருந்தார். வயது குறைவாக இருந்ததாலும், நல்ல நகைச்சுவைத் திறன் கொண்டவர் என்பதாலும் மாணவர்களுக்கு நெருக்கமான ஆசிரியராக இருந்தார். அப்போது ஆகாஷவாணி ரேடியோவில் ஒலிபரப்பாகிக் கொண்டிருந்த 'இதழுகள்' என்ற நிகழ்ச்சியில் தொடர்ந்து கலந்து கொண்டிருந்தார் ஜகதீஷ். மலையாள சினிமாவின் சூப்பர் ஸ்டாரான மோகன்லால் அந்தச் சமயத்தில் எங்கள் கல்லூரியில் கடைசி வருட மாணவர்.

கல்லூரியில் நடந்த சம்பவங்களுள் ஒன்று மிகப் பசுமையாக நினைவில் உள்ளது. கல்லூரியில் இலக்கியப் போட்டிகள் நடந்து கொண்டிருந்தன. என் வகுப்பைச் சேர்ந்த மாணவி ஒருவர் சிறுகதைப் போட்டியில் பெயர் கொடுத்திருந்தார். போட்டி நடக்கும் இடம் தூரமாக இருந்ததால் தனியே செல்ல அவருக்குப் பயமாக இருந்தது. இதனால் அவர் என்னிடம் 'போட்டி நடக்கும் இடத்துக்குத் தன்னோடு துணைக்கு வர முடியுமா' என்று கேட்டார். இதை மறுக்க முடியாததால் அவருடன் போட்டி நடக்கும் இடத்துக்குச்

சென்றேன். போட்டியில் கலந்து கொள்பவர்கள் மட்டும்தான் அரங்குக்குள் செல்ல முடியும். அதனால் அவருக்காக ஒரு மணிநேரத்துக்கும் மேலாக நான் காத்திருக்கும் சூழல் இருந்தது. இதனால் நான் கொஞ்சம் தயங்கினேன். என்னுடைய தயக்கத்தைப் பார்த்த அவர், "நிகழ்ச்சி நடக்கும் நேரத்திலேயே பெயர் கொடுக்கவும் முடியும். போய் பதிவு செய்துவிட்டால் நீயும் உள்ளே வந்து இருக்கலாம். வெளியே இந்த வெயிலில் காத்திருக்க வேண்டாம். உள்ளே வருகிறாயா அனு?" என்று கேட்டார் (நண்பர்களுக்கும், உறவினர்களுக்கும் நான் சுருக்கமாக 'அனு' தான்).

அது நல்ல யோசனையாக இருந்ததால் நானும் போட்டியில் பெயர் கொடுத்துவிட்டு உள்ளே நுழைந்தேன். சிறுகதைப் போட்டிக்கான தலைப்பு கரும்பலகையில் எழுதிப் போடப்பட்டிருந்தது - 'ஓர்மையுட்டே தீபநாளங்கள்' (நினைவின் தீபங்கள்). எழுத ஆரம்பித்தேன். கற்பனையும், அனுபவமும் கலந்து, கொடுக்கப்பட்ட ஒரு மணி நேரத்துக்குள் என் கதையை எழுதி முடித்து ஒப்படைத்தேன். முடிவுகள் அறிவிக்கப்பட்டபோது என் கதைக்கு முதல் பரிசு அறிவிக்கப்பட்டிருந்தது. இது போன்ற திறமைகளுக்கு மரியாதை அதிகம் இருந்த அந்தக் காலகட்டத்தில் இந்தப் பரிசின் மூலம் எனக்கு மிகுந்த கவனம் கிடைத்தது. என் ஆசிரியர்களிடம் இருந்தும், நண்பர்களிடமும் இருந்து பாராட்டும், ஊக்கமும் கிடைத்தன.

என் கல்லூரி நாட்களில் நடந்த இன்னொரு விஷயமும் இப்படி ஒரு எதிர்பாராத விளைவைத் தந்தது. வலியத்துரா உள்விளையாட்டரங்கத்தில் பேட்மிண்டன் வீரர்களுக்காக பத்துநாட்கள் தேர்வு முகாம் நடைபெற்றது. எங்கள் கல்லூரியின் முதல் பத்து வீரர்கள் அங்கே இருந்தார்கள். பயிற்சி முடிந்தபிறகு அதில் இருந்து மூன்றுபேர் மட்டுமே தேர்ந்தெடுக்கப்படுவார்கள். இதைப் பற்றி அறிந்து சும்மா வேடிக்கை பார்ப்பதற்காக அங்கே சென்றிருந்தேன். வீரர்கள் விளையாட ஆரம்பித்தனர். பயிற்சி ஆரம்பித்த பிறகுதான் தெரிந்தது, போட்டியாளர்களுள் ஒருவர் வரவில்லை என்பது. பயிற்சியை அது பாதிக்கும் என்பதால் பயிற்சியாளர்

என்னைப் பங்கேற்கச் சொன்னார். நானும் சரியென்று சொல்லி தினமும் நேரம் தவறாமல் பயிற்சிக்குச் சென்றேன். கடைசியில் மூன்று வீரர்கள் தேர்வு செய்து அறிவிக்கப்பட்ட சமயத்தில் அதில் என் பெயரும் இருந்தது. கல்லூரி பேட்மிண்டன் குழுவுக்காகத் தேர்ந்தெடுக்கப்பட்டதில் எனக்கு மிகுந்த பெருமிதம். பல பத்தாண்டுகள் கடந்தும் அந்தப் பெருமிதமும் சந்தோஷமும் எனக்கு அப்படியே இருக்கின்றன.

கிட்டத்தட்ட இதே சமயத்தில்தான் என் வாழ்க்கையின் மிக மோசமான இழப்பைச் சந்தித்தேன். நான் இரண்டாம் வருடம் பட்டப்படிப்பு படித்துக் கொண்டிருக்கும்போது என்னுடைய அப்பா இறந்து போனார். வாழ்வின் உச்சத்தில் இருந்த சமயத்தில் அவரது வாழ்வு அணைந்து போனது.

அப்பா மறைந்தது எனக்கு ஒருவிதப் பாதுகாப்பின்மையைக் கொடுத்தது. அதோடு கல்லூரியில் இருந்த கொந்தளிப்பான சூழலும் படிப்பின் மீது எனக்கு ஒரு வெறுப்பைக் கொடுத்தது. நண்பர்களோடு படித்துக் கொண்டுதான் இருந்தேன். இருந்தாலும் பரீட்சை எழுதப்போவதில்லை என்று முடிவு செய்திருந்தேன். கல்லூரிப் படிப்பை விட வேறு விஷயங்கள் முக்கியமானவை என்று மனதில் ஒரு எண்ணம் தீவிரமாக உருவெடுக்கத் தொடங்கியது.

இந்த நேரத்தில் என்னோடு சேர்ந்து படிப்பதற்காக என் நண்பர்களுள் ஒருவனான அஷோக் வர்மா என் வீட்டுக்கு வந்தான். அவன் மிகவும் புத்திசாலி மாணவன். என்னைப் பழைய நிலைக்குக் கொண்டு வர முயற்சி எடுத்தான். நான் பரீட்சை எழுதியே ஆக வேண்டும் என்று வற்புறுத்தி என்னை வெற்றி பெறவும் வைத்தான். காஸ்ட் அக்கவுண்டிங், புள்ளியியல் பாடங்களை எனக்குப் புரியும் வண்ணம் எளிமையாக விவரமாக சொல்லிக் கொடுத்தான். நான் டிகிரி முடித்ததில் என்னைவிட அவனுக்குத்தான் முக்கிய பங்கு இருக்கிறது.

படிப்பு முடிந்ததும் மேல்படிப்புக்காகக் கொல்கத்தாவுக்குச் சென்றான் அஷோக் வர்மா. ஒரு காஸ்ட் அக்கவுண்டடண்டாக ஆன பிறகு என்னைப் பார்ப்பதாகச் சொல்லிச் சென்றான்.

கொல்கத்தாவில் ஒரு நல்ல வேலையில் சேர்ந்து அங்கேயே வாழ்ந்து வருவதாகத் தகவல் கிடைத்தது.

பல வருடங்களுக்குப் பிறகு மெடிமிக்ஸுக்காக காஸ்ட் அக்கவுண்டண்ட் ஒருவர் தேவைப்பட்டபோது அதற்கான விண்ணப்பங்களைப் பரீசீலித்துக் கொண்டிருந்தேன். அதில் அஷோக் வர்மாவின் பெயரும் இருந்தது. அது என்னுடைய பழைய தோழன்தான் என்பதைத் தெரிந்து கொண்டு அவரை நேரில் வரச் சொன்னேன்.

பல வருடங்களுக்குப் பின் நாங்கள் சந்தித்துப் பேசினோம். எனக்கு அவர் மேல் மிகுந்த நம்பிக்கை இருந்ததால் காஸ்டிங் பிரிவின் தலைவராக அவரை நியமித்தேன். பத்து வருடங்கள் அந்தப் பொறுப்பில் இருந்தார். உடல்நலம் குன்றியதால் வேலையை விட்ட அவர் சில மாதங்களில் இறந்தும் போனார்.

கல்லூரி வாழ்வின் வலிமையும், இளமையின் துடிப்பும் ஒவ்வொரு மாணவனுக்கும் ஒரு உலகைக் கட்டமைக்கும். ஒவ்வொருவருக்கும் ஒவ்வொருவிதமாக...

4

முடிவில்லாத பாதையை நோக்கி

முடிவில்லாத பாதையில் சென்று கொண்டிருக்கும் வழிப்போக்கர்கள்தான் நாம் எல்லாருமே. சிலர் ஏதாவது ஓரிடத்திலிருந்து தன் பயணத்தைத் தொடங்குவார்கள். சிலர் ஓரிடத்தில் பிரிந்து செல்வார்கள். சிலர் அதற்கு எடுத்துக் கொள்ளும் காலம் குறைவாக இருக்கும். சிலருக்கு அதிகமாக இருக்கும். மனித வாழ்க்கையைத்தான் சொல்கிறேன். என்னதான் பூமியில் உள்ள எல்லா உயிரினங்களையும் விட நாம் மேம்பட்டவர்கள் என்று சொல்லிக் கொண்டாலும், இந்தப் பூமியில் மனிதர்கள் வாழ்ந்து இங்குள்ளவற்றை அனுபவிக்கக் கிடைக்கும் காலம் மிகக் குறைவுதான். நமக்குக் கொடுக்கப்பட்ட காலத்துக்குள் நமக்குத் தேவையானதை நாம் கட்டி முடித்துச் செல்ல வேண்டும். முன்னேற்றம் என்று நாம் சொல்வதெல்லாம் என்றோ யாரோ ஒருவர் அடித்தளம் அமைத்துக் கொடுத்ததுதான். இன்று செயற்கை அறிவு நம்மை ஆண்டுவிடும் தொலைவில் இருக்கிறோம். இன்று நாம் அனுபவிப்பது எல்லாமே மனித குலத்தின் புத்திசாலி மூளைகள் நமக்கு கொடுத்துச் சென்றவைதான். யாருமே தனிப்பட்ட முறையில் எந்தச் சாதனைக்கும் பெருமை கொண்டாட முடியாது. ஒரு தொடர்ச்சியான ஓட்டத்தின் ஒரு பகுதியாகத்தான் ஒவ்வொரு சாதனையும் இருக்கும். என் வாழ்க்கையும் இந்த விதிக்குக் கட்டுப்பட்டதுதான். நம்முடைய ஆசைகளைத் தாண்டித்தான் யதார்த்த

உலகுக்குள் நாம் பயணிக்க வேண்டி வரும். என்னுடைய விதியும் அப்படிப்பட்டதுதான். அரசு வேலை பார்க்க ஆசைப்பட்டுக் கொண்டிருந்த ஒருவனை தொழில் உலகத்துக்குள் தள்ளிவிட்டது விதி.

எம்.ஜி.கல்லூரியில் மாணவனாக எந்தக் கவலையுமில்லாமல், சந்தோஷமாக காலம் கழித்துக் கொண்டிருந்தேன். நல்ல அரசுப் பணியில் இருந்த ஒருவருடைய மகனாக உயர்தர வாழ்க்கை வாழ்ந்து வந்தேன். இளைஞனாக இருக்கும்போதே அமைதியானவனாக, மரியாதை தெரிந்தவனாக, கட்டுப்பாட்டுடன் வாழ நான் பழகியிருந்தேன். இவை எல்லாமே என் அப்பாவைப் பார்த்து நான் கற்றுக் கொண்டவைதான். எல்லா வசதிகளும் கிடைத்திருந்தாலும் சுதந்திரமும், பாராட்டு வார்த்தைகளும் மட்டும்தான் எனக்குக் கிடைக்கவில்லை என்று எல்லா இளைஞர்களையும் போல நானும் நினைத்துக் கொண்டிருந்தேன். இளமைக்காலம்தான் புரட்சிக்கான காலமும் கூட. ஆனால் யாருக்கும் என் மேல் எந்தக் குறையும் இல்லை. பாராட்டுக்கள்தான் என்னை நோக்கி வந்தன. என்னுடைய அப்பா நன்மையை மட்டுமே விரும்பினார். நியாயமற்ற விஷயங்களைத் தவிர்க்கவே விரும்பினார். அவருக்கு சமூகத்தின் மேல்மட்டத்தில் இருந்த பலர் நண்பர்களாக இருந்தனர். அவர்களில் சில அமைச்சர்களும் உண்டு. ஆனால் அவருடைய அலுவலகப் பதவி, சராசரி மீனவர்களின் வாழ்க்கையை மேம்படுத்தும் சட்டங்களை உருவாக்கும் வாய்ப்பைக் கொடுத்திருந்தது. அதை அவர் முழுமையாகப் பயன்படுத்தினார்.

ஒருநாள் பாளையம் மார்க்கெட்டுக்குக் காய்கறி வாங்க என்னை அழைத்துச் சென்றார் அப்பா. இதற்கு முன்னால் அப்படி ஒரு சம்பவம் நடந்ததில்லை. மார்க்கெட்டுக்கு அவர்தான் கார் ஓட்டிச் சென்றார். எனக்கு அப்போதுதான் பதினெட்டு வயது முடிந்து டிரைவிங் லைசென்ஸ் வாங்கியிருந்தேன்.

மார்க்கெட்டுக்குப் போனதும் பையையும், அவரது பர்ஸையும் என்னிடம் கொடுத்து காய்கறி வாங்கி வரச் சொன்னார். என் அப்பா என்னை அங்கீகரித்துவிட்டார் என்று எனக்கு அவ்வளவு சந்தோஷமும், பெருமிதமும்

வந்தது. நானே சொந்தமாக எல்லா விஷயங்களையும் செய்யத் தயாராகிவிட்டேன். இவ்வளவு நாளாக நான் ஆசைப்பட்டுக் கொண்டிருந்த விடுதலையின் கதவு இதோ எனக்காகத் திறந்து காத்துக்கொண்டிருக்கிறது!

காய்கறி வாங்கிவிட்டு வந்து பார்த்தால் அதை விடப் பெரிய ஆச்சர்யம் எனக்காகக் காத்திருந்தது. "இப்போது நீ காரை ஓட்டு!" என்று காரின் சாவியைக் கையில் கொடுத்தார் அப்பா. எனக்கு இதயமே நிறைந்து போனது. அப்பா என்னை வண்டி ஓட்டச் சொல்கிறாரா? அவருக்கு என்ன ஆனது? அந்த நேரத்தில் என் உணர்ச்சிகளை விவரிக்கவே முடியாது.

அப்பாவை ஏதோ ஒன்று கஷ்டப்படுத்திக் கொண்டிருந்தது என்று எனக்குத் தோன்றியது. ஆனால் அவரது வேலையின் பொறுப்புகளோ, உயர் பதவியில் இருந்தவர்கள் அவருக்குக் கொடுத்திருக்கக்கூடிய அழுத்தங்கள் பற்றியோ புரிந்து கொள்ளக்கூடிய முதிர்ச்சி எனக்கு அப்போது இல்லை. போராட்டமான மனநிலை என்றால் என்ன என்றே அப்போதெல்லாம் எனக்குத் தெரிந்ததேயில்லை.

அப்பாவை முதல்முறையாகக் காரில் அழைத்துச் சென்று வீட்டில் விட்டேன். நான் வாங்கி வந்த காய்கறிகளை வைக்க வேண்டிய இடத்தில் வைத்துவிட்டு வந்தேன்.

திடீரென்று என் அப்பா வாந்தி எடுக்க ஆரம்பித்தார். உடனே மருத்துவராக இருந்த என் நண்பனின் தாயை அழைத்தோம். எங்கள் எல்லாரையும் அவருக்கு நன்றாகத் தெரியும். என் அப்பாவைப் பரிசோதித்த அவர், "அப்பாவுக்கு மாரடைப்பு வந்திருக்கிறது என்று நினைக்கிறேன். உடனடியாக மருத்துவமனைக்குக் கூட்டிச் செல்லுங்கள்" என்றார். உடனடியாக மருத்துவமனைக்கு அழைத்துச் சென்றோம். மருத்துவமனை வாசலில் நான் காரை நிறுத்தியதும் அப்பாவே எழுந்து உள்ளே சென்றார். நான் காரை நிறுத்திவிட்டு வந்து பார்த்தால் அங்கே அவர் இல்லை. தீவிர சிகிச்சைப் பிரிவில் அனுமதிக்கப்பட்டிருந்தார். எனக்கோ மாரடைப்பைப் பற்றியும் தெரியாது. ஐசியூ-வைப் பற்றியும் தெரியாது. பயமோ, பதட்டமோ அப்போது எனக்கில்லை. அவ்வளவுதான் புற உலகைப் பற்றி எனக்குத் தெரிந்த அறிவு.

இன்று தங்களுக்கு நெருக்கமானவர்கள் யாராவது ஐசியூவில் சேர்ந்திருக்கிறார்கள் என்று தெரிந்தால் ஒருவர் எவ்வளவு பதட்டப்படுவாரோ அந்த உணர்ச்சிகளெல்லாம் அன்று எனக்குத் தோன்றவில்லை. இன்றைய இளைஞர்களுக்கு இருக்கும் விழிப்புணர்வெல்லாம் அன்றைய இளைஞர்களுக்கு இருக்கவில்லை. மருத்துவமனைகள், அறுவை சிகிச்சை இதெல்லாம் எனக்குச் சம்பந்தமில்லாத விஷயமாகவே நான் நினைத்திருந்தேன்.

என் அக்கா கணவர் சுதிரை அழைத்து (அக்கா அனிலாவுக்கு அப்போது திருமணம் முடிந்திருந்தது.) நிலைமையை விளக்கி மருத்துவமனைக்கு வரச் சொன்னேன். திருவனந்தபுரத்தில் காட்டிலாகா அதிகாரியாக அப்போது அவர் பணிபுரிந்து கொண்டிருந்தார், அப்பாவின் நிலைமை கொஞ்சம் கொஞ்சமாகச் சரியாகிக் கொண்டிருந்தது.

அப்போதுதான் ஒரு எதிர்பாராத சம்பவம் நிகழ்ந்தது. அப்பாவின் அறையில் இருந்த குளிரூட்டி பலத்த சத்தத்துடன் வெடித்துச் சிதறியது. ஐசியூவில் இருக்கும் இதய நோயாளி களுக்குச் சின்ன சத்தம் கூட ஆபத்தானதுதான். இதயத்துடிப்பை எக்குத்தப்பாக அது எகிற வைக்கும். ஆனால் இந்த நிகழ்வால் அப்பாவின் நிலை இன்னும் மோசமானது. அதனால் அவர் மருத்துவக் கல்லூரி மருத்துவமனைக்கு மாற்றப்பட்டார். அது பாதுகாப்பானதாகவும் வசதியான தாகவும் இருந்தது. அங்கே துறை சார் சிறப்பு மருத்துவர்கள் பலர் இருந்ததும் இன்னும் வசதியாகப் போனது.

அப்பாவின் திடீர் மருத்துவமனை வாசம் அவரது அலுவலகத்திலும் பெரும் பதட்டத்தையும், நிலையின்மையையும் கிளப்பியது. அவருக்கு நிறைய நண்பர்களும், தெரிந்தவர்களும் இருந்தார்கள். ஒவ்வொரு நாளும் பல முக்கிய முடிவுகளை எடுக்க வேண்டிய முக்கிய பொறுப்பில் அவர் இருந்தார். துறையில் ஆழமான அறிவு கொண்டவராகவும் இருந்தார். அதனால் பல இடங்களில் இருந்தும் அவரைப் பற்றி அவர் நிலையைப் பற்றி விசாரித்துக் கொண்டிருந்தார்கள்.

பிரபல இதய நோய் மருத்துவரான டாக்டர் விஜயராகவன் தான் அப்பாவுக்குச் சிகிச்சை அளித்தார். உணவோ,

தூக்கமோ இல்லாமல் அப்பாவின் அறைக்கு முன்னால் நாங்கள் காத்திருந்தோம். இரண்டாம் நாள் எங்கள் தாய்மாமா டாக்டர் சித்தன் சென்னையில் இருந்து வந்தார். இன்னும் சில உறவினர்களும் வந்திருந்தார்கள், ஆனால் மூன்றாம் நாள் அப்பாவின் நிலை மோசமாகி எங்களையெல்லாம் விட்டு விட்டு ஒரேயடியாகச் சென்றுவிட்டார். அப்போது அவருக்கு வயது வெறும் 53 தான்.

கயிற்றில் இருந்து விடுபட்டு பறந்து போன பட்டம் போல என் மனம் அலைபாயத் தொடங்கியது. அப்பா இறந்து விட்டார் என்ற தகவல் எங்களுக்குச் சொல்லப்பட்டபோது மருத்துவமனையில் நடந்த சம்பவங்கள் அதை விடவும் அதிர்ச்சியைக் கொடுத்தன. தகவல் கேள்விப்பட்டதும் டாக்டர் சித்தன் எங்கள் முன்னால் உடைந்து அழுதார். அவரைத் தைரியமிக்க வலிமையான ஒரு மனிதராகத் தான் எங்களுக்குத் தெரியும். எங்களுக்கு நேர்ந்த சோகம் கண்டு கட்டுப்படுத்த முடியாமல் அவர் அழுது கொண்டிருந்தார். நெருக்கமானவரின் மரணம் என்ன செய்யும், என்ன வலியை, வேதனையைக் கொடுக்கும், என்ன மாற்றங்களைக் கொடுக்கும் என்று அப்போதுதான் எனக்குத் தெரிந்தது. அந்த நொடி என் மாமாவை சமாதானப்படுத்த வேண்டும் என்றுதான் எனக்குத் தோன்றியது. அதைச் செய்தேன். அந்த நொடி நான் ஒரு வளர்ந்த நபராக, புதிய மனிதனாக பொறுப்பை என் தோளில் எடுத்துக் கொண்ட ஒருவனாக மாறியிருந்தேன்.

1981-ஆம் வருடம் மார்ச் 18-ஆம் தேதி எல்லாச் செய்தித்தாள்களிலும், முன் பக்கத்தில் மீன்வளத்துறையின் இயக்குனர் திரு. வாசவன் மறைந்த செய்தி அவர் புகைப்படத்துடன் வெளிவந்தது. அப்பாவின் ஈமச்சடங்கில் பெரிய கூட்டம் குழுமி இருந்தது. யார் யாரோ ஆறுதல் சொன்னார்கள். அது எதுவும் என் மனதைத் தொடவில்லை.

அப்பா எங்கே எரிக்கப்படவேண்டும் என்று நான்தான் முடிவெடுக்க வேண்டி இருந்தது. தைக்காட்டில் சில நாட்களுக்குமுன்புதான் மின்மயானம்தொடங்கப்பட்டிருந்தது. இறந்த உடலை மின்சாரம் பயன்படுத்தி எரித்தால் அது மத நியமங்களுக்கு எதிரானது என்று பலரும் கருதினார்கள். அதைத் திறந்து வைக்க ஒரு உடல் கிடைப்பதே கடினமாக

இருந்தது அவர்களுக்கு. மின்மயானத்தைத் திறக்க ஒரு உடலுக்காகத் தேடினார்கள் அதிகாரிகள். இது எல்லாமே எனக்குத் தெரிய வந்தது. எந்த ஒரு நியமத்துக்கும் கட்டுப்படாதவர் அப்பா. அவருக்கு மனிதாபிமானம்தான் முதலில். அதனால் அவரை அந்த மின்மயானத்தில் எரிப்பது தவறில்லை என்று எனக்குத் தோன்றியது. பழங்கால நடைமுறைகளுக்கு மாற்றாக நான் எடுத்த இந்த முடிவுதான் என்னுடைய வாழ்க்கையின் முதல் முக்கியமான முடிவு. இதில் என் உறவினர்கள் பலருக்கு விருப்பமில்லை.

அவருடைய பூத உடல் மறைந்தாலும் இன்றும் என் இதயக் கட்டிலில் என் அப்பா அமைதியாகத் தூங்கிக் கொண்டுதான் இருக்கிறார். அவருக்கு நான் தாலாட்டுப் பாடிக் கொண்டுதான் இருக்கிறேன்.

அப்பாவை எரிப்பதற்கும், மற்ற சடங்குகளுக்கும் பலரும் எனக்குக் கொஞ்சம் கொஞ்சம் காசு கொடுத்திருந்தனர். மாமா டாக்டர் சித்தன் மாதாமாதம் தன்னால் முடிந்த பணத்தை அனுப்புவதாகச் சொல்லிச் சென்றிருந்தார்.

எனக்கு என் குடும்பத்தைப் பற்றிக் கவலை வந்தது. வீட்டில் இருந்த ஒவ்வொரு அலமாரியையும் திறந்து பார்த்தேன். அவற்றில் ஒன்றுமே இல்லை. வங்கியிலும் பணம் இல்லை. காருக்கு வாங்க வங்கியில் பெற்றிருந்த கடனை இன்னமும் கட்ட வேண்டியிருந்தது. வாழ்க்கையை முன்னோக்கி நகர்த்திச் செல்ல நான் தான் பாடுபட வேண்டியிருந்தது. அப்போதிருந்த ஒரே நம்பிக்கை எல்ஐசியில் இருந்து எங்களுக்குக் கிடைக்கவிருந்த பணம்தான். இறந்தவர்களின் உறவினர்கள் பணம் கிடைக்க என்ன செயல்முறைகளையெல்லாம் செய்ய வேண்டுமோ அவற்றையெல்லாம் செய்ய ஆரம்பித்தேன். எங்களுக்கு நியாயமாகக் கிடைக்கவேண்டியதைப் பெற எவ்வளவு சிரமப்பட வேண்டியிருக்கும் என்பது அப்போதுதான் எனக்குத் தெரிந்தது. அடுத்தடுத்து நடந்த நிகழ்வுகள் அரசு அதிகாரிகள் எவ்வளவு சுயநலமிக்க, மனிதத்தன்மையற்ற நபர்கள் என்பதைப் புரிய வைத்தது.

அப்பாவின் இறப்புச் சான்றிதழை வாங்கவும், கொடுக்கப்பட்டதில் இருந்த தவறைத் திருத்தவும் பல

அலுவலகங்களுக்கு பலமுறை அலைய வேண்டியிருந்தது. அடுத்து வாரிசு சான்றிதழைப் பெற இதே நடைமுறையைத் திரும்பவும் பலமுறை செய்ய வேண்டி இருந்தது. ஒவ்வொரு முறை ஒரு அலுவலகத்துக்குச் செல்லும்போதும் இன்னும் பல அறிவுறுத்தல்களுடன் அடுத்தநாள் வருமாறு திருப்பி அனுப்பப்படுவேன். பலர் என் அம்மாவும் என்னுடன் கூட வரவேண்டும் என்று அடம்பிடித்தார்கள். 'ஒவ்வொரு அரசு அதிகாரியும் ஒரு அரசன்' என்ற உண்மை அப்போதுதான் எனக்குப் புரிந்தது. கிட்டத்தட்ட இதே போன்ற அல்லது இதற்கும் மேலான உயர்பதவியில் இருந்தவரின் மகனான எனக்கே இந்த நிலைமை என்றால் மற்றவர்களுக்கு என்ன நிலைமை என்று யோசித்துப் பார்த்தேன். நான் சென்று வந்த அரசு அலுவலகங்கள் எல்லாமே ஆணவம் மற்றும் அவமதிப்பின் பிறப்பிடமாக இருந்தன.

துளிக்கூட நியாயமில்லாத ஒரு அணுகுமுறையை, திருவனந்தபுரம் 'பட்டோம்' எல்.ஐ.சி அலுவலகத்தில் சந்தித்தேன். அங்கிருந்த அதிகாரிகள் கேட்ட எல்லாச் சான்றிதழ்களையும் சமர்ப்பித்து எங்களுக்கான பணம் வருவதற்காகக் காத்திருந்தோம். ஆனால் அடுத்து நடந்தது கண்ணியத்தின் எல்லைகள் எல்லாவற்றையுமே கடந்து சென்றது.

பணம் கேட்டுக் கொடுக்கப்பட்டிருந்த என் அம்மாவின் விண்ணப்பத்தைக் கிட்டத்தட்ட ஆறு மாத காலத்துக்குக் கிடப்பில் போட்டு வைத்திருந்தது எல்.ஐ.சி அலுவலகம். பிறகு திடீரென ஒருநாள் எங்களிடம், அப்பாவின் ஈமச்சடங்குக்கு வந்திருந்த எங்களுக்குச் சம்பந்தமில்லாத மூன்று பேரிடம் நாங்கள் சான்றிதழ் பெற்றுத் தரவேண்டும் என்று கேட்டார்கள். என்னால் அதற்கு மேல் பொறுத்துக் கொள்ள முடியவில்லை. இந்த நியாயமற்ற கோரிக்கையால் எனக்கு ரத்தம் கொதித்தது. இதைக் கேட்ட மனிதர் முன், கையில் இருந்த எல்லாக் காகிதங்களையும் தூக்கி எறிந்துவிட்டு 'எதுவுமே வேண்டாம் போ' என்று குரலுயர்த்திச் சொல்லிவிட்டு அந்த அறையில் இருந்து வெளியேறிவிட்டேன். அந்தச் சுவர்களுக்கு வாயிருந்தால் அன்று நடந்ததை வருத்தப்பட்டுச் சொல்லியிருக்கும். ஒரு கண்ணியமான வாழ்வாதாரத்துக்கான கடைசி நம்பிக்கையும் அங்கிருந்து

நான் வெளியே வந்தபோது முடிந்துபோனது. ஆனால் எதிர்பாராவிதமாக இரண்டு நாட்களில் எங்களுக்கு வர வேண்டிய பணம் தபாலில் காசோலையாக வந்து சேர்ந்தது.

அன்றைய நாட்களில் இருந்ததைவிட அதிகாரிகளின் நடத்தை மாறித்தான் இருக்கிறது. இதற்குத் தனியார் துறை உள்ளே நுழைந்ததும் அதனால் ஏற்பட்ட போட்டியும்தான் முக்கிய காரணம். இன்று யாரும் இந்த அதிகாரிகளுக்காக வங்கிகளில் போய் நிற்பதில்லை. வாடிக்கையாளர்களைச் சந்திக்க அவர்கள்தான் வீட்டு வாசலுக்கு வந்திருக்கிறார்கள்.

தொலைபேசிகளின் மீது பி.எஸ்.என்.எல் கொண்டிருந்த ஏகபோகத்தால் இதேபோன்ற இன்னொரு அவமதிப்பை நான் சந்திக்க வேண்டியிருந்தது.

அப்பாவின் பதவியால் அப்பாவுக்கு வீட்டில் ஒரு தொலைபேசி கொடுக்கப்பட்டிருந்தது. உயர்பதவியில் இருக்கும் அரசு அதிகாரி ஒருவர் இறந்தால் அவருடைய தொலைபேசியை அவரது வாரிசுகளுக்குக் கொடுக்கும் சட்டம் ஒன்று இருந்தது. அதைச் சொல்லி நான் தொலைபேசியைக் கேட்டபோது அந்த அதிகாரிகள் எங்கள் தொலைபேசியை ஒப்படைக்கும்படி கேட்டார்கள். எங்களது நியாயமான இந்த உரிமையைப் பெற அந்த முறையும் பல அலுவலகங்களுக்குப் பலமுறை நடக்கவேண்டி வந்தது.

ஒரு காலகட்டத்தில் சென்னையில் உள்ள என் அலுவலகத்தில் 50க்கும் மேற்பட்ட தொலைபேசி இணைப்புகள் இருந்தன. தீபாவளி போன்ற திருவிழா சமயங்களில் பி.எஸ்.என்.எல் அதிகாரிகளுக்கு பரிசுப் பொருட்கள் கொடுக்கும் வழக்கம் அந்நாட்களில் இருந்தது. அப்போதுதான் தொலைபேசி இணைப்புகள் ஒழுங்காக வேலை செய்யும் என்பதற்காக.

ஒருநாள் எங்கள் அலுவலகத்துக்கு ஒரு குழு என்னைப் பார்க்க வந்தது. என்னைப் பார்க்க அவர்கள் முன் அனுமதி பெறாததால் அவர்கள் யாரென்று விசாரிக்கச் சொன்னேன். சில எஞ்சினியர்கள் உட்பட பல பி.எஸ்.என்.எல் ஊழியர்கள் என்னைப் பார்க்க வந்திருப்பதாக எனக்குச் சொல்லப்பட்டது. அவர்கள் ஒரு பரிசோடு வந்திருந்தார்கள். அவர்களது

தனிச்சலுகை மிக்க வாடிக்கையாளர் நான் என்றார்கள். காலமும் மாறியது, காட்சியும் மாறியது.

இப்படிப்பட்ட மாற்றங்கள் சாத்தியப்பட்டதற்கு எல்லா தரப்பிலும் போட்டி அதிகரித்துள்ளதுதான் காரணம். அதுமட்டுமல்லாமல் இன்று எந்த ஒரு பொருளாக இருந்தாலும், அல்லது ஒரு சேவையாக இருந்தாலும் அதன் தரத்தை சர்வதேசத் தரத்தோடு ஒப்பீடு செய்துபார்க்கும் பழக்கம் வந்துள்ளதற்கும் இந்தப் போட்டிதான் காரணம்.

என் அப்பா இறந்த சமயத்தில் வந்த இன்னொரு பிரச்னை அவரது வருமான வரியின் மிச்சம். அதைக் கேட்டு வீட்டுக்கு வரிசையாக நோட்டீசுகள் வந்தன. பணம் என்னவோ அளவில் சிறியதுதான். ஆனால் அப்போதிருந்த சூழலில் நாங்கள் அதைச் செலுத்தும் நிலையில் இல்லை. நான் அவர்களுடைய அலுவலகத்துக்குச் சென்றேன். 'முன்னதாகவே மாதா மாதம் அவரது சம்பளத்தில் இருந்து, கொஞ்சம் கொஞ்சமாக ஏன் அவர்கள் பிடித்துக் கொள்ளவில்லை?' என்று கேட்டேன். ஏற்கெனவே மோசமான நிலையில் இருக்கும் எங்களிடம் ஏன் கொஞ்சம் கூடக் கருணையில்லாமல் நடந்து கொள்கிறார்கள் என்றும் நான் கேட்க நேர்ந்தது.

அப்பாவின் மரணத்தின்போது இப்படிப் பல அரசு அலுவலகங்களில் நான் சந்தித்த சம்பவங்கள் ஒன்றை எனக்கு உணர்த்தின. அரசு இயந்திரம் என்பது நமது கஷ்டத்தையோ, இழப்பையோ பற்றிக் கவலைப்படாது. வாழ்க்கையை முன்னோக்கி நகர்த்த வேண்டுமானால் ஒரு குடும்பத்தில் தொடர் வருமானம் இருக்க வேண்டும். எனக்குச் சில பொறுப்புகளும் இருந்தன. என் அம்மாவைப் பார்த்துக் கொள்ள வேண்டும். என் தங்கைக்குத் திருமணம் செய்ய வேண்டும்.

முதலில் மாதவருமானம் வேண்டும். எனக்கான முதல் பாதையை அமைத்துக் கொடுத்தவர் என் அக்கா கணவர் சுதிர். அவரிடம் ஒரு மேடடோர் வேன் இருந்தது. அதில் ஏழு பேர் வரை அமரலாம். அப்போது அதிக மேடடோர் வேன்கள் பயன்பாட்டில் இல்லை. அவர் அதை என்னிடம் கொடுத்து, வருமானத்துக்காகப் பயன்படுத்திக் கொள்ளச் சொன்னார். நான் ஒரு டாக்சி டிரைவராக மாறினேன்.

எனக்குப் பல வாடிக்கையாளர்கள் கிடைத்தனர். தெரிந்தவர்கள் உதவி செய்தனர். எங்கள் கல்லூரி ஆசிரியர்களை வீட்டிலிருந்து கல்லூரிக்கும், அங்கிருந்து திரும்ப வீட்டுக்கும் அழைத்துச் செல்ல ஆரம்பித்தேன். குடும்பங்களும் அதில் திருப்தியாகப் பயணம் செய்ய முடியும் என்பதால் அப்படிப்பட்ட பயணங்களுக்காகத் தொடர்ந்து அழைக்கப்பட்டேன். சனி, ஞாயிறுகளில் தொடர்ந்து எனது வேன் பயன்பாட்டில் இருந்தது. நான் சமாளிக்க முடியாத அளவு தேவை உயர்ந்து கொண்டே வந்தது. தொலைபேசியில் பலர் என்னை அழைத்தனர். எடுத்துப் பேசத்தான் ஆளில்லை.

அம்மா இயல்பு நிலைக்குத் திரும்பவில்லை. இன்னமும் அவர் அதிர்ச்சியில் தான் இருந்தார். பல சமயங்களில் கண்ணீர் விட்டு அழுது கொண்டு இருந்தார்.

மேடடோரின் தேவை அதிகரிக்க அதிகரிக்க அதைச் சமாளிக்க வேண்டும் என்பதைப் புரிந்து கொண்டேன். என்னிடம் மேடடோர் ஒன்றுதான் இருந்தது. என்னைக் கூப்பிடும் அத்தனை பேரின் தேவையையும் அதைக் கொண்டு சமாளிக்க முடியாது. என்னுடைய ஒரே வருமானம் அதுதான் என்பதால் வந்தவர்களைத் திருப்பி அனுப்ப எனக்கு விருப்பமில்லை. அதனால் கமிஷன் அடிப்படையில் ஒரு டிரைவரை அமர்த்தி அந்த வேனை ஓட்டச் சொன்னேன்.

இப்போது தொலைபேசியை எடுத்துப் பேசவும், பதிவு செய்யவும் என்னால் முடிந்தது. என் வாகனம் இல்லாதபோது மற்ற கார் நிறுவனங்களிடம் பேசி என்னிடம் வந்த வாடிக்கையாளர்களுக்குப் பயணத்துக்குத் தேவையான ஏற்பாட்டைச் செய்து கொடுத்தேன். அதற்குக் கமிஷனும் கிடைத்தது. இப்படித்தான் ஒரு தொழிலை இன்னொருவரிடம் ஒப்படைத்து அதை விருத்தி செய்வது பற்றியும், வெற்றி பெறவும் கற்றுக் கொண்டேன்.

ஒரு மாதத்தில் சில நேரம் பத்தாயிரம் வரை கூட வருமானம் கிடைத்தது. என் அப்பாவின் அடிப்படைச் சம்பளம் வெறும் 1,864 ரூபாய்தான்.

அந்தச் சமயத்தில் நான் ஒரு டாக்ஸி டிரைவராகவும், மாணவனாகவும் இருந்தேன். பல சமயம் வகுப்புகளுக்குச்

செல்ல முடிந்ததில்லை. அதனால் வருகைப் பதிவேட்டில் எனது வருகையைக் குறிக்கும்படி ஆசிரியர்களிடம் நான் கெஞ்சினேன். என்னுடைய நிலைமை தெரிந்த பலரும் அதற்கு ஒப்புக் கொண்டனர். என் மாற்றத்தைப் பார்த்த பலருக்கும், மனித வாழ்க்கையில் பணமும், தகுதியும் நிலையற்ற தன்மை கொண்டது என்பதைப் பற்றிய பழமொழிகள் நினைவுக்கு வந்திருக்கலாம். கல்லூரியில் அடிக்கடி நடக்கும் போராட்டங்களும் என் உதவிக்கு வந்தன. இவற்றால் பல சமயம் வகுப்புகள் நடக்காது என்பது, அந்த சமயத்தில் எனக்குப் பேருதவியாக இருந்தது.

அது 1982-ஆம் வருடம் ஏப்ரல் மாதம். என்னுடைய கடைசி வருட பரீட்சைகள் நடக்க இருந்தன. பிப்ரவரி, மார்ச் இரண்டு மாதங்களும் படிப்பதற்காக விடுமுறை விடப்பட்டிருந்தன. விடுமுறைக்காலத்தில் என் கார் தொடர்ந்து ஓடியது. தொழிலும் நன்றாக நடந்தது. இதோடு கல்லூரிகளுக்கிடையிலான பேட்மிண்டன் போட்டியிலும் என் கல்லூரிக்காக நான் கலந்துகொண்டு விளையாடிக் கொண்டிருந்தேன்.

அந்த சமயத்தில்தான் எங்கள் வீட்டுக்கு சில நாட்கள் ஓய்வெடுக்க என் தாய்மாமா டாக்டர் சித்தன் வந்தார்.

அவரது பெயரைச் சொல்லும்போதே என் மனதில் அன்பும், அக்கறையும் ஒரே நேரத்தில் தோன்றுகிறது. அவர் எனக்கு யார் என்றோ, என்ன என்றோ என்னால் உறுதியான விளக்கம் கொடுக்க முடியாது. ஆனால் அவர் என்னவாகவெல்லாம் எனக்கு ஆனார் என்பதை விளக்க முடியும்.

அவர் என்னுடைய தாய்மாமா. தன் மகளை எனக்கு பின்னாட்களில் மணமுடித்துக் கொடுத்ததால் என் மாமனார். பொழுதுபோக்கு உலகில் என்னுடன் நாடகங்களில் நடித்த பார்ட்னர். ஒரு தலைசிறந்த மருத்துவர். மெடிமிக்ஸின் நிர்வாக இயக்குனர். ஆனால் இந்த விளக்கங்கள் எல்லாவற்றையும் தாண்டி ஆழமான ஒரு உறவு எங்கள் மனதில் இருந்தது. அந்த உறவில் அன்பு, பாசம், மரியாதை, அக்கறை எல்லாமே கலந்திருந்தது.

இப்படிப்பட்ட உறவுக்கான அடித்தளம் அந்த சந்திப்பில்தான் நிறுவப்பட்டது.

காலத்தைத் தாண்டிய ஒரு வரலாற்றை உருவாக்கியவர் டாக்டர் வி.பி.சித்தன். 1950-ஆம் வருடம் சென்னைக் கீழ்பாக்கம் மருத்துவமனையில் மருத்துவமும், மருத்துவ மேல்படிப்பும் முடித்தவர். அந்தச் சமயத்தில் இந்தப் படிப்பை முடித்தவர்கள் அலோபதி, ஆயுர்வேதம் இரண்டு மருத்துவமும் பார்க்கலாம். சோலையில் குடும்பத்தின் டாக்டர் வி.கே. பத்மனாபனின் மகன் அவர். தாத்தா தன்னுடைய மகனும் அலோபதி மருத்துவம் படிக்க வேண்டும் என்று விரும்பினார். மகன் நல்ல படிப்பாளி. நாடகநடிப்பில் மட்டுமல்ல இன்னும் பல விஷயங்களிலும் சிறந்து விளங்கினார். இதனால் வாழ்க்கை யின் எல்லா நிலைகளிலும் அவருக்கு நண்பர்கள் இருந்தனர்.

மருத்துவ உலகில் அரிய சாதனைகள் படைக்க வேண்டும் என்பதுதான் டாக்டர் சித்தனின் குறிக்கோளாக இருந்தது. ஆயுர்வேதத்தையும் அவர் ஆர்வத்தோடு படித்தார். ஆயுள் மற்றும் வேதம் என்ற இரண்டின் கலவைதான் ஆயுர்வேதம் என்ற வார்த்தை. மருத்துவத் தாவரங்களைப் பற்றிய விவரணைகள் பல பழங்காலப் புத்தகங்களில் இருந்தது. ரிக் வேதத்தில் 67 மருத்துவ தாவரங்களைப் பற்றிக் குறிப்பிடப்பட்டுள்ளது. யஜூர் வேதத்தில் 81 மருத்துவ தாவரங்களும், அதர்வண வேதத்தில் 290ம், சுஷ்ருத சம்ஹிதையில் 600ம், சக்கர சம்ஹிதையில் 700ம், அஷ்டாங்க ஹிருதயத்தில் 700 தாவரங்கள் பற்றியும் குறிப்பிடப்பட்டுள்ளன. தன்னுடைய நோயாளிகளின் நோய்களை முழுமையாகத் தீர்ப்பதற்காக இவை அனைத்தையும் வாசித்தறிந்தார் டாக்டர் சித்தன். படிப்பு முடிந்ததும் பெரம்பூரில் இருந்த ரயில்வே மருத்துவமனையில் அலோபதி மருத்துவராக நியமிக்கப்பட்டார் டாக்டர் சித்தன். அந்தக் காலத்திலேயே இதய அறுவை சிகிச்சைப் பிரிவு உட்பட பல முக்கிய பிரிவுகள் கொண்ட பெரிய மருத்துவமனையாக அது இருந்தது.

சீக்கிரமே அவர் ஒரு பரபரப்பான பிரபல கைராசி மருத்துவராக மாறினார். அவரிடம் வந்த நோயாளிகளில் பலருக்கு தோல் நோய்கள் இருந்ததைக் கவனித்தார்.

கலாசிகள் என்றழைக்கப்பட்ட சராசரி ரயில்வே கூலித் தொழிலாளிகளுக்குத்தான் தோல்நோய்கள் அதிகம் வந்தன. வழக்கமான மருந்துகள் இவர்களுக்கு வேலை செய்யவில்லை. அதனால் வேறு மருந்துகள் தேவை என்ற முடிவுக்கு வந்தார் அவர்.

டாக்டர் சித்தனின் முன்னோர்கள், அதாவது என் தாய்வழி முன்னோர்கள் ஆயுர்வேதம் பழகியவர்கள். அவர்கள் தோல்நோய்களுக்காகப் பயன்படுத்திய 'விப்ராதி' என்ற முறையில் தயாரிக்கப்பட்ட மருந்தை வழங்கலாம் என்று முடிவு செய்தார். அதன்படியே தயாரித்து தன் நோயாளிகளுக்கு வழங்கினார். முடிவு எதிர்பார்த்ததற்கும் மேல் திருப்திகரமாக இருந்தது. அதன் பெருமை பரவி, தேவையும் அதிகரித்தது. மற்ற மருத்துவர்களும் அந்த எண்ணெய் வேண்டுமென்று கேட்டார்கள். ஆனால் எண்ணெயை ஒரு இடத்தில் இருந்து இன்னொரு இடத்துக்குக் கொண்டு செல்வது அவ்வளவு எளிதாக இல்லை. இதனால் இதே பொருட்களைப் பயன்படுத்தி அதன் மருத்துவ குணம் துளியும் குறையாமல் ஒரு சோப்பைத் தயாரிக்க முடிவு செய்தார் டாக்டர் சித்தன். இதனால் இன்னும் அதிகமான மனிதர்கள் பயனடைவார்கள். தன் குடும்பத்தின் அறிவை ஒரு பெரிய சந்தைக்குக் கொண்டு செல்லும் வாய்ப்பும் கிடைக்கும்.

முதல் சோப்பு அவர்கள் வீட்டு சமையலறையில் தயாரிக்கப்பட்டது. அவருடைய மனைவி, என் அத்தை சௌபாக்கியம் உதவி செய்தார். விப்ரதி எண்ணெயைப் போன்றே அதே மருத்துவ பலன்களை அந்த சோப்பும் தரும் என்று உறுதி செய்தபிறகு தன் வீட்டுக்குப் பக்கத்தில் இருந்த மருந்துக் கடையில் அதை விற்பனைக்கு வைத்தார். சில மாதங்களிலேயே அதை விரிவுபடுத்தி தமிழ்நாட்டின் பல மருந்துக்கடைகளில் அந்த சோப்பை விற்பனைக்கு வைத்தார். 'மருத்துவர்கள் பரிந்துரைப்பது' என்ற வாசகம் விற்பனைக்கு உதவி செய்தது. மின்சார உதவி இல்லாமல் கையால் தயாரிக்கப்பட்ட சோப் அது.

பெரம்பூரில் ஒரு தயாரிப்பு ஆலையை உருவாக்கி சிறிய அளவில் சோப்புத் தயாரிப்பை ஆரம்பித்தார் மாமா. கல்லூரி நாட்களில் இருந்தே அவருக்கு நண்பராக இருந்த டாக்டர்.

பவித்திரன் அந்தச் சோப்புக்கு 'மெடிமிக்ஸ் - மருந்துகளின் கலவை' என்று பொருள்படப் பெயர் வைத்தார்.

தினமும் காலையில் சீக்கிரமாகவே டாக்டர். சித்தன் மருத்துவமனைக்குச் செல்ல வேண்டி இருக்கும். அதனால் அத்தை சௌபாக்கியம்தான் சோப்புத் தயாரிப்பை மேற்பார்வை செய்வார். ஒருமுறை பயன்படுத்தியவர்கள் அடுத்தடுத்த சோப்புக்காகத் திரும்பவும் வந்தார்கள். இதனால் பல தொழிலாளிகளை சோப்புத் தயாரிப்பில் ஈடுபடுத்தினார்கள். கேரளாவில் இருந்து பெரம்பூருக்குத் தொழிலாளிகள் அழைத்து வரப்பட்டார்கள். நிறுவனம் அவர்கள் வசதிகளை நன்றாகவே கவனித்துக் கொண்டாலும் அவர்களுக்குத் திருப்தி இல்லை. உணவைப் பற்றிக் குறை கூறினார்கள். யூனியன் ஆரம்பித்து ஸ்ட்ரைக் நடத்தினார்கள், தொழிற்சாலையை இழுத்து மூட வைத்தார்கள். அதோடு அவர்கள் நிறுத்தவில்லை. டாக்டர் சித்தனை மிரட்டினார்கள். தொந்தரவு செய்தார்கள். அவரைக் கொலை செய்வோம் என்று மிரட்டி தொழிற்சாலை சுவர்களில் போஸ்டர் ஒட்டினார்கள். பிரச்னையைத் தீர்க்க எடுத்த முயற்சிகள் எல்லாம் தோற்றுப் போயின. தான் தொடங்கியதைத் தொடர்ந்து நடத்த முடியாத சூழலில் இருந்தார் டாக்டர் சித்தன்.

மெடிமிக்ஸ் நிறுவனம் இழுத்து மூடப்பட்டது. சென்னையில் வாழ்வது பாதுகாப்பானதாக இல்லை. அப்படி ஒரு சூழலில்தான் மாமா எங்கள் வீட்டுக்கு வந்தார். இந்தக் கடினமான சூழலைச் சமாளிக்கவும், திரும்ப தயாரிப்பை ஆரம்பிக்கவும், யோசிக்கவும் அவருக்குக் காலம் தேவைப்பட்டது. அதோடு சமீபத்தில் விதவையாகியிருந்த தன் சகோதரியுடன் காலத்தைக் கழிக்கவும் இந்த சந்தர்ப்பத்தைப் பயன்படுத்திக் கொள்ள அவர் நினைத்தார். தங்கள் இருவருக்குமே அது தேவையான பலத்தைக் கொடுக்கும் என்று அவர் நம்பினார்.

அவருடைய வருகை என் வாழ்க்கையிலுமே ஒரு முக்கியமான திருப்புமுனையை ஏற்படுத்தியது.

பயணம்
பயணம்
பயணம்
பயணம்

5

ஒற்றை அறையில் இருந்து கார்ப்பரேட் அலுவலகம் வரை

"சிகரத்தை அடைய நீங்கள் விரும்பினால் அடிவாரத்தில் இருந்து தொடங்குங்கள்"

- சைரஸ்

ஒரு புதிய உதயம்

மாமா சித்தன் சில நாட்கள் எங்களுடன் இருந்தார். அதன்பிறகு சென்னைக்குக் கிளம்பிச் சென்றார். அங்கிருந்து ஒரு நீண்ட கடிதம் எழுதினார். அது என்னைப் பெருங் குழப்பத்தில் ஆழ்த்தியது. கடிதத்தில் இருந்த மிக முக்கியமான விஷயம் இதுதான். என்னுடைய படிப்பு முடிந்தபிறகு, நான் சென்னைக்குக் கிளம்பி வந்து அவர் தொடங்கிய பிசினஸைப் பார்த்துக் கொள்ள வேண்டும். இதில் என்னால் உடனடியாக ஒரு முடிவெடுக்க முடியவில்லை. என் அப்பா இறப்பதற்கு முன் நான் அரசு வேலையில் சேர வேண்டும் என்பதுதான் அவரது விருப்பமாக இருந்தது. அதோடு வேலையில் இருக்கும்போது அப்பா இறந்து போனதால், நான் டிகிரி முடித்ததும் அவரது துறையில் எனக்கு வேலை கிடைப்பதற்கான வாய்ப்பு இருந்தது. அதனால் மாமா தனது இந்த ஆசையைச் சொன்னபோது நண்பர்கள் உட்படப் பலருக்கும் இந்த யோசனை சரியாகப்படவில்லை. நிலையான அரசு வேலையில் கிடைக்கும் பாதுகாப்பை விட்டு விட்டுத் தொழில் செய்ய ஏன் செல்ல வேண்டும் என்பதுதான் அவர்களின் கேள்வியாக இருந்தது.

ஆனால் நான் தைரியமாக ஒரு முடிவெடுத்தேன். அதற்கு இரண்டு விஷயங்கள் எனக்கு உதவின. மாணவனாக இருந்தபோதே ஒரு தொழிலைச் செய்ய வேண்டிய தேவை நேர்ந்ததால் கிடைத்த தன்னம்பிக்கை. அப்பாவின் மரணத்திற்குப் பின் வாரிசு சான்றிதழுக்கும், மற்ற நியாயமான விஷயங்களுக்கும் பலமுறை அரசு அலுவலகங்களுக்கு அலைய நேர்ந்ததில் கிடைத்த மோசமான அனுபவங்கள்.

அந்தக் கடிதமும், அதனால் நான் எடுத்த முடிவும் என் மொத்த வாழ்க்கையையும் மாற்றியது.

மே 15, 1983

அன்றுதான் நான் சென்னைக்கு வந்தேன். இங்கிருந்த மொழியும், கலாச்சாரமும் எனக்குப் பழக்கமில்லாதவை. அரசு வேலை எனும் பொக்கிஷத்தை என் சொந்த முடிவால் விட்டு விட்டு வந்திருந்தேன். தொழில் பற்றிய கனவு, அறிவு எல்லாமே புத்தகங்களில் இருந்து நான் தெரிந்து கொண்ட, சேகரித்துக் கொண்ட அறிவுதான். பொதுவாக 'ஏட்டுச் சுரைக்காய் கறிக்கு உதவாது' என்பார்கள். அந்தச் சமயத்தில் எனக்கு போதிய அளவு அனுபவம் இல்லை. இது எவ்வளவு பெரிய பின்னடைவு என்பதைக்கூடத் தெரிந்து கொள்ள முடியாமல்தான் நான் இருந்தேன்.

என் மாமாவுக்கோ என்னைப் பற்றிப் பெரிய நம்பிக்கை இருந்தது. அது மட்டும்தான் எனக்கிருந்த ஒரே பலம். அந்த சமயத்தில் அவருக்கு மதுரைக்குப் பணிமாற்றமும் ஆனது. ஸ்டெதஸ்கோப்புடன் ஒரு சின்ன டைப்ரைட்டரையும் எடுத்துக் கொண்டு மதுரைக்குக் கிளம்பினார். கம்பெனிக்குப் பொறுப்பேற்றுள்ள தன் மருமகனுக்கு அறிவுறுத்தல்கள் கொடுப்பதற்காகத்தான் அது. ஒவ்வொரு நாளும் நான் யாரை சந்திக்க வேண்டும், என்ன செய்ய வேண்டும், மூலப்பொருட்களை எப்படித் தேர்வு செய்ய வேண்டும், பொருளின் தரத்தை எப்படி ஒரேமாதிரி பராமரிக்க வேண்டும் என்பது போல பல வணிகம் சார்ந்த விஷயங்களை டைப் செய்து அனுப்புவார். அவருக்கு டைப்பிங் தெரியாததால் அது மொத்தத்தையும் ஒரு விரலாலேயே அடித்து அனுப்பிக் கொண்டிருந்தார். இதைப் படித்து நானும் அவற்றின்படி

அப்படியே நடப்பேன். செய்து முடித்த விஷயங்களைத் தொலைபேசியில் அழைத்துத் தகவல் சொல்வேன். அந்தக் கடிதங்களை நான் பத்திரமாக வைத்திருந்தால் மேலாண்மை கற்கும் மாணவர்களுக்கு நல்ல குறிப்புப் புத்தகமாக அது இருந்திருக்கும். அவை அவ்வளவு விரிவான, விவரமான குறிப்புகள் கொண்டவை. ஜெயிலில் இருந்து நேரு தன் மகள் இந்திராவுக்கு எழுதிய கடிதங்களின் தொகுப்புக்கு 'அப்பாவிடமிருந்து மகளுக்குக் கடிதங்கள்' என்று பெயர் வைக்கப்பட்டது போல 'டாக்டர் விபி சித்தனிடமிருந்து அனூப்புக்குக் கடிதங்கள்' என்று பெயர் சூட்டி இருப்பேன்.

நான் எடுத்துக் கொண்ட பணியைச் செய்ய ஆரம்பித்தபின் தான் நான் தேர்ந்தெடுத்தது மலர்படுக்கையல்ல என்று தெரிய வந்தது. அதற்காகப் பிரச்னைகளைக் கண்டால் ஓடி ஒளியும் ஆளல்ல நான். எந்தச் சவால் வந்தாலும் அதைச் சமாளிப்பது என்று முடிவு செய்தேன். எனது இந்தத் தைரியத்திற்கு என் சக ஊழியர்களையும் ஒரு முக்கியக் காரணமாகச் சொல்ல வேண்டும். அவர்களில் முதன்மையானவர் கே.ஹெச்.எஸ். மணியன். 47 வருடங்களுக்கு முன் ஒரு சராசரி ஊழியராக வேலைக்குச் சேர்ந்து பிரெசிடெண்ட் ஆக உயர்ந்து ஓய்வு பெற்றவர். நிர்வாக அலுவலராகவும் பின்னர் ஜெனரல் மேனேஜராகவும் பணிபுரிந்த கே.வி.பிரகாஷ் இன்னொரு முக்கிய நபர். இவர் இப்போது உயிருடன் இல்லை. டாக்டர் சித்தனின் உதவியாளராக இருந்த சி.ஆர்.வினயசந்திரன் குறிப்பிட வேண்டிய இன்னொரு முக்கியமான நபர். மாமா மருத்துவமனைக்குக் கிளம்பும் முன் காலையிலேயே சீக்கிரமாக எழுந்து சைக்கிளில் அவர் வீட்டுக்குப் போய் அவர் கொடுக்கும் குறிப்புகளை வாங்கி வந்து தருபவர். பின்னர் அவருமே பெரிய பதவிக்குச் சென்றார். டாக்டர் சித்தனிடம் உதவியாளராக இருந்த இன்னொரு நபர் பி.மோகனன். இவர்கள் எல்லாரிடமும் தான் தொழில் கற்றேன். அந்தப் பாடங்களை செயல்படுத்தியும் பார்த்தேன். இப்போது வரை இவர்கள் எல்லாரிடமும் நல்ல உறவில் இருக்கிறேன்.

இந்தப் பட்டியலில் இன்னொரு முக்கியமான பெயர் ஆடிட்டர் பி.கே.ஜோசப்பினுடையது. இவர்தான் எங்கள் நிறுவனத்தின் முதல் ஆடிட்டர். நாங்கள்தான் அவருடைய

முதல் வாடிக்கையாளர். இப்போதும் அவருக்கு முதன்மை வாடிக்கையாளர் நாங்கள்தான். நான் அவரிடம் இருந்து நிறையக் கற்றுக் கொண்டிருந்திருக்கிறேன். அவரும் எங்கள் நிறுவனத்தில் இருந்து நிறையக் கற்றிருக்கிறார். எங்கள் உறவு முதலில் எப்படி இருந்ததோ அப்படியேதான் இப்போதும் இருக்கிறது.

இதில் நான் விடவே முடியாத இன்னொரு நபர் டி. ராஜேந்திரன். மெடிமிக்ஸின் உறைகள், அது தொடர்பான விளம்பர நோட்டீசுகள், கேலண்டர்கள், மெடிமிக்ஸ் தொடர்பான மற்ற அச்சில் வெளியாகும் பொருட்கள் எல்லாவற்றையுமே அவர்தான் பார்த்துக் கொண்டார். சிவகாசியில் இருந்த ஒரு பிரபல அச்சகத்தின் முகவராக இருந்தார். பின்னர் அவருமே அந்தத் துறையில் பெரிய பதவிக்குச் சென்றார். அச்சகத்துறையில் புதிய தொழில்நுட்பங்கள் வந்தபோது அதை வேகமாகக் கற்றுக் கொண்டதே அவரது வெற்றிக்கு முக்கியக் காரணம்.

சோப்புத் தயாரிப்புக்கான மூலப்பொருட்களில் ஒன்றான சுத்தமான தேங்காய் எண்ணெய் கொள்முதலுக்காக கர்நாடக மாநிலத்தில் பொருத்தமான ஒருவரைத் தேடிக் கொண்டிருந்தோம். அப்போதுதான் திப்தூர் அரிசிக்கராவில் மில் சொந்தக்காரராக இருந்த குமாரைச் சந்தித்தோம். அப்போது அவர் ஒரு மிகப் பெரிய பிரச்னையைச் சந்தித்துக் கொண்டிருந்தார். தனது எண்ணெய் அரவை ஆலையைத் திறக்க வங்கியில் கடன் வாங்கியிருந்தார். ஆனால் அவரால் கடனைச் சரியாகக் கட்ட முடியவில்லை. அதனால் வங்கி அவரது மில்லை மூடிக் கையகப்படுத்தும் முயற்சியில் இருந்தது. நீண்ட காலத்திற்கு நம்பிக்கையான சேவையை எங்களுக்குத் தருவதாக உத்தரவாதம் தந்தால், அவருக்கு உதவி செய்வதாக நாங்கள் வாக்களித்தோம். இதற்கு அவர் ஒப்புக்கொண்டார். ஆலையும் திரும்பத் திறக்கப்பட்டது.

இந்த உடன்படிக்கை எங்கள் இருவருக்குமே பயனுள்ளதாக இருந்தது. அன்றில் இருந்து இன்று வரை அவர்கள் தங்கள் வார்த்தையைக் காப்பாற்றுகிறார்கள். சுத்தமான தேங்காய் எண்ணெய் எங்களுக்குக் கிடைக்கிறது. அவர்கள் நிறுவனமான

ரவி இண்டஸ்ட்ரிஸ் மெடிமிக்ஸைவிடவும் பெரிய நிறுவனமாக இன்று வளர்ந்து நிற்கிறது. இப்போது தென்னிந்தியாவில் முக்கிய தேங்காய் எண்ணெய் விநியோகஸ்தர்கள் அவர்கள்தான்.

கேரளாவை விட்டுவிட்டு கர்நாடகாவில் தேங்காய் எண்ணெய் தேடிச் சென்றதற்குக் காரணம் கேரளாவில் இருந்த தயாரிப்பாளர்கள் நீண்டகால ஒப்பந்தத்துக்குள் வரத் தயக்கம் காட்டியதுதான். தேங்காய் தொடர்பான மதிப்புக் கூட்டப்பட்ட பொருட்கள் விற்பனை மற்றும் தயாரிப்பில் கேரளா இன்னமும் மூன்றாவது இடத்தில்தான் உள்ளது. மாநிலத்தின் சின்னமாக இருக்கும் மரத்தை மேம்படுத்த கேரளாவின் விவசாயத் துறை கூடுதல் கவனம் எடுக்க வேண்டியிருக்கிறது. மற்ற மாநிலங்களில் தென்னை மரத் தோட்டங்கள் பெருமளவில் உண்டு. கேரளாவில் கிடையாது. தென்னை மரம் வைப்பதால் லாபம் ஈட்ட முடியாது என்ற நினைப்பு முதலில் கேரள விவசாயிகளிடமிருந்து மாற வேண்டும்.

மெடிமிக்ஸ் பாரம்பரிய முறையில் தயாரிக்கப்படும் சோப்பு. சூடான சோப்புக் கலவை தயாரிக்கப்பட்டதும் ஒரு குளிர்ச்சியான பெட்டியில் ஊற்றி வைக்கப்படும். ஐந்து நாட்கள் கழித்து அந்தக் கலவை அச்சாக உருவெடுத்துவிடும். பெரிய பலகையாக இருக்கும் அவற்றைப் பயன்பாட்டுக்குத் தக்க சின்னச் சின்னக் கட்டிகளாக வெட்டி விடுவோம். அதில் மிச்சம் விழும் குட்டித் துண்டுகளை எடுத்து மறுசுழற்சி செய்வோம். அவற்றைச் சின்னச் சின்னச் சோப்புக்கட்டி களாக்கி, ஹோட்டல்களுக்கு விற்பனை செய்தோம். ஹோட்டல் அறைகளுக்கு வரும் வாடிக்கையாளர்களுக்கு ஒருநாள், இருநாள் பயன்பாட்டுக்கெனக் குட்டி சோப்புகள் வைத்திருப்பார்கள். அதற்காக எங்கள் சோப்புகளைக் கொடுத்தோம். ஏற்கெனவே சந்தையில் விற்கப்பட்டுக் கொண்டிருந்த எங்களது பெரிய சோப்புகளுக்கும் இந்தச் சிறிய சோப்புகளுக்கும் தரத்தில் துளியும் வித்யாசம் இல்லா ததால் ஹோட்டல் சொந்தக்காரர்களும், வாடிக்கையாளர்களும் இதைச் சந்தோஷமாக ஏற்றுக்கொண்டனர். எங்களது குட்டி சோப்புக்குத் தேவை அதிகரித்தது. அதோடு இதுவரை எங்கள்

சோப்புகளை முன்பின் அறிந்திராதவர்கள் கூட இந்தக் குட்டி சோப்பைப்பயன்படுத்தியபிறகுஎங்கள் வாடிக்கையாளர்களாக மாறினார்கள்.

ஆரம்பத்தில் ஒரு நூறு ஹோட்டல்களாவது எங்களது குட்டி சோப்புகளைப் பயன்படுத்தவேண்டும் என்பது எங்கள் ஆசையாக இருந்தது. ஆனால் இதற்கான தேவை அதையும் தாண்டி அதிகரித்ததால் மிஞ்சிய சோப்புக்களைக் கொடுத்து எங்களால் சமாளிக்க முடியவில்லை. இதனால் குட்டி சோப்புகளைத் தனியாகவே தயாரிக்க ஆரம்பித்தோம். இன்று இந்தியாவில் இருக்கும் ஹோட்டல்களில் பெரும்பாலானவை அவர்கள் ஹோட்டல் அறைகளில் தங்கும் வாடிக்கையாளர்கள் பயன்பாட்டுக்கு இன்றும் மெடிமிக்ஸ் குட்டி சோப்பைத்தான் தருகின்றன. அறைகளில் மெடிமிக்ஸ் வழங்கப்படவில்லை என்றால் வாடிக்கையாளர்களே 'அறைகளில் மெடிமிக்ஸ்தான் வைக்க வேண்டும்' என்று பரிந்துரைக்கிறார்கள். ஹோட்டல்களுக்கு வழங்கப்படும் மினி சோப்புகளைத் தயாரிப்பதற்காகவே இப்போது தனியாக எங்களது ஒரு தொழிற்சாலை இயங்குகிறது.

சந்தையில் 18 கிராம் சோப்புகளை நாங்கள் முதன்முதலில் விற்பனைக்கு வைத்தபோது கிண்டலடிக்காத மொத்த விற்பனையாளர்களே இல்லை. சின்ன சோப்புக்களை யாருமே வாங்கமாட்டார்கள் என்று சொன்னவர்கள்தான் அதிகம். ஆனால் நிறைய பயணிகள், கட்டடத் தொழிலாளர்கள், ஹோட்டல்களில் வேலை செய்பவர்களுடன் இன்னும் வெவ்வேறு தரப்பு நபர்களும் எங்களுடைய குட்டி சோப்பைப் பயன்படுத்தினார்கள். குற்றாலம் அருவி போன்ற பிரபலமான சுற்றுலாத்தலங்களில் 'மெடிமிக்ஸ் குளியலும்' பிரபலம்தான்.

முன்னேற்றத்தின் பாதையில் நாங்கள் பல தடைகளைச் சந்தித்திருக்கிறோம். எங்கள் ஊழியர்களுக்குச் சம்பளம் வழங்குவதற்கே சிரமப்பட்ட காலமெல்லாம் உண்டு. பலசமயங்கள் மாதக் கடைசியில் தேவையான பணம் எங்கள் வங்கிக் கணக்குக்கு வந்து விட்டதா என்று பார்க்க வங்கியில் நான் காத்திருந்த காலமும் உண்டு. பணம் குறைவாக

இருக்கும் சமயங்களில் எங்கள் விநியோகஸ்தர்களிடம் உதவி கேட்டுப் பேசி இருக்கிறோம். அவர்களும் உதவி இருக்கிறார்கள். அவர்களுடைய உதவி எங்களுக்குப் பேருதவியாக இருந்திருக்கிறது. மெடிமிக்ஸின் இந்த ஐம்பது வருட தொழில் வரலாற்றில் ஒருமுறை கூட ஊழியர்களுக்குச் சம்பளம் கொடுக்காமல் போனதில்லை என்று பெருமையாக என்னால் சொல்ல முடியும். ஒவ்வொரு மாதமும் ஐந்தாம் தேதி சம்பளம் வழங்குவது எங்கள் வழக்கம். ஒருவேளை அந்த ஐந்தாம் தேதி விடுமுறையாக இருந்தால் அதற்கு முந்தைய வேலைநாளில் சம்பளம் வழங்கப்பட்டுவிடும். சில சமயம் எங்களிடம் கையில் இருந்த தங்க நகைகளை அடகு வைத்துக் கூடச் சம்பளம் போட்டிருக்கிறோம். எப்படிப்பட்ட பிரச்னைகள் வந்தாலும் அந்தச் சவால்களை ஏற்றுக்கொண்டு அதிலிருந்து வெளியே வரும்வழியை மட்டுமே நான் யோசித்ததால்தான் இன்று இதைப்பற்றி என்னால் எழுத முடிகிறது.

இந்தக் காலகட்டத்தில் பல நிறுவனங்கள் புகழின் உச்சிக்கு வந்து பின்னர் காணாமல் போன சம்பவங்களைப் பார்த்திருக்கிறேன். பெரும்பாலான தொழில் நிறுவனங்கள், தோல்வி அடைவதற்கு அவர்கள் சரியாகத் திட்டமிடாததும், முதலீட்டுக்குப் பணத்தைப் பொறுப்பாக ஒதுக்கி வைக்காததும்தான் காரணமாக இருக்கும். யாரோ ஒரு சிலரின் வெற்றியைப் பார்த்து, தொழில் செய்வது எளிதான விஷயம் என்று தவறாக நம்பிக்கை கொள்பவர்களும் இருக்கிறார்கள். தொழில் தொடங்க வேண்டும் என்று நினைக்கும் பலருக்கு அதற்கு நிறைய யோசிக்க வேண்டும், வெற்றி பெற வேண்டும் என்ற தீரா ஆசை வேண்டும் என்ற எண்ணமே இருப்பது இல்லை. எந்த ஒரு தொழிலுமே வெற்றி பெற வேண்டுமென்றால் சமூகத்தின் நலனோடு கூடிய உத்திகளும், மனசாட்சிக்கு விரோதமில்லாத தார்மீக ரீதியான பரிவர்த்தனைகளும் மிகவும் அவசியம். பணமிருந்தால் யார் வேண்டுமானாலும் தொழில் செய்யலாம் என்றொரு நினைப்பு மக்களுக்கு உள்ளது. ஒரு தொழில் வெற்றி பெறுவதற்கான பல்வேறு காரணங்களுள் ஒரு காரணம் பணம். ஆனால் அதுவே முழுமுதற்காரணமாக ஆகிவிட முடியாது.

ஏ.வி.அனூப் 87

நீதிமன்றத்தில் ஆஜராகி தண்டனை பெறும் சூழல் எங்கள் வேலையால் எனக்கு ஒரு முறை அமைந்தது. சட்டத்தைத் தெரிந்து வைத்துக் கொள்ளவில்லை என்பதை ஒரு காரணமாகப் பயன்படுத்தமுடியாது என்று அன்று ஒரு முக்கியமான பாடத்தைக் கற்றுக் கொண்டேன். நீங்கள் ஒரு தொழில் தொடங்கும்போது அது தொடர்பான சட்ட திட்டங்களைத் தெரிந்து கொள்வது மிக அவசியம். எந்த ஒரு புதுத் தொழிலைத் தொடங்கும் முன்பும் இந்த விதியைத் தெரிந்து வைத்திருப்பது அவசியம். 1985 வரை சோப்பு தயாரிப்பதற்கு லைசென்ஸ் தேவைப்படவில்லை. ஆனால் மருந்துகள் மற்றும் அழகுப் பொருட்கள் துறைக்குள் சோப்புத் தயாரிப்பைக் கொண்டு வந்த பிறகு லைசென்ஸ் எடுப்பது கட்டாயம் எனச் சட்டம் கொண்டுவரப்பட்டது. மெடிமிக்ஸ் ஆயுர்வேத சோப்பும் அந்தச் சட்டத்துக்குள் வந்தது.

இதைப் பற்றி அரசாங்கம் முன்னரே அறிவித்திருந்தது. ஆனால் எங்களுக்கு இதைப்பற்றித் தெரியவில்லை. இதுபோன்ற சட்ட விதிகளை எங்கள் கவனத்துக்குக் கொண்டு வர தனிப்பட்ட முறையில் நாங்கள் யாரையும் நியமிக்கவில்லை. தொழிற்சாலையின் தினசரி ஓட்டத்தை நடத்திக் கொண்டிருந்த எங்கள் யாருக்கும் இதைப் பற்றித் தெரியவில்லை. இதற்கான விலையை நாங்கள் கொடுக்க வேண்டிய காலம் வந்தது.

சில நாட்களில் எங்கள் அலுவலகத்துக்கு சில அலுவலர்கள் வந்தனர். எங்களது லைசென்ஸைப் பார்க்க வேண்டுமென்று சொன்னார்கள். எங்களிடம் அது இல்லாததால் தொழிற்சாலையை இழுத்து மூடிவிட்டுச் சென்றார்கள். தயாரிப்பு எந்திரங்கள், மூலப்பொருட்கள், தயாரித்து வைக்கப்பட்ட சோப்புக்கட்டிகள் என எல்லாமே சீல் வைக்கப்பட்டன.

இது எனக்கும் என் குடும்ப உறுப்பினர்களுக்கும் பெரும் அதிர்ச்சியளித்தது. மனதளவிலும், உடலளவிலும் நொறுங்கிப்போனோம். அந்த லைசென்ஸுக்கான கட்டணம் வெறும் 60 ரூபாய்தான். அதை எடுத்திருந்தால் இவ்வளவு சிக்கல்கள் உருவாகி இருந்திருக்காது. ஆனால் அது ஒரு

முக்கியமான பாடத்தைக் கற்றுக் கொடுத்தது. சட்டங்களைத் தெரிந்து வைத்திருக்காவிட்டால் அது முழுக்க முழுக்க நம்முடைய குற்றமே.

லைசென்ஸ் இல்லாமல் ஒரு ஆயுர்வேத சோப்பைத் தயாரித்து விற்பது சிறைத்தண்டனைக்குரிய குற்றம். நீதிமன்றத்தில் மருந்து மற்றும் அழகுசாதனப்பொருட்கள் தயாரிப்புத் துறை சமர்ப்பித்த குற்றப்பத்திரிக்கையில் இது தெளிவாகக் குறிக்கப்பட்டிருந்தது. அடுத்தடுத்த நாட்கள் மன உளைச்சலில் எங்களுக்குத் தூக்கமற்ற இரவுகளாகக் கழிந்தன. கடைசியில் ஒருவழியாக அந்த வழக்கு நீதிமன்றத்தில் எடுக்கப்பட்டது. நல்ல நோக்கத்துடன் தொழில் செய்யும் ஒரு இளைஞனின் முயற்சிகள் என்று குறிப்பிட்ட நீதிபதி இன்றைய நாள் முடியும்வரை நீதிமன்றக் காவலில் நான் இருக்க வேண்டும் என்று உத்தரவிட்டார். அன்றைய தினம் எங்கள் வழக்கு கடைசி வழக்காக எடுக்கப்பட்டது. அதனால் அவர் அந்தத் தீர்ப்பு கொடுத்த உடன் நீதிமன்றமும் அன்றைய தின செயல்பாட்டை முடித்துக் கொண்டது. எங்களுக்குச் சாதகமான தீர்ப்பு வழங்கிய நீதிபதியை நான் கடவுளாக அல்லது அதற்கும் மேலாகத்தான் பார்க்கிறேன். எங்களுடைய அறியாமையைப் புரிந்து கொண்டு அவர் இந்தத் தீர்ப்பை வழங்கியிருப்பார் என்றே கருதுகிறேன். பெரிய சுனாமியாக எங்களை விழுங்க இருந்த அந்தத் தடங்கல் ஒரு சின்ன அலையாக என் காலை வருடிச் சென்றது.

ஆரம்பக் காலகட்டங்களில் நாங்கள் அனைவரும் அதாவது டாக்டர். சித்தன், அவரது மகன் ப்ரதீப், நான் மற்றும் எங்களுடன் பணிபுரிந்தவர்களில் சிலர் சோப்புகளை பைகளில் போட்டு கால்நடையாகவும், சைக்கிளிலும் விற்பனை செய்ய எடுத்துச் செல்வோம். அப்படி ஒரு பயணத்தை என்னால் மறக்க முடியாது. சென்னையில் ஏற்காடு எக்ஸ்பிரஸில் ஏறி சேலம் வரை செல்வேன். பின்னர் அங்கிருந்து 50 கி.மீ தொலைவில் உள்ள ஆத்தூருக்குப் பேருந்தில் செல்வேன். அங்கிருந்து ஒரு சைக்கிளை வாடகைக்கு எடுத்துக்கொண்டு நரசிம்மபுரம் என்ற தொலைதூர கிராமத்துக்குச் செல்வேன். அங்கே ஒரு சிறிய ஓட்டு வீட்டில் எங்களுடைய தொழிற்சாலை ஒன்று

இருந்தது. டாக்டர் சித்தனின் நண்பர் டாக்டர் சாக்கோ எங்களுக்காக இந்த இடத்தைப் பிடித்திருந்தார். செங்கல்பட்டு மற்றும் பூந்தமல்லியிலும் இதே போன்ற குட்டித் தொழிற்சாலைகள் எங்களுக்கு இருந்தன.

1983-ஆம் வருடம் சோப்பு விநியோகம் செய்வதற்காக பம்பாய்க்கு அனுப்பப்பட்டேன், டாக்டர் சித்தனின் வகுப்புத் தோழர் டாக்டர் விஜயன் என்னை வரச் சொல்லி இருந்தார். அம்பர்நாத்தில் உள்ள அவரது வீட்டில் நான் தங்கியிருந்தேன்.

அங்கிருந்து ஒவ்வொருநாள் அதிகாலையும் கிளம்பி 75 கி.மீ தொலைவில் உள்ள வி.டி ஸ்டேஷனுக்குச் செல்வேன். அந்த ஸ்டேஷனுக்கு அருகில் மெடிமிக்ஸ் விநியோகஸ்தரின் கடை இருந்தது. நானும் என்னுடைய உதவியாளரும் இரண்டு பெரிய பைகளில் சோப்புகளை எடுத்துக்கொண்டு மும்பையின் ஜனநெரிசல் மிக்க ரயில்களில் பயணம் செய்வோம். இந்தக் கனமான பைகளைத் தூக்கிக்கொண்டு ஒவ்வொரு ஸ்டேஷனிலும் இறங்கி அங்குள்ள கடைகளில் மெடிமிக்ஸ் சோப்பை விற்க முயற்சி செய்வோம். ஆனால் பல சமயங்களில் அவர்கள் எங்களிடம் தவறான முறையில் நடந்து கொண்டார்கள். 'மதராஸிவாலா' என்று திட்டி எங்கள் மேல் சோப்பைத் தூக்கி எறிவார்கள். அவர்களுடைய மொழி எனக்குத் தெரியாதது ஒரு பிரச்னையாக இருந்தது. என்சிசி மாணவனாக இருந்த காலகட்டத்தில் தெரிந்து கொண்ட ஒன்றிரண்டு வார்த்தைகளை வைத்துக் கொண்டு சமாளித்துக்கொண்டிருந்தேன். இதற்கு நேர்மாறாக சில வருடங்கள் கழித்து வேறொருசம்பவத்தையும் சந்தித்திருக்கிறேன்.

அன்று சென்னையில் எங்கள் அலுவலகத்தில் இருந்தேன். என்னை சந்திக்க நேரம் கேட்டு ஒருவர் தொலைபேசியில் காத்திருப்பதாக எனக்குச் சொல்லப்பட்டது. அவரிடம் பேசியபோது அவர் யாரென்று அறிந்து அதிர்ச்சியடைந்தேன். இந்தியாவின் மிகப்பெரிய தொழில் சாம்ராஜ்யத்தின் சொந்தக்காரர் ஆதி கோத்ரேஜ். சோழா ஷெராட்டன் ஹோட்டலில் இருந்து என்னை அழைத்திருந்தார். அவரைச் சந்திக்கச் சென்றேன். பலமுறை நான் வியந்திருந்த ஒரு

தொழிலதிபரை நான் சந்திக்கச் செல்கிறேன். ஆனால் அவரைப் பற்றி நான் கொண்டிருந்த நம்பிக்கைகளுள் பலவற்றை அவர் உடைத்து நொறுக்கினார். பம்பாயில் ரயில் நிலையங்களுக்கு அருகில் இருந்த பல கடைகளில் மெடிமிக்ஸ் சோப்பு நன்றாக விற்றுக் கொண்டிருப்பதை அறிந்து அவர் என்னை அழைத்திருந்தார். சோப்புத் தயாரிப்பு, விற்பனை இவற்றைப் பற்றி நாங்கள் பேசினோம். சோப்புத் தயாரிப்புக்குத் தேவைப்படும் ஒரு மூலப்பொருளை கோத்ரேஜ் நிறுவனம் தயாரித்து சந்தையில் விற்பனைக்குக் கொண்டு வந்திருந்தது. அந்த மூலப்பொருள் பற்றி எனக்கு அறிமுகப்படுத்தி அதை எங்கள் தொழிற்சாலைகளுக்கு வாங்குமாறு பரிந்துரைக்கவே அவர் என்னை அன்று அழைத்திருந்தார். அந்தச் சந்திப்பு நல்ல விதமாக முடிந்தது. அதன்பிறகு அவரை 'அகில இந்திய சோப்புத் தயாரிப்பாளர்கள் கூட்டமைப்பின் விழா ஒன்றில் சந்தித்தேன். அந்த விழாவுக்கு நிதியுதவி அளித்தது கோத்ரேஜ் நிறுவனம்தான். அன்றைய கூட்டம் முடிந்தபிறகு மதிய உணவுக்காக, உணவுச் சீட்டுகளுடன் வரிசையில் நின்றிருந்தோம் அனைவரும். அந்தப் பெரிய வரிசையின் கடைசியில் ஆதி கோத்ரேஜ் நின்றிருந்தார். அவருடைய பொறுமை, பணிவு, அடுத்தவர்களிடம் மரியாதையாக அவர் நடந்து கொள்ளும் பண்பு எல்லாமே என்னை ஈர்த்தது.

எங்களுடைய வாடிக்கையாளர்கள் அதிகரித்தார்கள். இதனால் தயாரிப்பும், விநியோகமும் அதிகரித்தது. இதனால் இன்னும் கொஞ்சம் வசதியான இடத்துக்கு எங்கள் அலுவலகத்தை மாற்ற முடிவு செய்தோம். இதற்காக நான்கு வீடுகள் இருந்த ஒரு அடுக்குமாடி குடியிருப்பில் ஒரு வீட்டைப் பார்க்கச் சென்றோம். அவற்றில் ஒன்றில் திரையுலகில் பிரபலமான ஒரு நபர் தங்கியிருந்தார். என் எண்ணம் பற்றித் தெரிந்த அவர் எனக்கு அறிவுரை சொன்னார். "இந்த வீடு ராசியில்லாதது. அதனால் வாங்காதீர்கள்," என்றார். அடுத்து தன் வீட்டுக்கு என்னை அழைத்துச் சென்று அங்கே குவியலாக இருந்த ஃபிலிம் ரோல்களைக் காட்டினார். 'இதெல்லாம் நான் இயக்கிய படம். இப்போது இவற்றை விற்றுத்தான் நான் வாழ்க்கையை நடத்த வேண்டி இருக்கிறது. இந்த வீட்டுக்கு வாஸ்து

சரியில்லை. இங்கே வந்தபிறகுதான் என் வாய்ப்புகள் பறி போயின," என்றார் அவர்.

அந்த அடுக்குமாடிக் குடியிருப்பில் தங்கியிருந்த பலருக்கும் நேரம் சரியில்லை என்றும் சொன்னார். ஆனால் எனக்கு இது போன்ற சோதிட விஷயங்களில் நம்பிக்கை இல்லை என்பதால் அந்த வீட்டை வாங்கினேன். நல்ல எண்ணங்களுடன் தொடங்கப்பட்ட பல நிறுவனங்கள் இது போன்ற மூட நம்பிக்கைகள், தேவையற்ற சடங்குகளால் அழிந்து போனதை நான் அறிந்திருந்தேன். ஆறு மாதங்களுக்கு மட்டுமே அந்த வீட்டைப் பயன்படுத்தப்போவதாகக் கூறினேன். சீக்கிரமே மற்ற வீட்டுக்காரர்களும் அங்கிருந்து வெளியேறினார்கள். நாங்கள் அந்த வீடுகளையும் எங்கள் அலுவலகத்தில் இணைத்துக் கொண்டோம். ஜோதிடம், எண் கணிதம், வாஸ்து என்று பலவற்றின் மீது வைத்த அதிகபட்ச நம்பிக்கையால் தங்கள் வாழ்வைத் தொலைத்தவர்கள் ஏராளம். தன்னுடைய சொந்த புத்திசாலித்தனம் மற்றும் தர்க்க அறிவை மட்டுமே ஒருவர் நம்ப வேண்டும் என்று என்னுடைய அனுபவத்தின் வாயிலாகத் தெரிவிக்க விரும்புகிறேன். இது போன்ற மூட நம்பிக்கைகளுக்காக நம்முடைய அறிவை அடகு வைக்கக்கூடாது.

ஒரு வீட்டின் ஒரு அறையில் இருந்து பல மாடி பெருநிறுவன அலுவலகமாக நாங்கள் வளர்ந்த கதையின் பாதையில் வெறும் ரோஜா இதழ்கள் மட்டுமே இல்லை. இந்தப் பாதையில் பல தடைகளைச் சந்தித்திருக்கிறோம். இந்த மாற்றத்தில் பல சம்பவங்கள் மறக்கமுடியாதபடி நிகழ்ந்திருக்கின்றன. அதில் முக்கியமான ஒன்று மெடிமிக்ஸ் சோப்புக்கான பிரத்யேக நறுமணத்தைத் தேடிய பயணம்.

நறுமணத்தைத் தேடிய பயணம்

ஒரே பொருளை ஒவ்வொரு முறை பயன்படுத்தும்போதும் ஒரு புது அனுபவம், ஒரு புது உணர்வு கிடைக்கும். அந்தப் பொருளின் நறுமணம் அதில் முக்கியப் பங்கு வகிக்கிறது. பொருளின் தரமும், மணமும் கடைசித் துளி வரை மாறாமல் இருக்க வேண்டும். எங்கள் சோப்புகளின் மருத்துவ குணம் மாறாமல், எந்த ஒரு தட்ப வெப்ப நிலையிலும், எந்த

வயதினரையும் ஈர்க்கும் ஒரு வாசனை திரவியம் எங்களுக்குத் தேவைப்பட்டது. இதற்காக நாங்கள் எங்கெங்கெல்லாமோ சென்று தேடினோம்.

வாசனைத் திரவியங்கள் தயாரிக்கும் பல தொழிற்சாலைகளுக்கு ஏறி இறங்கினோம். பெரும்பாலானோர் எங்களைச் சந்திக்கவே தயாராக இல்லை. அவர்களது பரிசோதனைக்கூடங்களுக்குள் அழைத்துச் செல்லத் தயாராக இல்லை. ஒவ்வொரு இடத்திலும் ஏதோ ஒரு வாசனை திரவியத்தில் முக்கிய ஒரு துண்டுக்காகிதத்தைத் தருவார்கள். அதை முகர்ந்து பார்த்து அது வேண்டுமா வேண்டாமா எனச் சொல்ல வேண்டும். இது எளிதான காரியம் இல்லை. ஒவ்வொரு வாசனையும் வித்யாசமானதாக இருந்ததால் அவசரமாக முடிவெடுக்க முடியவில்லை. ஆனால் சரியான வாசனை எங்களுக்கு மிகவும் அவசியம் என்பதால் அதைத் தொடர்ந்து செய்து கொண்டிருந்தோம். ஒரு கட்டத்தில் ஒரு வாசனையில் இருந்து இன்னொரு வாசனையைத் தனியாகப் பிரித்தறிய எங்களுக்குத் தெரிந்து விட்டது. எனது மூக்கும், மூளையும் மிகச்சரியாக இணைந்து செயல்படத் தொடங்கியது. சீக்கிரமே ஒவ்வொரு விஷயத்தையும் வாசனையால் அறிந்து புரிந்து கொள்ளத் தொடங்கினேன்.

ஆனால் அப்போதும் சரியான நறுமணம் எங்களுக்குக் கிடைக்கவில்லை. இதுவரை பயன்படுத்தாத ஒரு ஆயுர்வேத சோப்புக்கான நறுமணம் எங்கள் கைக்குக் கிடைக்கவில்லை. எனது தேடலும், ஆய்வும் தொடர்ந்தது. இந்தத் தேடலில் மூன்று நிறுவனங்கள் எனக்குக் கிடைத்தன. இந்த நறுமணப்பொருள் தயாரிப்பாளர்களிடம் அவர்களது பரிசோதனைச் சாலையில் எனக்கான ஒரு புதிய வாசனையைத் தயாரிக்கச் சொன்னேன், இந்த முயற்சி ஓராண்டு தொடர்ந்தது. மெடிமிக்ஸுக்குப் பொருத்தமான மூன்று மூலிகை நறுமணங்கள் தயாரிக்கப்பட்டிருந்தன.

இப்போது இதில் ஒன்றைத் தேர்ந்தெடுக்க வேண்டும். ஒரு ரியாலிட்டி ஷோவில் ஒருவரை நீக்கம் செய்ய வேண்டிய நீதிபதிகளின் நிலையில் நாங்கள் இருந்தோம். அதில் யாரை வேண்டாம் என்று சொன்னாலும் அது எளிதான விஷயம்

இல்லை. எங்களுக்கு அவர்கள் மூவருமே நல்ல ஒத்துழைப்பு அளித்திருந்தார்கள். அவர்களுக்கு நாங்கள் அதனால் நன்றிக்கடன் பட்டிருந்தோம். சந்தையில் இந்த வாசனைகளை சர்வே எடுத்துப் பார்த்தோம். மூன்றுக்குமே நல்ல மதிப்பெண் கிடைத்திருந்தது. இந்த மூன்று தயாரிப்பாளர்களுடனும் நான் நெருக்கமாகிவிட்டிருந்தபடியால் அவர்களில் யாரையும் நிராகரிக்க எனக்கு மனம் வரவில்லை. அவர்கள் மேல் எனக்கு இருந்த அன்பு, நன்றியுணர்வு ஆகியவற்றின் அடிப்படையில் அவற்றுக்கு மதிப்பெண்கள் கொடுத்தேன்.

திடீரென எனக்கு ஒரு யோசனை தோன்றியது. அந்த மதிப்பெண்களின் அடிப்படையில் இருந்த விகிதாச்சார அளவில் மூன்று நறுமணங்களையும் கலந்தால் ஒரு நல்ல விளைவு கிடைக்கும் என்று தோன்றியது. நியூட்டனின் தலையில் ஆப்பிள் விழுந்ததைப் போலச் சந்தோஷத்தில் குதித்தேன்.

உஸ்தாத் ஹோட்டலில் கிடைக்கும் சுலைமானி தேநீர்தான் மிகச் சிறந்த சுவை கொண்டது என்று சொல்வார்கள். காரணம் அதன் உரிமையாளரின் அன்பும் அதில் கலந்திருப்பதுதான்.

மெடிமிக்ஸின் மிக வித்யாசமான நகலெடுக்க வாய்ப்பே இல்லாத தனித்துவமான நறுமணம் இப்படிப்பட்ட அன்பும் அக்கறையும் கலந்த கலவைதான். ராஜேஷ் ஷெனாய், ஷாஜஹான் மற்றும் ஜெயன் பிள்ளை ஆகிய மூவரின் உதவியுடன் இது சாத்தியமானது.

இந்த வாசனை திரவியத் தேடலின் நடுவே ஒரு இனிமையான அனுபவம் கிடைத்தது. நெதர்லாந்தின் ஆம்ஸ்டர்டாமில் இது நிகழ்ந்தது. டாக்டர் சித்தனும், நானும் அங்கிருந்த ஒரு வாசனை திரவிய நிறுவனத்துக்குச் சென்றிருந்தோம். அதன் உரிமையாளர்களைச் சந்திக்க ஏற்பாடு செய்திருந்தோம்.

இதற்காகப் பொருத்தமான உடை அணிந்து செல்வது என்று முடிவு செய்தோம். பெரும்பாலான சர்வதேச சந்திப்புகளில் சூட் அணிந்து செல்வதுதான் வழக்கம்.

அணிந்திருப்பவரின் மரியாதையையும், பதவியையும் பிரதிபலிக்கும் சிறந்த உடையாகக் கருதப்படுவது அதுதான்.

அந்த நிறுவனத்தின் அதிகாரிகள் மலர்க்கொத்து அளித்து எங்களை வரவேற்றார்கள். 'அதிதிதேவோபவ' –'விருந்தினர் கடவுளுக்குச் சமானம்' என்ற இந்திய வாசகத்தை அவர்கள் கேட்டிருக்கக்கூடும். ஆனால் அவர்கள் அணிந்திருந்த உடைதான் முதலில் எங்கள் கண்ணில் பட்டது. அவர்கள் டி-ஷர்ட், ஷார்ட்ஸ் அணிந்து சாதாரணமாக இருந்தார்கள். நாங்களோ அதற்கு நேர்மாறாக கோட்சூட் அணிந்திருந்தோம்.

முதல்கட்ட சந்திப்பு முடிந்தது. இப்போது அடுத்தகட்ட சந்திப்பு இரவு உணவோடு நிகழ இருந்தது. "இரவு உணவுக்குச் செல்வதற்கு முன் அறைக்குச் சென்று மாத்திரை சாப்பிட்டு வருகிறேன்," என்று சொன்னார் டாக்டர் சித்தன். நாங்கள் எங்கள் அறைக்கு வந்தோம். கதவைச் சாத்தியபிறகு விழுந்து விழுந்து சிரிக்கத் தொடங்கினோம். எங்களது நேர்மாறான உடை அலங்காரம்தான் அதற்குக் காரணமாக இருந்தது.

அப்போது எடுத்துக்கொள்ள எந்த மருந்தும் இல்லை. எங்கள் உடையை மாற்றி வருவதற்கான ஒரு சாக்காக அப்படிச்சொல்லிவிட்டுவந்தோம்.எங்கள் கோட்டுசூட்டுகளை மாற்றி டி-ஷர்ட் போட்டுக் கொண்டோம். நாங்கள் இருவருமே திரைப்படங்கள் அல்லது நாடகங்களுக்காகப் பல உடைகள் மாற்றியிருக்கிறோம். இப்போது எங்கள் வேலைக்காகத் தேவையான உடையை மாற்றி இருக்கிறோம். கண்ணாடியில் எங்கள் உருவத்தை நன்றாகப் பார்த்துக் கொண்டபிறகு சந்திப்பு நடக்கும் இடத்துக்குச் சென்றோம். திரும்பவும் எங்கள் இருதரப்புக்கும் அதிர்ச்சி காத்திருந்தது. அவர்கள் இப்போது கோட்சூட்டுக்கு மாறியிருந்தார்கள். நாங்கள் 'மருந்து சாப்பிடச் சென்றபோது' அவர்களும் உடை மாற்றி இருந்தார்கள்.

மனிதவளத்தை நல்லமுறையில் முழுமையாகப் பயன்படுத்துவதில் எங்கள் நிறுவனம் எப்போதுமே முன்வரிசையில் நின்றிருக்கிறது. இந்த நிறுவனத்தை நடத்தத் தகுதியான நபர்களைப் பல இடங்களில் இருந்தும் தேர்ந்தெடுத்திருக்கிறோம். பயிற்சி கொடுத்திருக்கிறோம்.

முக்கியப் பொறுப்புகளை நம்பிக் கொடுத்திருக்கிறோம். அவர்களும் சிறப்பாகச் செயல்பட்டு எங்கள் நம்பிக்கையைக் காத்திருக்கிறார்கள். எங்கள் தொழில்நுட்பப் பிரிவில் பல வருடங்கள் வேலை செய்த ஒரு நபரை எப்படித் தேர்ந்தெடுத்தேன் என்ற சுவாரசியமான கதையை இப்போது உங்களுக்குச் சொல்கிறேன்.

அந்தக் காலத்தில் தயாரிப்பைப் பல காரணிகள் கட்டுப் படுத்திக் கொண்டிருந்தன. தொழிற்சாலைகளில் விறகடுப்புகளைப் பயன்படுத்திக்கொண்டிருந்தோம். இதனால் தொழிற்சாலைகளுக்குள்ளே இருந்தவர்களுக்கு அந்தப் புகையால் அசௌகரியம் ஏற்பட்டது. தீ எரிந்துகொண்டே இருப்பதற்கு யாராவது அதை ஊதிக்கொண்டே இருக்க வேண்டியது அவசியம். ஆனால் உள்ளே எழும் புகையால் எரிச்சல் ஏற்பட்டதில் யாரும் தொடர்ந்து பணி செய்ய முடியவில்லை. இதனால் சோப்புத் தயாரிப்பு குறைந்த அளவிலேயே நடைபெற்றது. இதைச் சமாளிக்க எங்களுக்கு ஒரு தொழில்நுட்பம் தேவைப்பட்டது.

ஒருநாள் எங்கள் வீட்டுக்கு அருகில் யாரோ சத்தமாகப் பேசிக்கொண்டிருந்தது எனக்குக் கேட்டது. யாரோ ஒரு நடுத்தர வயது மனிதர் யாரையோ கோபமாகத் திட்டிக் கொண்டிருந்தார். கவனித்துக் கேட்டதில் அவர் திட்டிக்கொண்டிருந்த நபர் அப்போதைய ஜனாதிபதி திரு. கே.ஆர்.நாராயணன் என்று எனக்குத் தெரியவந்தது. இது எனக்கு வினோதமாகப் பட்டது. அதனால் காரணத்தை அறிந்து கொள்ள வெளியே சென்று அவரிடம் பேசினேன். அந்த நபருடைய மகன் ஆங்கிலத்தில் ஒரு கவிதை எழுதி அதைக் குடியரசுத் தலைவருக்கு அனுப்பி இருக்கிறான். அது நன்றாக இருப்பதை உணர்ந்த ஜனாதிபதி அந்தச் சிறுவனை சந்திக்க ஆசைப்பட்டிருக்கிறார். அதனால் ராஷ்டிரபதி பவனுக்கு வர அவனுக்கு அழைப்பு விடுத்திருந்தார். மகனுக்கு வந்த இந்தப் பிரத்யேக அரிய அழைப்புதான் தந்தையைக் கோபப்படுத்தியிருந்தது.

"டெல்லிக்குச் செல்ல அவனுக்கு யார் காசு கொடுப்பார் கள்? சின்னக் குழந்தைகளை இப்படி அழைப்பது சரியா?" என்று வரிசையாகக் கேள்வி கேட்டார் அவர்.

நான் அவரைச் சமாதானப்படுத்தினேன். அவர் அமைதியானார்.

இப்படி ஒரு அழைப்பின் முக்கியத்துவம் பற்றியும், அவரது மகனது திறமைக்கான அங்கீகாரம் அது என்பது பற்றியும் அவருக்கு எடுத்துச் சொன்னேன். அவரது மகனுக்குக் கிடைத்த மிகப் பெரிய மரியாதை அது என்று அவருக்கு விளக்கிச் சொன்னேன். நான் அவரிடம் பேசிக்கொண்டிருந்த போது அவர் தனது சிறப்புத் திறமைகளைப் பற்றி விளக்கத் தொடங்கினார்.

வெறும் எட்டாம் வகுப்பு மட்டுமே படித்திருந்தாலும் தான் செய்த பல பரிசோதனைகளைப் பற்றிப் பெருமையாக அவர் பேசினார். சைக்கிளின் வேகத்தை அதிகரிக்கக்கூடிய ஒரு கருவியைத் தான் கண்டுபிடித்தது பற்றிக் கூறினார். தொழில்நுட்பத்தை நடைமுறைக்குப் பயன்படுத்தக்கூடிய இயந்திரவியல் மூளை அவருக்கு இருந்ததை நான் அறிந்து கொண்டேன். சோப்புத் தயாரிப்பை அதிகரிக்க ஏதோ ஒரு கருவி வேண்டும் என்பதுதான் என்னுடைய அந்த சமயத் தேவையாக இருந்தது. இதற்காகப் பல பொறியியல் நிறுவனங்களை அணுகியும் என் தேவை நிறைவேறவில்லை. அவரிடம் இது பற்றிப் பேசினேன். என் தொழிற்சாலையில் சோப்புத் தயாரிக்கும் முறை பற்றியும், வெகுசீக்கிரம் அதை அதிகரிக்க வேண்டிய தேவை இருப்பது பற்றியும் அவரிடம் பேசினேன். எல்லாவற்றையும் கேட்டு விட்டு அவர் இது தனக்கு மிகச் சாதாரணமான விஷயம் என்றார். "உங்களுக்கான சரியான கருவியை நான் உருவாக்கித் தந்தால் எனக்கு என்ன தருவீர்கள்? ஒரு புதிய சைக்கிள் வாங்கித் தர முடியுமா?" என்று கேட்டார். நான் ஒப்புக்கொண்டேன்.

மாதவரத்தில் இருந்த எங்கள் தொழிற்சாலைக்கு அவரை அழைத்துச் சென்றேன். அங்கே என்ன தேவைப்படுகிறது என்று புரிந்துகொண்டு புகையில்லாத ஒரு அடுப்பை உருவாக்கிக் கொடுத்தார். அது தயாரிப்பை எளிதாக்கியது. இதன்மூலம் எங்களுடைய முக்கியமான சிரமத்தைச் சமாளித்துத் தயாரிப்பை அதிகரித்தோம். உண்மையிலேயே குப்பைத்தொட்டியில் இருந்து கிடைத்த ரத்தினம் போன்றவர்

அவர். அவருடைய நிபுணத்துவத்தை உணர்ந்து எங்கள் புதிய நிறுவனத்தின் நிர்வாகப் பங்குதாரராக அவரை ஆக்கினோம். தயாரிப்புக்குத் தேவையான பல புதிய கருவிகளை உருவாக்கச் சொன்னோம். முதலில் சைக்கிள் தருவதாகக் கூறியிருந்தேன் அல்லவா? அவருக்கு இப்போது ஒரு புதிய காரையே வாங்கிக் கொடுத்தோம். அவருடைய இரு மகன்களும் மிகுந்த புத்திசாலிகள். அவர்கள் இருவருக்கும் நல்ல கல்வி கிடைக்க உதவி செய்தோம். இன்று இருவருமே வெளிநாடுகளில் பெரிய பதவிகளில் இருக்கிறார்கள்.

கிட்டத்தட்ட 25 ஆண்டுகள் எங்கள் நிறுவனத்தில் பணியாற்றி எங்கள் நிறுவனம் வளர்ச்சியடையப் பெருமளவில் உதவி புரிந்தார் அவர். அவர்தான் திரு. ஜார்ஜ் ஃபிலிப். எங்கள் நிறுவனத்தில் தலைமை நிர்வாக அதிகாரியாகப் பணிபுரிந்து அவர் ஓய்வு பெற்றார். கிட்டத்தட்ட எண்பது வயதாகிவிட்டாலும் இன்னமும் நல்ல உடல்நிலையோடு, ஆரோக்கியமாக இருக்கிறார். 'நட்சத்திர ஊழியர்' என்ற பெயருக்குப் பொருத்தமான ஒருவர் என்று சொல்லக்கூடிய ஒரு நபர் அவர்.

மெடிமிக்ஸ் கையால் தயாரிக்கப்படுவது. மின் உதவியில்லாமல் எங்கள் ஊழியர்களால் தயாரிக்கப்படுவது. இந்த முறையில் பல சாதகங்கள் இருக்கின்றன. இப்படிப்பட்ட கையால் தயாரிக்கப்பட்ட பொருட்களுக்கு வாடிக்கையாளர்கள் மத்தியில் நல்ல மவுசு இருக்கிறது. பாரம்பரிய முறைப்படி அவை உருவாக்கப்படுவதால் பயன்படுத்துபவர்களுக்கு அதன் மீது ஒரு உணர்ச்சிகரமான இணைப்பு ஏற்படுகிறது. மின்சாரத்தைப் பயன்படுத்தும் மிக்சியில் அரைத்த சட்னியைவிட நம் அம்மாக்கள் அம்மியில் அரைத்த சட்னி இன்னும் சுவையாக இருக்கிறது என்று நம்புகிறோம் இல்லையா அது போல.

இதுபோன்ற பொருட்களுக்கு வரியும் குறைவுதான்.

மின்சாரத்தைப் பயன்படுத்தாமல் தயாரிப்பை அதிகரிக்கப் பல பரிசோதனைகள் செய்தோம். அந்தச் சமயத்தில் எங்கள் ஊழியராக இருந்த ஜார்ஜ் பிலிப் கண்டுபிடித்த பல கருவிகள் இதை வெற்றிகரமாகச் செயல்படுத்த உதவின.

இப்படிப்பட்ட கண்டுபிடிப்புகளுள் ஒன்று - சரிவான பாதையில் வண்டியை நிறுத்தி அதில் இருந்த எண்ணெய், மூலப்பொருட்கள் போன்றவற்றை வேறு எந்த ஆற்றலும் இல்லாமல் வெறும் புவியீர்ப்பு விசையின் மூலம் குழாயின் வழியாக கீழே விழ வைக்க முடிந்தது. நூற்றுக்கணக்கான சோப்புகளை ஒரே சமயத்தில் வெட்ட முடிந்த, அதுவும் கையால் பயன்படுத்த முடிந்த ஒரு வெட்டும் கருவியைக் கண்டுபிடித்ததன் மூலம் எங்கள் நிறுவனத்தில் ஒரு புரட்சிகரமான மாற்றம் நிகழ்ந்தது. இந்த முறைகளை எல்லாம் பயன்படுத்தி ஒவ்வொரு நாளும் பல்வேறு தரப்பட்ட சோப்புக்களை பத்து லட்சத்துக்கும் அதிகமான எண்ணிக்கையில் தயாரிக்கிறோம்.

இதை மின்கருவிகளைக் கொண்டே செய்ய முடியும். ஆனால் அந்தக் காலத்தில் அப்படிப்பட்ட கருவிகளை வாங்க எங்களிடம் பணம் இல்லை.

எங்கள் ஊழியர்களை எப்படி நடத்துகிறோம் என்பதில் பலருக்கும் ஆர்வம் இருக்கும். இதற்கான விடை சுலபமானதே. எப்போதும் எங்கள் தொழிலாளர்களுக்கு எது நன்மையோ அதையே செய்திருக்கிறோம். எங்கே தொழிற்சாலை அமைந்திருக்கிறதோ, அங்குள்ள மக்களையே வேலைக்கு அமர்த்துவோம். மகளிர் முன்னேற்றத்தில் எங்கள் பங்களிப்பும் முக்கியமானது. வேலைக்கு வருவதும், நிறுவனம் தங்கள் பக்கம் நிற்கும் என்ற நம்பிக்கையும் எங்கள் பெண் ஊழியர்களுக்கு இந்த சமுதாயத்தில் நல்ல மதிப்பைப் பெற்றுத் தந்திருக்கிறது. திருமணத்துக்குப் பின் பெண்கள் கணவன் வீட்டுக்குச் செல்வது வழக்கம். அதற்கு பதில் எங்கள் பெண் ஊழியர்களில் பலர், கணவர்களைத் தங்கள் வீட்டுக்கு வந்து தங்க வைத்திருக்கிறார்கள்.

எங்களது ஊழியர்கள் ஒவ்வொருவரின் குடும்பமும் தன்னிறைவு அடையவேண்டும் என்பதே எங்களது ஆசை. அவர்களது குழந்தைகள் நல்ல கல்வியும், உயர்பதவியும் பெற வேண்டும். இதை எங்கள் தலையீட்டாலும், உதவியாலும் பெருமளவு சாதித்திருக்கிறோம். எங்கள் நிறுவனக் குடும்பத்தில் இருந்து பல மருத்துவர்கள், பொறியாளர்கள், ஐடி ஊழியர்கள்

உருவாகி இருக்கிறார்கள். அவர்கள் உலகத்தின் பல மூலைகளிலும் வேலை பார்க்கிறார்கள். எங்கள் நிறுவனத் தொழிலாளர்களின் குழந்தைகள் எங்கள் நிறுவனத்துக்கு ஒரு தொழிலாளியாக வேலை கேட்டு வரக்கூடாது என்பதே எங்கள் கொள்கை.

ஊழியர்கள் மட்டுமல்ல அந்த வட்டாரமும் முன்னேற வேண்டும் என்று நாங்கள் விரும்பினோம். தொழிற்சாலைகள் இயங்கும் ஊர்களில் என்ன மாற்றங்கள் ஏற்படுத்த வேண்டும் என்று எங்கள் ஊழியர்களைக் கேட்போம். சிலர் கழிப்பறைகள் வேண்டுமென்று கேட்டிருக்கிறார்கள். எங்கள் ஊழியர்களின் வேண்டுகோளுக்கிணங்க குடிதண்ணீர் தொட்டிகள், சமூகநலக்கூடங்கள் எனப் பலவற்றை அமைத்துக் கொடுத்திருக்கிறோம்.

எங்களுடைய சிஎஸ்ஆர் நிதியை (பெருநிறுவன பொறுப்பு நிதி)பயன்படுத்த எங்களுக்கான தனித்துவமான வழியை நாங்கள் கண்டுபிடித்துள்ளோம். எங்கள் ஊழியர்களுக்காக பல நலத்திட்டங்களை உருவாக்கியிருக்கிறோம். வீடில்லாமல் ஒரு குடும்பம் கூட இருக்கக்கூடாது என்று நாங்கள் ஆசைப்படுகிறோம். இந்தக் கனவை நிறைவேற்ற எங்களால் முடிந்ததைத் செய்து வருகிறோம். எங்கள் ஊழியர்களுடனான எங்கள் உறவைப் பலப்படுத்துவதில் இது பெருமளவு உதவியிருக்கிறது.

6

‘சஞ்சீவனத்தின் பிறப்பு - ஆரோக்கியமான வாழ்க்கை பற்றிய எனது எண்ணங்கள்

காரணமில்லாமல் எதுவும் நடப்பதில்லை. நமக்கு புதுப் புது யோசனைகள் மனதில் தோன்றி அவை வளர்ந்து நல்லவிதமான முடிவுகளும் கொடுத்துவிட்டால், தொடர்ந்து இப்படிப்பட்ட புதிய விஷயங்களைப் பற்றி நாம் அதிகமாக யோசிக்க ஆரம்பிக்கிறோம். என் தனிப்பட்ட வாழ்வில் பல்வேறு நிலைகளில் நான் எவ்வளவு ஆர்வமாக இருந்தேனோ, அதேபோல இந்த சமூக செயல்பாடுகளிலும் மிகுந்த ஆர்வத்தோடு செயல்பட்டுக் கொண்டிருந்தேன். என்னுடைய தனிப்பட்ட வாழ்க்கையும், சமூக வாழ்க்கையும் இணைந்து பிணைந்து பிரிக்க முடியாத அளவுக்கு ஒட்டிப்போயுள்ளன. ‘மனிதன் நினைக்கிறான்; கடவுள் நிகழ்த்துகிறார்’ என்ற பழமொழிக்கேற்ப என் வாழ்க்கை அமைந்துள்ளது என பலமுறை நினைத்திருக்கிறேன். நான் ஒரு பொறியாளராக ஆசைப்பட்டிருந்தேன். என் தந்தை என்னை ஒரு அரசு அதிகாரியாக்கி அழகு பார்க்க நினைத்திருந்தார். வர்த்தகப் பிரிவைத் தேர்ந்தெடுத்து பி.காம் சேர்ந்தபோதுகூட என் மனம் மாறவில்லை. என் குறிக்கோளும் மாறவில்லை. நான் படித்த கல்லூரிப்படிப்புதான் வர்த்தக உலகம் எனும் மாபெரும் கடலில் எனக்கான சிறு உலகைக் கட்டமைக்க உதவியுள்ளது. நமது ஆசைகள், லட்சியங்கள் போன்றவற்றைத் தாண்டி ஏதோ ஒரு சக்தியின் மூலம்தான் நம்முடைய வாழ்க்கையில் நிகழும் சூழ்நிலைகளும், நமக்குக் கிடைக்கும் வாய்ப்புகளும் கட்டுப்படுத்தப்படவோ, உருவாக்கப்படவோ

செய்கின்றன என்பதை நான் உணர்ந்தே இருக்கிறேன். வாழ்க்கையில் குறிப்பிடத்தகுந்த வெற்றி பெற்றவர்களின் கதைகள் இதை உண்மை என்று உணர்த்தி இருக்கின்றன.

வெவ்வேறு தளங்களில் நான் சந்திக்கும் மனிதர்கள் என்னை வெவ்வேறு விதமாகப் புரிந்து கொள்வர். சிலருக்கு நான் தொழிலதிபர். சிலருக்கு நான் சினிமா தயாரிப்பாளர். இன்னும் பலருக்கு நான் நாடகங்களிலும், திரைப்படங்களிலும் நடிக்கும் நடிகர். கொடைச் செயல்களில் ஈடுபடுபவர்கள் தங்களில் ஒருவராக என்னைப் பார்ப்பதுண்டு. சில சமயங்களில் இதுகுறித்து நானும் யோசித்துப் பார்ப்பதுண்டு.

நம்முடைய ஆளுமை வளர நாம் வருடத்துக்கு இருமுறையாவது நம்மைப்பற்றி சுயமதிப்பீடு செய்து கொள்ள வேண்டும். நம்முடைய தவறுகளை, குறைகளை, போதாமைகளைக் கண்டுபிடித்து சரி செய்துகொள்ளவும் ஒரு பெருமைமிக்க வாழ்வை வாழவும் அது உதவும். இதை எனக்குப் பல வருடங்களுக்கு முன் சொல்லிக் கொடுத்த தோழரை நினைத்துக் கொண்டுதான் இன்று சமூகத்துக்கு இந்தக் கருத்தை நான் சொல்கிறேன். அவர் பெயர் கே.கே. ராஜேந்திரன். ஆனால் எல்லாருக்கும் அவர் சாக்கியர் ராஜன். அவ்வளவு நகைச்சுவை உணர்வோடும், புத்திசாலித்தனத்தோடும் என்னுடன் அவர் போல் வேறு எந்த நண்பரும் பேசியதில்லை. பம்பாயில் மேலாண்மை ஆலோசகராகப் பணிபுரிந்து வந்தார். ஆந்திராவில் ஒரு படப்பிடிப்பில் அவரைச் சந்தித்தேன். இயக்குனர் ராகவன் தூர்தர்ஷனுக்காக 'ஓரிடத்து ஓரிடத்து' என்னும், ஒரு தொலைக்காட்சித் தொடரை ஆந்திராவில் எடுத்துக் கொண்டிருந்தார். அதில் இருவருமே நடிக்கச் சென்றிருந்தோம். அங்குதான் முதன்முதலில் ராஜனைச் சந்தித்தேன். அன்று தொடங்கிய எங்கள் நட்பு அவர் இறக்கும்வரை தொடர்ந்தது.

கேரளாவில் உள்ள ஜாதி ஒன்றின் உட்பிரிவின் பெயர் சாக்கியர். சமூகத்தின் அத்தனை பிரச்னைகளையும், அதன் ஒழுக்கமின்மையையும் மக்கள் மத்தியில் சற்றே நகைச்சுவையுடன் விமர்சிக்கும் உரிமை பெற்றவர்கள் சாக்கியர்கள். கேரளாவின் கோயில்களில் முன்னொரு

சமயத்தில் வளர்த்தெடுக்கப்பட்ட ஒரு கலை சாக்கியர் கூத்து. ஒரு புராணக் கதையைச் சொல்லிக் கொண்டிருக்கும்போதே சமகால உதாரணங்களையும் சேர்த்தே சொல்லுவார் கூத்துக் கலைஞர் சாக்கியர். மற்றவர்களால் வெளிப்படையாகச் சொல்ல முடியாத விஷயங்களை வெளிப்படையாகச் சொல்வார் சாக்கியர். தமிழில் 'நையாண்டி' என்று சொல்வோமல்லவா... அதுதான். தன்னுடைய அளப்பரிய நகைச்சுவை உணர்வால் ராஜனும் ஒரு 'சாக்கியர்' ஆனார்.

கலை மற்றும் மேலாண்மை இரண்டிலுமே தன்னுடைய நிபுணத்துவத்தை சம அளவில் வெளிப்படுத்தினார் ராஜன். எங்கள் இருவருக்குமிடையே இருந்த நட்பு பின்னாளில் எங்கள் குடும்பங்களும் நல்ல உறவைப் பேணக் காரணமானது. இந்த நட்பு என் மாமா டாக்டர் சித்தன் மற்றும் அவரது மகன் பிரதீப்புக்கும் நீண்டது. டாக்டர் சித்தன் மற்றும் ராஜன் இருவருமே நாடகத்தை தங்கள் இதயத்துக்கு நெருக்கமாகக் கருதியவர்கள். இங்கு ஏதாவது நாடகத்தின் ஒத்திகை இருந்தால் பம்பாயில் இருந்து சென்னைக்கு விமானத்தில் பயணம் செய்து ஒத்திகைக்கு வரும் அளவுக்கு ராஜனுக்கு அந்தக் காதல் இருந்தது.

ராஜனுக்கு மேலாண்மையில் இருந்த நிபுணத்துவம் மெடிமிக்ஸ் நிறுவனத்தை முறைப்படுத்தி நடத்த உதவியது. நிறுவனத்தை நடத்த, வளர்த்தெடுக்கத் தேவையான போர்டு மீட்டிங்குகள் நடத்துவது, ஒழுக்க விதிமுறைகளைக் கொண்டு வருவது, பேச்சு வார்த்தைகளின் போது தோன்றிய எல்லா யோசனைகளையும் ஆய்வுக்குட்படுத்துவது போன்ற மேலாண்மையின் பல அம்சங்களில் எங்களை வழிநடத்தினார் ராஜன். நிர்வாகக் கூட்டங்களில் வெவ்வேறு விஷயங்கள் பேசப்படும். அங்கு பேசப்படும் விஷயங்களைச் சின்னச் சின்னக் குறிப்புகளாக தொகுப்பார்கள். பொதுவாக அவை பேசப்பட்ட வரிசையிலேயே தொகுத்து எழுதப்பட்டிருக்கும். ஆனால் ராஜனோ அதோடு நிற்காமல் அவற்றின் முக்கியத்துவத்திற்கு ஏற்ப குறிப்புகளை வரிசைப்படுத்தி எழுதி வைப்பார். அந்தப் பழக்கம் எங்கள் முன்னேற்றத்துக்குப் பெரிய அளவில் உதவி செய்தது. எங்கள் நட்பு வர்த்தக உலகத்தைத் தாண்டியும் விரிந்தது. தினமும் பல்வேறு

விஷயங்களைப் பற்றி தொலைபேசியில் மணிக்கணக்கில் பேச ஆரம்பித்தோம். எந்தவிஷயத்தையும்நாடகத்தன்மையுடன் முன்வைப்பதில் அவருக்கு இருந்த திறமையைத் திருச்சூரில் நடந்த ஒரு பாராட்டு விழாவில் கவனித்தேன். சீதாராம் ஆயுர்வேதா பொருட்களின் நிறுவனர் டாக்டர் ராமனாதன் தலைமையில் அந்த விழா நடைபெற்றது. அன்று கூடியிருந்த பார்வையாளர்களுக்கு என்னை அறிமுகப்படுத்தும்போது ராஜன் கூறிய வார்த்தைகளை என்னால் மறக்கவே முடியாது.

"நீங்கள் எல்லாரும் அனூப்பைப் பற்றி நல்ல விதமாக உயர்த்திப் பேசுவதைப் பார்த்து எனக்கு ஆச்சர்யமாக இருக்கிறது. முதன்முதலில் என்னைப் பார்த்தவுடன் ஆபத்தான ஆயுதத்தால் என்னைத் தாக்க வந்தார் அனூப். என் உயிரைக் காப்பாற்றிக் கொள்ள நான் ஓடி ஒளிய வேண்டியிருந்தது. இப்போதும் அது என் ஞாபகத்தில் இருக்கிறது" என்று சொல்லி நிறுத்தினார் ராஜன்.

பார்வையாளர்கள் எல்லாரும் திகைத்துப் பார்க்க அவரே பேச்சைத் தொடர்ந்தார். "நாங்கள் இருவரும் ஒரு தொலைக்காட்சித் தொடரில் நடித்த அனுபவம் பற்றிச் சொல்கிறேன். அதில் அவர் ராணுவத் தலைமை தளபதியாக நடித்திருந்தார்."

எனக்கு ராஜனை அறிமுகப்படுத்தி வைத்தவர் நடிகர் மற்றும் இயக்குனர் ராகவன். எந்த ஒரு விஷயத்தையும் வித்யாசமாக அணுகும் தனித்தன்மை ராஜனுக்கு இருந்தது. என்னுடைய ஆயுர்வேத மருத்துவமனைக்கு 'சஞ்சீவனம்' என்று பெயர் சூட்டியவர் அவரே.

நேச்சுரோபதி, யோகா, ஆயுர்வேதம் மூன்றும் இணைந்த ஒரு சிகிச்சை மையத்தைத் தொடங்க வேண்டுமென்று திட்டங்கள் வைத்திருந்தேன். கிட்டத்தட்ட நானூறு வருடங்களுக்கு மேலாக ஆயுர்வேத சிகிச்சை அளித்து வரும் குடும்பம் என்னுடையது. இப்படி ஒரு மையத்தை ஆரம்பிக்க இந்த விஷயமே எனக்குத் தன்னம்பிக்கையைக் கொடுத்தது. அதோடு நவீன மருத்துவத்தை விடவும் சில சமயம் பாரம்பரிய அறிவு அதிக பலன் கொடுக்கும் என்பதை அனுபவபூர்வமாக அறிந்தும் வைத்திருந்தேன்.

சென்னை டவர்ஸ் க்ளப்பில், க்ளப்புகளுக்கிடையான பேட்மிண்டன் போட்டி நடைபெற்றது. அதில் ஐந்து நிகழ்வுகளும், ஐந்து குழுக்களும் இருந்தன. ஐந்தாவது குழுவில் ஒரு நபர் குறைய அவர்கள் என்னை அணுகினர். அந்த வருடம் போட்டியில் கலந்து கொள்ள வேண்டாம் என்று நினைத்திருந்தவன் அவர்கள் கேட்டுக் கொண்டதால் குழுவில் இணைந்துகொண்டேன். அது மூன்றாவது ஆட்டம். போட்டி பலமாக இருந்தது. எங்கள் குழு தோற்றுவிடும் போல இருந்தது. எங்கள் பயிற்சியாளர் சொல்லிக் கொடுத்திருந்த நாகரிகமான ஆட்டத்தைக் கைவிட்டுவிட்டு என் போக்கில் விளையாட ஆரம்பித்தேன். சீக்கிரமே எங்கள் எதிராளிகள் பின் தங்க நாங்கள் அந்த ஆட்டத்தை ஜெயித்துவிட்டோம். ஆனால் வெற்றிக் கொண்டாட்டத்தின் நடுவில் என் இடுப்பில் பிடிப்பு ஏற்பட்டதன் காரணமாக கீழே விழுந்தேன். என்னை என் நண்பர்கள் தூக்கிச் சென்று கொண்டிருக்கும்போது எங்கள் வெற்றி மேடையில் அறிவிக்கப்பட்டது. எங்கள் டவர்ஸ் க்ளப் போட்டியை வென்று எங்களுக்குப் பத்தாயிரம் ரூபாய் பரிசு வழங்கப்பட்டது. அந்தப் பணப்பரிசு மெடிமிக்ஸ் நிறுவனத்தால் அறிவிக்கப்பட்டிருந்தது. என்னுடைய சொந்தப் பணத்துக்காகவே நான் அவ்வளவு சிரமப்பட்டு விளையாடினேன் என்று நினைத்தபோது கொஞ்சம் துவண்டுதான் போனேன். ஆனால் அதைப் பற்றி அதிகம் நினைக்க முடியாதபடி கடுமையான வலி எனக்கு இருந்தது. அடுத்து சிகிச்சை பல காலம் நீண்டது. பல முக்கிய மருத்துவர்கள் என்னைச் சோதித்தார்கள். என்னுடைய தண்டுவடத்தில் பிரச்னை என்று கண்டுபிடித்தவர்கள் அறுவை சிகிச்சை ஒன்றுதான் ஒரே தீர்வு என்று சொன்னார்கள். எப்போதும் சுறுசுறுப்பாக இயங்கிக் கொண்டிருக்கும் என்னைப் போன்ற ஒருவருக்கு ஒரே அறையில் அடைந்து கிடப்பது தாங்க முடியாத வேதனையாக இருந்தது. என்னால் நடக்கவோ, உடலைத் திருப்பவோ முடியவில்லை. வலி தாங்க முடியாததாக இருந்தது. பலரும் என் நிலை பற்றி விசாரித்துக் கொண்டே இருந்தார்கள். சிலர் நேரில் வந்தார்கள். சிலர் தொலைபேசியில் விசாரித்தார்கள்.

இருபத்தி நான்கு மணி நேரமும் படுக்கையில் படுத்தே இருக்கும்படி மருத்துவர்கள் அறிவுரை கூறியிருந்தார்கள். ஆனால் அப்படி சோம்பலாக இருப்பது எனக்கு வழக்கமில்லை. திரு கோகுலம் கோபாலன் (எனக்கு கோபாலேட்டன்) அவர்களின் மகன் பைஜு இதைப் பற்றிக் கேள்விப்பட்டபோது ஒரு யோசனை சொன்னார். திநகரில் 'பத்ரையா' என்ற வைத்தியர் இருக்கிறார். அவர் என் வேதனைக்கு ஒரு தீர்வு சொல்வார் என்றார்.

ஒரு போலி மருத்துவர் கொல்ல முடியுமே தவிர, சிகிச்சை அளிக்க முடியாது என்று உறுதியாக நம்பினேன். நன்கு படித்த தகுதிமிக்க மருத்துவர்களின் யோசனையைத் தாண்டிப் போக எனக்கு மனதில்லை. இருந்தாலும் பைஜு விடவில்லை. 'ஒரே ஒருமுறை போய்த்தான் பாரேன்' என்று என்னை வேண்டிக் கொண்டார்.

அரைகுறை மனதுடன் இதற்கு ஒப்புக் கொண்டேன். "எந்த மருந்தும் எடுத்துக் கொள்ளாதே. நாளை காலை நாலு மணிக்கு என்னுடைய இடத்துக்கு வா" என்று வைத்தியர் சொல்லியிருந்தார். மறுநாள் குறித்த நேரத்துக்கு வைத்தியரின் வீட்டுக்குச் சென்றேன். எனது நாடி பிடித்துப் பார்த்த வைத்தியர் என் உடலில் எந்தப் பிரச்னையும் இல்லை என்று சொன்னார். அடுத்து தன் கையால் என் உடலில் பல்வேறு இடங்களில் அழுத்தி, குத்தி பார்த்துப் பரிசோதித்தார். பின்னர் ஒரு சின்ன குளவிக்கல்லை வைத்து என் உடலின் பல பகுதிகளில் அழுத்தி உரசினார். அடுத்து என்னை மெதுவாக நடக்கச் சொன்னார். எனக்கே ஆச்சர்யம் தாங்கவில்லை. நான் நடந்தேன். சில நிமிடங்களுக்கு முன் உடலை அசைக்கக் கூட முடியாமல் வந்தேன். இப்போது நான் நடக்கிறேன். பெரிய அதிசயம் தான். இனி நான் ஓய்வெடுக்க எந்த அவசியமும் இல்லை என்றார். சில எளிய உடற்பயிற்சிகளைத் தினமும் செய்யச் சொன்னார். அதன் பிறகு இரண்டு மூன்று முறைதான் அவரைப் பார்க்கச் சென்றேன். இந்த அனுபவம் நவீன மருத்துவம் மட்டுமல்ல, பாரம்பரிய மருத்துவமும் ஒரு நோயாளிக்கு உதவ முடியும் என்று எனக்கு உணர்த்தியது. பத்ரையா சொல்லிக் கொடுத்த

உடற்பயிற்சிகளை இன்றும் செய்து வருகிறேன். ஐபிஎஸ் அதிகாரிகளில் இருந்து பல உயர்பதவிகளில் இருப்பவர்களும் தங்கள் உடல் பிரச்னைகளுக்காகப் பத்ரையாவைத் தேடி வருவார்கள். ஆந்திராவில் இருந்து சென்னைக்கு வந்த இந்த வைத்தியர் இன்றளவும் பரபரப்பாக நோயாளிகளுக்குச் சிகிச்சை அளித்து வருகிறார்.

மாற்று மருத்துவத்தில் உணவின் பங்கு பற்றி நான் புரிந்து கொண்டேன். மகாத்மா காந்தி உண்ட உணவுகளை மையமாகக் கொண்டு 'உணவே மருந்து' என்ற கொள்கையின் அடிப்படையில் எந்தக் கெடுதலும் இல்லாத மூலப்பொருட்களைக் கொண்டு தயாரிக்கப்பட்ட உணவுகளை மட்டும் வழங்கும் உணவகம் ஒன்று திருவனந்தபுரத்தில் இருந்தது. எண்ணெய், மசாலா, வேதிப்பொருட்கள் இல்லாத உணவுவகைகள் அங்கே கிடைக்கும். கோபாலேட்டனிடம் இருந்து இந்த உணவகத்தைப் பற்றி அறிந்தேன். அதன் உரிமையாளர் சுரேந்திரனிடம் என் ஆர்வத்தை எடுத்துச் சொல்லி இப்படிப்பட்ட உணவகத்தின் பல்வேறு அம்சங்களைப் பற்றிப் பேசினேன். அதிக லாபம் ஈட்டாமல் இப்படி ஒரு ஆரோக்கிய உணவு வழங்கும் உணவகத்தைத் திருவனந்தபுரத்தில் ஆரம்பிக்கும் எண்ணம் ஒன்று எனக்கு இருந்தது.

அந்தக் காலகட்டத்தில் திருவனந்தபுரத்தில் பாளையம் பகுதியில் 'டவுன் ஹோட்டல்' என்ற பெயரில் என் உறவினர் ஒருவர் உணவகம் ஒன்றை நடத்தி வந்தார். எம்.எல்.ஏ. ஹாஸ்டலுக்கு அருகே அது இருந்ததால் பல கட்சிகளின் தலைவர்கள் அங்கே அடிக்கடி வருவார்கள். திருவனந்தபுரத்தில் மக்கள் தங்க அதிக இடங்கள் இல்லாத காரணத்தால், இரவில் பேருந்தில் திருவனந்தபுரத்துக்கு வரும் மக்கள், 'டவுன்' ஹோட்டலின் குறைந்த வசதிகளுக்கிடையேயும் தூங்குவார்கள். அந்த இடத்தை நான் வாங்கினேன். சுரேந்திரனுடன் சேர்ந்து 'கதளிவனம்' என்ற பெயரில் இயற்கை உணவகம் ஒன்றைத் தொடங்கினேன். சீக்கிரமே திருவனந்தபுரம் முழுக்க பல 'கதளிவனங்கள்' முளைத்தன. இப்படிப்பட்ட காளான் 'கதளிவனங்கள்' பற்றி சாக்கியர் ராஜனுடன் பேசினேன். ஒரு பிராண்டின் பெயரைத் தனித்து

உருவாக்குவதன் அவசியம் பற்றி அவர் எனக்கு விளக்கினார். ‘சஞ்சீவனம்’ அன்றுதான் பிறந்தது.

ஆயுர்வேதம், யோகா, நேச்சுரோபதி மூன்றையும் ஒரே குடையின் கீழ் வழங்கும் நோக்கத்தோடு ‘சஞ்சீவனம்’ சென்னையில் தொடங்கப்பட்டது. அதோடு உணவு, இயற்கைப் பொருட்கள், ஓவியங்கள் அனைத்தும் அங்கே விற்பனைக்கு வைக்கப்பட்டன. கானகந்தர்வன் பத்மஸ்ரீ யேசுதாஸ் இதனைத் திறந்து வைத்தார். பல ஆண்டுகள் தாஸேட்டனுடனான என் பழக்கம் இதை சாத்தியமாக்கியது. சீக்கிரமே அடையாரில் ஒரு கிளை தொடங்கப்பட்டது. புகழ்பெற்ற இசைக்கலைஞர் திரு பாலமுரளிகிருஷ்ணா இதைத் தொடங்கி வைத்தார். அங்கே சிகிச்சைக்காகவும் வந்திருக்கிறார் பாலமுரளிகிருஷ்ணா. நுங்கம்பாக்கம் கிளையை பிரபல வயலின் வித்வான் குன்னக்குடி வைத்தியநாதன் திறந்து வைத்தார். ஆந்திரா க்ளப்புக்கு அருகே இருந்த கிளையை இசையமைப்பாளர் தேவா திறந்து வைத்தார். அகமதாபாத், புனே ஆகிய நகரங்களிலும் ‘சஞ்சீவனம்’ செயல்படத் தொடங்கியது. முகப்பேர் கிளையை பாடகி பி.சுசீலா அவர்கள் திறந்து வைத்தார்கள். ஆனால் எல்லாக் கிளைகளையும் ஒரே தரத்துடன் நடத்துவது சாத்தியப்படவில்லை. அந்த நிறுவனத்தின் சிறப்புத்தன்மைக்கு ஏற்ப அர்ப்பணிப்புடன் வேலை செய்யும் ஊழியர்கள் கிடைக்காததும் அந்த உணவகங்களைத் தொடர்ந்து நடத்த முடியாமல் போனதற்கு முக்கிய காரணம்.

ஐக்கிய அரபு நாடுகளில் இருக்கும் ஷார்ஜாவில் சஞ்சீவனத்தின் ஒரு கிளையைத் திறக்க ஆரம்பகட்ட ஏற்பாடுகள் நடந்து கொண்டிருந்தன. ஆயுர்வேதத்தின் புகழை உலகுக்கு எடுத்துச் சொல்ல ஷார்ஜா சரியான இடமாகப்பட்டது. ஆனால் அது தொடங்கப்பட்ட அன்றே மூடியாகவேண்டிய கட்டாயம் ஏற்பட்டது. ஐக்கிய அரபு நாடுகளில் ஆயுர்வேத மருந்துகளைப் பயன்படுத்த வேண்டுமென்றால் அதற்கு அந்த மருத்துவர்கள் ஒரு சிறப்புத் தேர்வை எழுதவேண்டும். இந்தியாவில் ஆயுர்வேத மருத்துவர்களாக அவர்கள் தகுதி பெற்றிருந்தாலும்கூட அந்தத் தேர்வில் வெற்றி பெறுவது கடினமாகவே இருந்தது.

எல்லா ஆயுர்வேத மருந்துக்கலவைகளுக்கும் அனுமதி பெறுவதும் சிரமமாகவே இருந்தது. நாங்கள் அங்கே சஞ்சீவனத்தைத் தொடங்கியிருந்த சமயத்தில், துபாயில் இருந்த ஐந்து நட்சத்திர ஹோட்டலில் இருந்த ஹெல்த் க்ளப் ஒன்று ஆயுர்வேத சிகிச்சை கொடுக்க அனுமதி பெற்றிருந்தது. அங்கே என்னவிதமான சிகிச்சை கொடுக்கிறார்கள் என்று அறிந்து கொள்ள அங்கே சென்றேன். சுத்தம், ஒழுங்கு என பல விஷயங்களில் அந்த இடம் எனக்குப் பெரும் ஆச்சர்யத்தைக் கொடுத்தது. அங்கிருந்த கருவிகள் ஒவ்வொன்றும் உலகத்தரத்தில் இருந்தன. என் கற்பனைக்கும் அப்பாற்பட்டு இருந்தது அந்த இடம். அது என் பார்வையை மாற்றியது. அப்படி ஒரு நேர்த்தியை என்னால் கொடுக்கவே முடியாது. அதனால் அந்தத் தரத்துடன் கேரளாவில் ஒரு ஆயுர்வேத மருத்துவமனையைத் தொடங்கி வெற்றிகரமாக நடத்திவிட்டுப் பின்னர் அரபு நாடுகளில் முயற்சித்துப் பார்ப்பது என்ற முடிவுக்கு வந்தேன். இந்த எண்ணத்துடன் எர்ணாகுளத்தில் ஒரு சஞ்சீவனத்தைத் தொடங்கினேன். ஆயுர்வேதத்தின் மருத்துவ மகிமையை மெடிமிக்ஸ் சோப்பின் மூலம் டாக்டர் சித்தன் இந்த உலகத்துக்குக் கொடுத்தார். டாக்டர் சித்தன் மறைந்த பிறகு குடும்ப உறுப்பினர்கள் அனைவரும் அவருக்காக ஒரு நினைவிடத்தை உருவாக்க நினைத்தோம். சஞ்சீவனத்தின் பார்வையில் அது ஒரு பெரிய சிகிச்சை மையமாக இருக்க வேண்டும். பல சிறிய நிறுவனங்களை விட ஒரு பெரிய நிறுவனம் சிறந்தது என்பதை உணர்ந்து இலக்கை நோக்கி நகர வேண்டும்

வெளிநாட்டினரின் மனதில் ஆயுர்வேதத்தைப் பற்றி ஒரு புதிய எண்ணத்தைத் தோற்றுவிக்கக்கூடிய ஒரு மையத்தை நடத்துவது என்று முடிவு செய்தேன். இதற்காக உலகத்தரம் வாய்ந்த மருத்துவமனைகளின் தரத்தில் அந்த ஆயுர்வேத மையத்தின் சுத்தமும், சிகிச்சையும் இருக்க வேண்டும் என்று முடிவு செய்தேன். ஆயுர்வேத மருந்துகளின் வாசனையே உள்ளே வருபவர்களுக்குத் தெரியக்கூடாது என்பதும் அதில் ஒன்று. எர்ணாகுளத்தின் காக்கநாட்டில் பள்ளிக்கரா பகுதியில் சஞ்சீவனத்தை அமைப்பது என்று முடிவானது. ஒரு அடுக்குமாடிக் குடியிருப்பு கட்டுவதற்காக வாங்கப்பட்ட

நிலம் இந்தத் திட்டத்துக்காகத் தேர்ந்தெடுக்கப்பட்டது. என்னுடைய மருமகன் விவேக் வேணுகோபால் மேற்பார்வையில் கட்டிடம் சீக்கிரமே கட்டி முடிக்கப்பட்டது. இப்படித்தான் கேரளாவில் 'சஞ்சீவனம்' தொடங்கப்பட்டது. மற்ற ஆயுர்வேத மருத்துவமனைகளைப் போலல்லாமல் சஞ்சீவனத்தில் ஒரு நெறிமுறைகள் ஆணையம் செயல்படுகிறது. பிரபல நரம்பியல் அறுவை சிகிச்சை மருத்துவர் டாக்டர் கே.கிரிஷ், கேரள சுகாதாரத்துறையின் முன்னாள் இயக்குனர் டாக்டர். ஆர்.எல். சரிதா ஆகியோர் இந்த ஆணையத்தின் உறுப்பினர்களுள் முக்கியமானவர்கள். சஞ்சீவனத்தில் ஒரு ஆய்வுத்துறை உண்டு. ஃபோர்ட்ஸ் *(FOURRTS company)* நிறுவனத்தால் சந்தைப்படுத்தப்பட்ட சர்க்கரை நோய் உள்ளவர்களுக்கு வரும் காயங்களை விரைந்து குணப்படுத்த, நரம்பியல் வலிகளுக்கு நிவாரணம் கொடுக்க கண்டுபிடிக்கப்பட்ட ரெஜுநியூரான் களிம்பு இந்த ஆய்வு மையத்தில் உருவானதுதான். சென்னை எம்.வி. டயபடிக்ஸின் உரிமையாளர் டாக்டர் விஜய் விஸ்வநாத் பல காலமாகத் தன்னிடம் வரும் சர்க்கரை நோயாளிகளின் காயத்துக்கு இந்த மருந்தைத்தான் பரிந்துரை செய்து வருகிறார். இதைப் பற்றி ஒரு ஆய்வுக்கட்டுரையும் எழுதியுள்ளார்.

ராஜன் ஒரு சுய மதிப்பீட்டு அட்டவணையைத் தயாரித்தார். அதுதான் எனக்கே என்னைப் புரிய வைத்தது. ஒருவருடைய சொந்த ஆளுமைத்திறனுக்குப் புதிய அறிமுகம் கொடுக்க இப்படிப்பட்ட சுய தேர்வுகள் அவசியம் என்று எனக்கு அறிவுறுத்தினார் ராஜன். நாம் எல்லாருமே வாழ்க்கையில் பல பாத்திரங்கள் வகிக்கிறோம் - மகனாக, தந்தையாக, கணவனாக, உடன் பணிபுரிபவராக, பக்கத்து வீட்டுக்காரராக அல்லது ஒரு ஊழியனாக. இவை எல்லாவற்றையும் பற்றிய ஒரு சுய மதிப்பீடு, நம்முடைய பலவீனங்களை நிவர்த்தி செய்து கொள்ள, நம்முடைய தவறுகளைத் திருத்திக் கொள்ள பயன்படும். வாழ்க்கையும் முன்பை விட மேம்பட்டு ஜொலிக்கும். தன்னைப் பற்றிய ஆழமான விவரணை செய்யும்போது நம்முடைய பல ஆசைகள் நெடுங்காலமாக நிறைவேறாமல் இருப்பதை உணர்வோம். நமக்குள் நெடுங்காலம் தூங்கிக்கொண்டிருக்கும் திறமைகளை

வெளிக்கொண்டு வருவோம். நமது அன்றாட வாழ்வின் செயல்பாடுகளில் இந்த விஷயங்களை நாம் கண்டுகொள்ளாமல் இருந்தால் அதையும் நாம் சரி செய்து கொள்ளலாம். இப்படிப்பட்ட ஒரு சுயமதிப்பீட்டு முறையை ராஜனிடம் இருந்து கற்றுக் கொண்ட முறையில் செய்து பார்த்த பிறகு எப்போதும் மாறிக்கொண்டே இருக்கும் தொழில்நுட்பங்களைக் கற்றுக் கொண்டு திறமையை வளர்ப்பதிலும், மற்றவர்களை விடக் கூடுதல் திறமையோடு இருப்பதிலும் நான் நிபுணத்துவம் பெற்றிருக்கிறேன். என்னுடைய பல குறைகள், நடத்தையில் இருந்த முரட்டுத்தனம் எல்லாமே சரிசெய்யப்பட்டிருக்கிறது. சுய முன்னேற்றத்துக்கு அந்த அட்டவணை பரிந்துரைக்கும் ஒரு விஷயம் புத்தகங்கள் வாசிக்கும் பழக்கம். கொரோனா வைரஸின் பிடியில் உலகமே மாட்டிக் கொண்டிருந்த பொழுது இந்தப்பழக்கமும் வசப்பட்டது. பல நல்ல புத்தகங்களைத் தேர்ந்தெடுத்து வெகுநாட்களாகக் கண்டுகொள்ளாமல் விட்டிருந்த வாசிப்புப் பழக்கத்தை தூசு தட்டித் தொடங்கினேன். என் பயணங்களில் எல்லாம் ஏதோ ஒரு புத்தகம் தோழனாக உடன் இருக்கிறது.

பிராமணக்குடும்பத்தில் பிறந்த ராஜன் சுத்த சைவம். அவரிடம் மிகச் சில தீய பழக்கங்களே இருந்தன.

நீரிழிவால் பாதிக்கப்பட்டு வீட்டுக்குள் அவர் முடங்கிக் கிடந்த சமயத்தில் நாங்கள் வெகுநேரம் தொலைபேசியில் பேசினோம். ஒருநாள் என்னிடம் நான் அவருக்குக் கொடுத்த ஆரன்முலா கண்ணாடி (கேரளாவின் ஆரன்முலாவில் செய்யப்படும் ஒரு கண்ணாடி. செம்பும், தகரமும் கலந்து செய்யப்படுவது) உடைந்துவிட்டது என்று சொன்னார். இதனால் அவர் மிகவும் கவலையுடன் இருந்தார். அவர் வீட்டில் இருந்த பூஜை அறையில் அவர் இந்தக் கண்ணாடியை வைத்திருந்தார். அது வழக்கமான கண்ணாடியால் செய்யப்படுவதில்லை. அதனால் உடையும் வாய்ப்பு மிகக் குறைவே. இருந்தும் அது நிகழ்ந்தது. விஷுக்கனி பார்க்க அதை அவர் வைத்திருந்தார். (கேரளாவின் அறுவடைத் திருநாள் விஷு. மலையாள நாள்காட்டியின் ஒன்பதாவது மாதமான மேதம் மாதத்தின் முதல் நாள் இது கொண்டாடப்படும். ஏப்ரல் மாத மத்தியில் இந்நாள் வரும்.

தமிழ் மாதங்களில் சித்திரை ஒன்று அன்று ஒருவர் எழுந்ததும் முதலில் என்ன பார்க்கிறாரோ அதைக் கனி என்போம். பூஜைக்குரிய பொருட்களைக் காலையில் முதலில் பார்க்க வசதியாக எடுத்து வைப்போம். இந்த வருடம் விஷு பார்க்க தான் இருக்க மாட்டேனோ என்று எண்ணுவதாக தன் பயத்தைக் குறிப்பிட்டார் அவர். வேறொரு ஆரன்முலா கண்ணாடியை அனுப்பி வைக்கிறேன் என்று சொல்லித் தேற்றினேன். அது வந்ததும் என்னைச் சந்தோஷமாக அழைத்துச் சொன்னார். முன்னை விட கொஞ்சம் நன்றாக இருப்பதாகவும், சில விதிகளைத் தளர்த்துவதாக டாக்டர் சொன்னதாகவும் குறிப்பிட்டார். எந்த ஒரு கட்டுப்பாடும் இல்லாததால் என்னைப் பார்க்க விருப்பப்பட்ட அவர் பம்பாய்க்கு உடனே விமானம் பிடித்து வரமுடியுமா என்று என்னைக் கேட்டார்.

ஒரு வாரம் அவகாசம் கேட்டேன். அது நீண்ட காலக் காத்திருப்பு என்று அவர் சொன்னார். அதன் பிறகும் நெடுநேரம் நாங்கள் பேசி சிரித்துக் கொண்டிருந்தோம். கழிவறைக்குச் செல்வதற்காக சிறிது நேரம் இணைப்பைக் கத்தரித்துவிட்டுச் சென்றேன். சீக்கிரமே ராஜனின் தொலைபேசியில் இருந்து அழைப்பு வந்தது. அழைப்பை எடுத்ததும் அது ராஜனின் மகன் ஸ்ரீராம் (மும்பை உயர் நீதிமன்றத்தில் நீதிபதி) என்று தெரிந்தது. "அப்பா இறந்துவிட்டார்" என்ற தகவலைச் சொன்னார் அவர். நான் அதிர்ச்சியில் உறைந்து போனேன். சில நிமிடங்களுக்கு முன் என்னுடன் பேசிக்கொண்டிருந்த மனிதர் இப்போது உயிருடன் இல்லை. விஷுக்கனி பார்க்க தான் உயிரோடு இருக்கப்போவதில்லை என்ற அவரது பயம் உண்மையாகி விட்டது.

7

நாராயண குருவும், 'யுகபுருஷன்' திரைப்படமும்

ஸ்ரீநாராயணகுருவுக்கும் எனக்கும் பல தலைமுறைகளையும் தாண்டி ஒரு இணைப்பு தொடர்ந்து வருகிறது என்று நான் நம்புகிறேன். எனக்கு நினைவு தெரிந்த காலத்தில் இருந்து குரு என் அடிமனதில் இருந்து வருகிறார். எனது நம்பிக்கை மற்றும் வலிமையின் ஊற்றாக இருந்து வருவது குருதான்.

நாராயண குருவினுடைய அறிவை அருகே இருந்து பருகும் நல்வாய்ப்பு என்னுடைய முன்னோர்களுக்கு வாய்த்திருக்கிறது. தற்கால தன்வந்திரி என்று அழைக்கப்படும் 'ப்ரம்மஸ்ரீ சோலையில் மாமி வைத்தியர்' என்னுடைய அம்மா வழிக் குடும்பத்தில் ஒருவர். இவர் குருவுக்குப் பலமுறை சிகிச்சை அளித்திருக்கிறார். 'மாமி வைத்தியரின்' சிகிச்சை கொடுக்கும் திறனைப் பற்றிக் குரு சொல்லும்போது,

"இம்மியில் ஆராத்த சம்சயமில்ல
மாமியால் ஆராத்த ரோகமில்ல"

என்று குறிப்பிட்டிருக்கிறார்.

(இம்மி [கொஞ்சம்] என்ற வார்த்தைக்குள் அடங்காத விஷயமுமில்லை. மாமியால் [மாமி வைத்தியரால்] தீர்க்க முடியாத நோயுமில்லை.)

நாராயண குருவுக்கு சிகிச்சை அளிக்கும் வாய்ப்பு, சோலையில் குடும்பத்தின் வாரிசுகளில் ஒருவரான என்னுடைய அம்மா வழித் தாத்தா டாக்டர் வி.கே.

பத்மனாபனுக்கும் கிடைத்தது. இந்தப் பூவுலகை நீங்குவதற்கு சில நாட்கள் முன் குரு டைசூரியாவால் (சிறுநீர் கழிப்பதில் ஏற்படும் சிரமம்) அவதிப்பட்டிருக்கிறார். அப்போது எர்ணாகுளம் பொது மருத்துவமனையில் பணியாற்றிக் கொண்டிருந்த என்னுடைய தாத்தா டாக்டர் வி.கே. பத்மனாபன் ஆலுவா அத்வைத ஆசிரமத்துக்குச் சென்று அவருக்குச் சிகிச்சை அளித்திருக்கிறார். எர்ணாகுளத்தில் இருந்து வர்கலா வரை குருவுடன் படகில் செல்லும் வாய்ப்புக் கிடைத்ததையும் அவர் பெருமையாகக் குறிப்பிட்டிருக்கிறார். அப்படிப்பட்ட குடும்பத்தில் பிறந்த நான் குருவுக்கு என் மனதில் கோயில் கட்டாமல் என்ன செய்வேன்?

என் அப்பாவின் அப்பா ஏ.சி.கோவிந்தன் குருவுடன் கொண்டிருந்த உறவு வேறுவிதமானது. கொடுங்களூரில் இருக்கும் எங்கள் அரயம்பரம்பு குடும்ப வீட்டுக்கு குரு வந்திருக்கிறார். அப்போது என் தாத்தா ஏ.சி.கோவிந்தன் சின்னக்குழந்தையாக இருந்ததால் குருவின் மடியில் அமரும் வாய்ப்பு இவருக்குக் கிடைத்திருக்கிறது. "குழந்தைகளுக்கான ஸ்ரீ நாராயண குரு" என்றொரு புத்தகத்தை அவர் எழுதி இருக்கிறார். குரு என் மனதில் பிரகாசமாகச் சுடர்வதற்கு இவை மட்டுமே காரணம் அல்ல.

எங்கள் கேரள மாநிலத்தில் ஸ்ரீ நாராயண குரு ஏற்படுத்திய சமூகப் புரட்சி செயல்பாடுகள் என் மீது பெரிய தாக்கத்தை ஏற்படுத்தியுள்ளது. 1888-ல் அருவிப்புரத்தில் நடந்த சிவலிங்கப் பிரதிஷ்டையும், அதன் விளைவாக ஏற்பட்ட ரத்தமும் வன்முறையுமற்ற சமூகச் சீர்திருத்தமும், 'மனிதனுக்கு ஒரே ஜாதி, ஒரு மதம், ஒரு கடவுள்' என்ற கருத்தும், 'மனிதர்கள் எந்த மதத்தைச் சேர்ந்தவராக இருந்தால் என்ன, நல்லவர்களாக நடந்து கொள்ள வேண்டும். அவ்வளவுதான்' என்ற பிரகடனமும் என்னை ஈர்த்தது. அனைவருக்கும் கல்வியை ஊக்குவித்தல், தொழில்கள் மற்றும் வணிகங்களை மேம்படுத்துதல், மூடநம்பிக்கைகள் மற்றும் காலாவதியான பழக்கவழக்கங்களை ஒழித்து, உண்மையையும் தூய்மையையும் பேணி, மக்கள் ஒற்றுமையாக வாழ வேண்டும் என்று ஸ்ரீ நாராயண குரு விரும்பினார். அவற்றைச் செயல்படுத்தவும்

செய்தார். அப்படிப்பட்ட அவர் ஒரு விஸ்வ குருவாக, உலகத்துக்கே ஆசானாகப் பார்க்கப்படுவதில் ஆச்சரியமில்லை.

ஏ.சி.கோவிந்தன் நீதிபதியாக இருந்த சமயத்தில் நெசவாளர்களுக்கும், ஈழவர்களுக்கும் இடையே ஒரு சர்ச்சை ஏற்பட்டு வழக்காடுமன்றம் வரை சென்றது. குரு இந்தப் பிரச்னையைத் தீர்க்க கோழிக்கோட்டுக்குச் சென்றிருக்கிறார். அந்தப் பிரச்னையில் ஏ.சி.கோவிந்தன் நெசவாளர்கள் பக்கம் நின்றார். இதனால் ஈழவத்தலைவர்கள் கோபம் கொண்டு தாத்தா கோவிந்தனை ஜாதிநீக்கம் செய்ததாகக் கேள்விப்பட்டிருக்கிறேன்.

என்னுடைய உழைப்பின் மூலம் தேவையான பணம் கிடைத்ததும் ஸ்ரீ நாராயண குருவின் வாழ்க்கையை ஒரு திரைப்படமாக இயக்க வேண்டும் என்ற கனவு எனக்கு இருந்தது. அதன் மூலம் அவருடைய போதனைகளை இந்த சமூகத்துக்குக் கொண்டு சேர்க்க வேண்டும் என்ற அழியாத ஆசை இருந்தது. அந்தக் கனவை நிறைவேற்றக்கூடிய இடத்துக்கு வந்ததும், படத்தைத் தயாரிக்க முடிவு செய்தேன். அந்தப் படத்துக்கு வைத்த பெயர் “யுகபுருஷன்”. இதற்காகவே ஏவிஏ ப்ரொடெக்ஷன்ஸ் என்ற பெயரில் தயாரிப்பு நிறுவனம் ஒன்றை ஆரம்பித்தேன். ஒரு நெடுநாள் கனவு நிறைவேறப்போகிறது என்பதைத்தவிர என் மனதில் வேறு ஒன்றும் தோன்றவில்லை. ஒரு படத்தைத் தயாரித்து எனக்குப் பழக்கமுமில்லை.

நன்கறியப்பட்ட ஓவியரும், இயக்குனருமான ஆர். சுகுமாரன் இந்தப் படத்தை இயக்கத் தயாராக இருந்தார். குருவைப் பற்றியும், அவரது தத்துவங்கள் பற்றியும் நிறைய ஆய்வு செய்து வைத்திருந்தார் அவர். பாதமுத்ரா, ராஜஷில்பி போன்ற வெற்றிப்படங்கள் கொடுத்தவர் அவர். குருவின் வேடத்தை எடுத்துச் செய்வதற்கு பொருத்தமான நடிகரைத் தேடுவதுதான் எங்கள் முதல் வேலையாக இருந்தது. அசாதாரணமான திறமை கொண்ட ஒருவரே குருவாக வெற்றிகரமாக நடிக்க முடியும் என்று நினைத்தோம். எங்கள் முதல் தேர்வு நடிகர் மம்முட்டி தான். அவரும் படத்தில் நடிக்கத் தயாராக இருந்தார். அந்தப் பாத்திரத்தை ஏற்று

நடிக்கத் தயாராக இருந்தார். ஆனால் வேலை நடந்து கொண்டிருக்கும்போதே அந்தப் பாத்திரத்தை ஏற்று நடிக்கத் தன்னால் முடியுமா என்று அவருக்குச் சந்தேகம் எழுந்தது. அவருடைய முக்கியச் சந்தேகம் படப்பிடிப்பு முழுமையாக முடியும் வரை குருதேவரின் கண்களில் இருக்கும் அமைதியையும், நிச்சலனத்தையும் தன்னுடைய கண்களில் கொண்டு வர முடியும் என்ற நம்பிக்கை அவருக்கு இல்லாமல் போனதுதான். 'படத்தில் வேறு எந்தப் பாத்திரத்தையும் ஏற்றுக் கொள்கிறேன். ஆனால் இந்தப் பாத்திரத்துக்கு வேறு சரியான நபரைத் தேர்வு செய்யுங்கள்' என்று என்னிடம் சொன்னார்.

கதாநாயகனுக்கான தேடல் தொடர்ந்து கொண்டிருந்தது. அழகான உடலமைப்புடன் அறிவுக்கூர்மையுடன் கூடியது குருவின் ஆளுமை. இந்தத் தேடல் தமிழ் நடிகர் 'தலைவாசல்' விஜயிடம் எங்களைக் கொண்டு சேர்த்தது. தமிழ்ப் படங்களில் வில்லனாக நடித்துக் கொண்டிருந்தவர் அவர். அவருடைய புகைப்படங்களைப் பார்த்த எங்களுக்கு அவர் குருவைப் போலவே இருப்பதாகத் தோன்றியது. அதனால் அவரிடம் பேசினோம்.

ஸ்ரீ நாராயண குருவைப் பற்றி அவர் கேள்விப்பட்டதே இல்லை. ஆனால் கடவுளைப் போன்ற குருவின் கதாபாத்திரத்தைத் தனக்குள் கொண்டு வர அவர் தனக்கே உரிய வழிமுறைகளைக் கையாண்டார். சில பழக்கங்களை மாற்றிக்கொண்டார். அவருடைய எல்லா கெட்ட பழக்கங்களையும் கைவிட்டார். சைவ உணவு உண்பவராக மாறினார். தியானம் செய்யத் தொடங்கினார். இவற்றை அவர் தொடர்ந்து செய்தபோது, அவரது முகத்தில் அமைதி பரவியது. அவரது கண்களில் கருணையும், ஆளுமையும் ஒரே நேரத்தில் பிரகாசித்தன. இதை மேலும் மெருகேற்ற உடையலங்காரத்திலும் சிறப்புக் கவனம் செலுத்தப்பட்டது. இவையெல்லாம் பிரபல ஒப்பனை கலைஞர் பட்டணம் ரஷீத்தின் மேற்பார்வையில் செய்யப்பட்டன. பம்பாயில் இருந்து கொண்டு வரப்பட்ட மிகவும் அரிதான, உயர்தர மற்றும் விலையுயர்ந்த தயாரிப்பான 'புரோஸ்தெடிக்' மேக்கப்பைப் (செயற்கை தோல் / உறுப்புகள் வகை)

பயன்படுத்தினார் ரஷீத். 'தலைவாசல்' விஜய்க்கு இந்த மேக்கப் போடுவதற்கு தினமும் மூன்று முதல் நான்கு மணி நேரம் வரை செலவானது.

குருவுக்கு ஒரு தனித்துவமான உடலமைப்பு இருந்தது. உடலமைப்புக்கான அறிவியலின்படி ஒரு பரிபூரணமான உடல் எப்படி இருக்க வேண்டுமோ அப்படி இருந்தது அவருடைய உடல். இதைச் சரியாகக் கொண்டு வர வேண்டுமென்றால் மேக்கப் மிகவும் அவசியமான ஒன்று. காது, மூக்கு, கண்கள் என்று குருவின் முகத்தில் உள்ள அத்தனை விஷயங்களையும் அப்படியே தலைவாசல் விஜயிடம் கொண்டுவர மேக்கப் தேவைப்பட்டது. இதற்காக தலைவாசல் விஜய்யின் முக அமைப்பில் ஒரு அச்சு உருவாக்கப்பட்டது. அதில் குருவின் அத்தனை முக உறுப்பு மாதிரிகளையும் பொருத்தினோம். குருவின் நிறம் வருவதற்கும் இதே போன்ற உத்தியைப் பயன்படுத்தினோம். இயக்குனர் சுகுமாரன் ஒரு பிரபல ஓவியரும் கூட. இதனால் தன்னுடைய கதாநாயகன் மிக மிக நேர்த்தியாக, குருவைப் போலவே அச்சு அசலாகத் தோன்ற வேண்டும் என்பதற்காக மிகவும் மெனக்கெட்டார். அது அவ்வளவு அர்ப்பணிப்பான வேலை. அந்தப் படத்துக்குக் கிடைத்த நான்கு மாநில விருதுகளில் ஒன்று சிறந்த ஒப்பனைக் கலைஞருக்கானது.

குருவின் வாழ்க்கையில் முக்கிய பங்கு வகித்த அருவிப்புரம் போன்ற இடத்தைக் கண்டுபிடிப்பதும் கடினமாக இருந்தது. படக்குழுவினர் பல இடங்களுக்குச் சென்று திருப்தி இல்லாமல் திரும்பிக் கொண்டிருந்தனர். அப்படி ஒரு முறை கர்நாடகாவில் உள்ள பகுதிகளைச் சுற்றிப் பார்த்துவிட்டு எதுவும் பிடிக்காமல் திரும்பும் வழியில் பழசி அணை அருகே உள்ள பகுதியை அடைந்தனர். அங்கே வழியில் ஒரு முதியவரைச் சந்தித்தனர். நாங்கள் விரும்பிய மாதிரியான இடத்திற்கு அவரால் வழிகாட்ட முடியும் என்று ஏனோ இயக்குனருக்குத் தோன்றியது. வாகனத்தை நிறுத்தி முதியவரிடம் இதுபற்றிக் கேட்டார். அதற்கு அருகிலேயே அப்படியொரு இடம் இருப்பதாக அந்த மதிப்பிற்குரிய பெரியவர் சொல்லிவிட்டு, செல்ல வேண்டிய திசையைக் காட்டினார். உடனே அங்கு சென்றால் அந்த இடத்தைப்

பார்க்க முடியும் என்றார். அவரது வழிகாட்டுதலின்படி அவர்கள் முக்கிய சாலையில் இருந்து விலகி சிறிது தூரம் சென்று படப்பிடிப்புக்கு மிகவும் பொருத்தமான அந்த இடத்தைக் கண்டுபிடித்தனர்.

அருவிப்புரத்தில் இருப்பது போன்றே ஆன்மீக மற்றும் இயற்கையான குணங்களை இந்த இடம் பெற்றிருந்தது. ஒரு 'அம்மாச்சி பிளாவு' அதாவது ஒரு பலா மரம் அங்கே இருந்தது, அந்த இடத்தின் சுற்றுப்புறம் அருவிபுரத்தில் இருந்ததைப் போலவே இருந்தது. அருவிப்புரத்தில் படம் எடுக்கப்படவில்லை என்பதைப் படத்தைப் பார்த்தவர்களால் கண்டுபிடிக்கவே முடியாது.

அதையே படப்பிடிப்புத் தளமாக வைத்துக் கொள்ளலாம் என்று முடிவு செய்த குழு, அந்த முதியவரைப் பார்த்த இடத்துக்குத் திரும்பியது. நாங்கள் அவருக்கு நன்றி சொல்ல விரும்பினோம், ஆனால் எவ்வளவோ தேடியும் எங்கேயும் அவரைப் பார்க்க முடியவில்லை. மேலும், அந்தப் பகுதியில் இருந்த யாருமே அப்படி ஒருவரை பார்த்ததில்லை என்றனர். அந்தச் சந்திப்பு இனி வரப்போகும் விஷயங்களுக்கான நல்ல சகுனமாகத் தோன்றியது.

கண்ணூரில் சிவகிரியின் ஆன்மிகப் பொலிவும் இயற்கை அழகும் கொண்ட ஒரு மலையைக் காண முடிந்தது. அங்கே சிவகிரியைப் போலவே செட் அமைக்கப்பட்டு, தீபம் ஏற்றப்பட்டுப் படப்பிடிப்புப் தொடங்கிய போது, ஏராளமானோர் பிரார்த்தனை செய்யத் திரண்டனர்.

இந்தப் படத்தில் நட்சத்திர நடிகர்களின் நீண்ட வரிசை இருந்தது. மம்முட்டி, சித்திக், பாபு ஆண்டனி, நவ்யா நாயர், கல்பனா, சாய்குமார், ஜகதி, நந்து, கலாபவன் மணி உள்ளிட்டோர் நடித்திருந்தனர்.

பூஜை மற்றும் படப்பிடிப்பு தொடங்குவதற்கு முன்பே, யுகபுருஷன் பற்றிய செய்திகள் முக்கிய செய்தித்தாள்கள், பிற வெளியீடுகள் மற்றும் தொலைக்காட்சி சேனல்களில் வெளிவந்தன. இது பற்றிப் பரவலாக விவாதிக்கப்பட்டது. மலையாள சினிமா உலகம் இப்படிப்பட்டதொரு படத்துக்காகக்

காத்துக்கொண்டிருப்பதாகத் தோன்றியது. நாங்கள் அனைவரும் அதில் மிகவும் மகிழ்ச்சியடைந்தோம்.

ஸ்ரீநாராயண குருவின் முழு வாழ்க்கையையும் திரைப்படமாக எடுக்க நான் எடுத்த முயற்சிகளுக்கு வாழ்த்துச் செய்திகள் ஏறக்குறைய இடைவிடாது வந்தன. அரசியல் மற்றும் மதத் தலைவர்கள், பாதிரியார்கள், சூப்பர் ஸ்டார்கள், திரையுலகில் உள்ளவர்கள், நண்பர்கள், உறவினர்கள், சிவகிரியின் புனித துறவிகளான சச்சிதானந்த சுவாமிகள், வெள்ளப்பள்ளி நடேசன், SNDP யோகம் உறுப்பினர்கள் மற்றும் பலரிடமிருந்து வாழ்த்துகள் வந்தன. என்னை அறிந்தவர்களும் அறியாதவர் களும் எனது முயற்சியைப் பாராட்ட முன் வந்தனர். இதுபோன்ற ஒரு சிறந்த படம் எடுத்ததற்காக நானும் என்னை நினைத்துப் பெருமைப்பட்டேன். நான் இவ்வளவு உற்சாகமாக உணர்ந்த மற்றொரு சந்தர்ப்பம் என் வாழ்வில் இருந்ததாக நான் நினைக்கவில்லை. படம் வெளியாவதற்கு முன்பே பிரபலமாகி விட்டார் தயாரிப்பாளர் ஏ.வி. அனூப்.

படப்பிடிப்பு முடிந்ததும், படம் வெளியாவதற்கு முன் படத்தைப் பற்றிய கருத்தைத் திரட்டவும், மதிப்பீடு செய்யவும் திருவனந்தபுரத்தில் உள்ள ஸ்டுடியோவில் ஒரு சிறப்புக் காட்சி ஏற்பாடு செய்யப்பட்டிருந்தது. இந்த நிகழ்ச்சிக்கு முதல்வர் வி.எஸ். அச்சுதானந்தன் உள்ளிட்ட முக்கியப் பிரமுகர்கள் திரளாக வந்திருந்தனர். இரண்டு மணி நேரம் முப்பத்து மூன்று நிமிடங்கள் செலவழித்து முழுப் படத்தையும் பார்த்தார் முதல்வர். நிகழ்ச்சிக்கு முதலமைச்சருடன் வந்திருந்தவர்கள் கூறுகையில், 'இது மிகவும் அரிதான ஒரு நிகழ்வு' என்றனர். தனது கருத்தை அறியக் காத்திருந்த ஊடகங்களுக்கு வெளிப்படையாகப் பதிலளித்தார் முதல்வர். அவரது வழக்கமான பாணியில், தன் தலைக்கு மேலே கைகளை உயர்த்தி, "நான் குருவைப் பார்த்தேன்..." என்று அறிவித்தார். அவர் அந்த வாக்கியத்தைப் பலமுறை திரும்பத் திரும்பச் சொன்னார்.

முதல்வர் உட்படப் படம் பார்த்தவர்கள் கொடுத்த நல்ல விமர்சனத்தை ஊடகங்கள் வெளியிட்டன. அது எங்கள் படைப்பு. அது என் இதயத்தில் பிறந்த குழந்தை. மலையாளிகள்

வாழ்ந்த எல்லா இடத்திலும் இந்தச் செய்தி விவாதிக்கப்பட்டது. திருவனந்தபுரம் பேராயர் வெளியிட்ட அறிக்கை, அனைவரும் இந்தப் படத்தைப் பார்க்கும்படி அறிவுறுத்தியது.

SNDP யோகத்தின் பொதுச்செயலாளர் வெள்ளப்பள்ளி நடேசனின் அறிவுரைகளும், அறிவுறுத்தல்களும் இன்னும் ஊக்கமளித்தன. இந்தப் படத்தின் மூலம் கேரளாவில் ஒரு சமூகப் புரட்சி தொடங்கப்படுவதாக அவர் கருத்துத் தெரிவித்தார். 'உறுப்பினர்கள் படத்தைப் பார்க்குமாறு' யோகத்தின் அனைத்துக் கிளைகளுக்கும் அறிவுறுத்தல்கள் வழங்கப்பட்டதாகச் செயலாளர் எங்களிடம் தெரிவித்தார். ஏராளமான மக்கள், மஞ்சள் உடை அணிந்து, லாரிகளில் கூடத் திரையரங்குகளுக்கு வரக்கூடும் என்று எச்சரித்த அவர், கூட்டத்தைக் கட்டுப்படுத்தச் சிறப்பு ஏற்பாடுகளைச் செய்யுமாறு எங்களை அறிவுறுத்தினார்.

படம் வெளியாவதற்கு சில நாட்களுக்கு முன்பு இந்த உத்தரவு வந்தது. கூட்டத்தைக் கட்டுப்படுத்தவும், விஐபிகளை வரவேற்கவும் சிறப்புப் பாதுகாப்பு ஆட்களைத் தேடிப் பிடித்தோம். கேரளாவில் இதுபோன்ற ஏற்பாடுகளுடன் இன்னொரு படம் வெளியானதாக சரித்திரமே இல்லை. தமிழகத்தில் கூட்டத்தைக் கட்டுப்படுத்த இரவு 2 மணிக்குப் படம் வெளியாகும். ஆனால் கேரளாவில் அப்படி எதுவும் நடந்ததில்லை. ரிலீஸ் நாள் நெருங்க நெருங்க என் இதயம் எதிர்பார்ப்பில் வேகமாகத் துடிக்க ஆரம்பித்தது.

படத்தை தயாரித்ததற்காக பெங்களூரில் எனக்கு பிரமாண்ட வரவேற்பு அளிக்கப்பட்டது.

மலையாள மனோரமா மலையாள நாளிதழ், "யுகபுருஷன்" பற்றிய படங்கள் மற்றும் கட்டுரைகளுக்காக ஒரு முழுப் பக்கத்தையும் ஒதுக்கியது.

பிப்ரவரி 5, 2010 வெள்ளிக்கிழமை.

அன்றுதான் "யுகபுருஷன்" வெளியாக இருந்தது.

முதல் காட்சியைக் மக்களுடன் காண எர்ணாகுளத்தில் உள்ள ஒரு திரையரங்கில் படத்திற்குப் பணியாற்றியவர்கள்,

தொழில்நுட்பப் பணிகளைக் கையாண்டவர்கள் உட்பட அனைவரும் கூடியிருந்தனர்.

முதல் காட்சிக்கான நேரம் நெருங்கிக் கொண்டிருந்தது...

என் இதயம் வேகமாகத் துடித்தது...

யாரும் தியேட்டருக்கு வரவில்லை....

பார்வையாளர்களை வரவேற்க அமைக்கப்பட்ட வளைவுகளும், கூட்டத்தைக் கட்டுப்படுத்த வந்த பாதுகாப்புப் படையினரும் அசையாமல் இருந்தனர்.

ஆனால் படத்துக்குப் பார்வையாளர்களே வரவில்லை.

மற்ற திரையரங்குகளின் நிலவரம் குறித்து விசாரணை நடத்தினோம்.

எல்லா தியேட்டர்களிலும் இதே நிலைதான் இருந்தது. சிலர் காட்சிகளை ரத்து செய்திருந்தனர்.

என்ன நடந்தது என்று புரியாமல் அமைதியாக ஒருவரை ஒருவர் பார்த்துக் கொண்டு நின்றோம். எங்கள் மனச்சோர்வு விவரிக்க முடியாததாக இருந்தது. குறைந்தபட்சம் சில நாட்களாவது திரையரங்குகளில் படத்தை ஓட வைக்க எங்களால் முடிந்த அளவு முயற்சி செய்தோம்; எதுவும் பயனில்லை.

என்ன நடந்தது என்று எங்களுக்குத் தெரியவில்லை.

ஒரு கனவு போல, அது முடிந்தது.

ஆனாலும், குருவை வணங்கிய பலர் திரையரங்குகளுக்கு மக்களை வரவழைக்க செய்த முயற்சிகளை நன்றியுடன் நினைவு கூர்கிறேன்.

இதுவரை லட்சக்கணக்கானோர் இந்தப் படத்தைப் பார்த்துள்ளனர். தியேட்டர்களில் அல்ல. இணையத்தில் பார்த்தவர்களில் பெரும்பாலோர் எழுதிய விமர்சனத்தில் 'சிறந்த படம்' என்று குறிப்பிட்டுள்ளனர். இப்போதும் நான் இதை எழுதும்போது, உலகின் ஏதோ ஒரு மூலையில் உள்ள சிலர் இந்தப் படத்தை விமர்சனக் கண்ணுடனும் காதுடனும் பார்த்துக் கொண்டிருக்கலாம். 'இது வெற்றி இல்லை' என்றால் அது எதைக் குறிக்கிறது?

'யுகபுருஷன்' வெளியான பிறகு, ஸ்ரீநாராயண இயக்கத்தின் கீழ் உள்ள நிறுவனங்கள் மற்றும் பிற சமூக அமைப்புகள் என்மீது கவனம் செலுத்த ஆரம்பித்தன. அவை எனக்குக் கொடுத்த அங்கீகாரம் அளப்பரியது. குருவின் பெயரைக் கொண்ட முதல் மருத்துவக் கல்லூரியை நிறுவியதில் நானும் ஒரு பகுதியாக இருக்க முடிந்தது. மும்பை பல்கலைக்கழகத்தில் குருவின் பெயரில் ஒரு இடத்தை ஏற்படுத்துவதில் நானும் முக்கியப் பங்காற்றினேன்.

உலகளாவிய ஸ்ரீநாராயண நிறுவன கூட்டமைப்பின் புரவலர் குழுவின் தலைவராகவும், ஸ்ரீநாராயண மருத்துவ அறிவியல் கழகத்தின் தலைவராகவும், சிவகிரியில் உள்ள ஸ்ரீ நாராயண தர்ம சங்கத்தின் ஆலோசகராகவும் நான் பணி செய்ய 'யுகபுருஷன்' திரைப்படம்தான் எனக்கு வழி வகுத்துக் கொடுத்தது.

உச்சங்கள்
உச்சங்கள்
உச்சங்கள்
உச்சங்கள்

8

பேரன்பும், பெருவெள்ளமும்

AVA Productions தயாரிப்பு நிறுவனம் (AVA என்பது அரயம்பரம்பில் வாசவன் அனூப் என்ற என் முழுப்பெயரின் சுருக்கம்) தயாரித்த முதல் படம் 'ப்ரணயக்காலம்' (அன்பின் காலம்). நாராயண குருவைப் பற்றிய என்னுடைய பட வேலைகள் ஆரம்பித்துவிட்டன. ஆனால் அது முடிய சுமார் இரண்டாண்டுகள் ஆகும் என்று எனக்குத் தெரியும். அதனால் இன்னொரு படம் பண்ணுவதற்கான வாய்ப்பு கிடைத்ததும் அதை எடுத்துக் கொள்ள முடிவு செய்தேன். ஒரு பெரிய படம் தயாரிப்பதில் என்னவெல்லாம் கவனம் கொள்ள வேண்டும், என்னென்ன நுணுக்கங்கள் அதில் இருக்கின்றன என்ற அறிவைப் பெற இந்தப் படம் எனக்கு உதவியாக இருக்கும் என்று வலியுறுத்தப்பட்டது. கவனமானக் கற்றலின் மூலம் தன்னுடைய துறையைப் பற்றிய முழுமையான அறிவு ஒரு புதுமுகத்துக்குக் கிடைத்தால் அந்தத் துறையில் அவர் ஆழமாகக் கால் பதிக்க முடியும் தானே. அதற்காகத்தான் இந்த வாய்ப்பை எடுத்துக் கொண்டேன்.

புதுமுக இயக்குனர் உதய் ஆனந்தன் இயக்கிய இந்தப் படம் 2007ல் வெளியானது. என்னுடைய முதல் இயக்குனர்! அந்தப் படம் இரண்டு மாநில விருதுகளைப் பெற்றது. எனது முதல் முயற்சிக்குக் கிடைத்த விருதுகளால் நான் பெற்ற ஊக்கம் அளப்பரியது. திரைப்படத் தயாரிப்பையும் என்னால் கையாள முடியும் என்ற நம்பிக்கையை அது எனக்கு

அளித்தது. அதுவும் என்னைச் சினிமா உலகில் அதிகம் ஈடுபடத் தூண்டியது.

அடுத்த தயாரிப்பு, 'Before the Brush Dropped'(வரைகோல் கீழே விழுவதற்கு முன்) என்ற ஆவணப்படம். இது பிரபல ஓவியர் ராஜா ரவிவர்மாவின் வாழ்க்கையை அடிப்படையாகக் கொண்டது. வினோத் மன்காரா இயக்கியிருந்தார். புறக்கணிக்கப்பட்ட ஓவியத் துறையை ஒளிவட்டத்துக்குக் கொண்டு வந்தது இந்தப் படம். அதோடு நமது கலாச்சாரத்தைப் பற்றியான உறுதியான அடித்தளத்தையும் அமைத்தது. இந்தப் படம் மாநில விருதையும் பெற்றது. ஆனால் விருதை விட அதன் மூலம் நான் பெற்ற அங்கீகாரம்தான் இன்னும் என் மனதில் இனிக்கிறது. திருவனந்தபுரம் மாவட்டத்தில் உள்ள ராஜா ரவிவர்மா பிறந்த கிளிமானூர் அரண்மனைக்கு வினோத் மன்காராவையும், என்னையும் அழைத்துப் பாராட்டினர் கலைஞர் தம்புரானின் வழித்தோன்றல்கள். ராஜா ரவிவர்மா ஓவியம் வரையப் பயன்படுத்திய அறையில் இந்த விழா நடைபெற்றது. வழக்கமாகப் பொதுமக்கள் பார்வைக்காகத் திறந்து வைக்கப்படாத அறை அது. இந்திய ஓவியக்கலையின் தந்தை என்று போற்றப்படும் ராஜா ரவிவர்மாவின் கண்ணுக்குத் தெரியாத இருப்பை அங்கே என்னால் உணர முடிந்தது. அதை நான் அனுபவித்தபோது நான் அடைந்த பேரானந்தம் விவரிக்க முடியாதது.

சினிமா எனக்கு இன்னும் பல ஆசீர்வாதத் தருணங்களை அளித்துள்ளது. "யுகபுருஷன்" படத்தில் நாராயண குருவாக நடித்த தலைவாசல் விஜய், படத்தின் இயக்குநர் ஆர். சுகுமார் மற்றும் படத்தின் தயாரிப்பாளரான எனக்கும் சிவகிரி மடம் வரவேற்பு அளிக்க ஏற்பாடு செய்தது. சாரதா தேவியின் சிலைக்கு முன்பாக, மடத்தின் அனைத்து மரியாதைக்குரிய துறவிகள் முன்னிலையில், பிரகாஷானந்த சுவாமிகள் எனக்கு சாரதா விருதை வழங்கினார். பொதுவாக மடம் ஒரு படத்துக்காக இதுபோன்ற கூட்டங்களை நடத்துவதில்லை. ஆனால் அந்த கவுரவம் என் படத்துக்குக் கிடைத்தது.

எனது படம் கின்னஸ் புத்தகத்தில் இடம்பிடித்தபோது, சினிமா தயாரிப்பாளர்கள் சங்கம், விநியோகஸ்தர்கள் சங்கம்

மற்றும் ஃபெஃப்கா (கேரளா திரைப்பட ஊழியர் சம்மேளனம்) அனைத்து தொழில்நுட்ப பணியாளர்களின் சங்கமும் என்னைப் பாராட்டின. இது திரையுலகம் எனக்கு அளித்த அங்கீகாரம். 2018 ஆம் ஆண்டு விஜேஷ் மணி இயக்கத்தில் ஸ்ரீ நாராயண குருவின் வாழ்க்கையை அடிப்படையாகக் கொண்ட 'விஸ்வகுரு' திரைப்படம் 51 மணி நேரத்தில் முடிக்கப்பட்ட தனிச்சிறப்பு வாய்ந்த பெருமையைப் பெற்றது. கதையை உருவாக்குவது முதல், படம் ரிலீஸ் ஆகும் வரை உள்ள மொத்த நேரமும் அவ்வளவுதான். பொருத்தமான கலைஞர்களைக் கண்டுபிடிப்பது, மேக்கப் போடுவது, படத்தை சென்சார் போர்டு சான்றிதழ் பெறுவது வரை அனைத்தும் 51 மணி நேரத்தில் முடிந்துவிட்டது.

சோப்பு தயாரிப்பில் உலக சாதனை படைக்க வேண்டும் என்று எனக்கு ஒரு ஆசை இருந்தது. அதிக எண்ணிக்கையில் கையால் தயாரிக்கப்பட்ட சோப்புகள் என்றொரு உலக சாதனை படைக்க வேண்டும் என்ற ஆசை அது. ஆனால் கின்னஸ் உலக சாதனை அதிகாரிகளின் விதிகளுள் ஒன்று, அந்த சாதனையை நான் அடைய விடாமல் தடுத்தது. மெடிமிக்ஸ் நிறுவனத் தொழிலாளர்கள் 50 ஆண்டுகளில் சாதித்த இந்தச் சாதனையை வேறு யாராலும் முறியடிக்க முடியாது என்றனர். வேறு யாராலும் இதைவிட அதிகமாகவோ அல்லது சமமாகவோ கூட எதிர்காலத்தில் உற்பத்தி செய்ய முடியாது என்பதை அவர்கள் கண்டறிந்தனர். அப்படி முறியடிக்கவே முடியாத சாதனைகளை அவர்கள் பதிவு செய்ய மாட்டார்கள். இந்த 51 மணி நேர திரைப்படச் சாதனை, என்னுடைய அடிப்படைத் தொழிலான உற்பத்தித் துறையில் இல்லாமல் நடுவில் நான் இணைந்த துறையான திரைப்படத் துறையில் இருந்தாலும் உலக சாதனை படைத்ததை நான் பாக்கியமாகக் கருதுகிறேன்.

கோல்டன் விசா வாங்குவதிலும் இத்தகைய முரணை நான் சந்தித்துள்ளேன். இந்த விசா பல்வேறு துறைகளில் தங்கள் திறமையை நிரூபித்த பிரபல நபர்களுக்கு துபாய் அரசாங்கத்தால் வழங்கப்படும் கவுரவமாகக் கருதப்படுகிறது. இந்த விசாவிற்கு விண்ணப்பிக்கும் போது உங்கள் பணியின் விரிவான விவரத்தைச் சமர்ப்பிக்க வேண்டும். நான் U A E

இல் வைத்திருக்கும் வணிகம் உட்பட அனைத்து விவரங்களையும் சமர்ப்பித்தேன். வணிக உலகில் உள்ளவர்களுக்கு வழக்கமாக வழங்கப்படும் கோல்டன் விசா எனக்கு வழங்கப்படும் என்று நம்பினேன். ஆனால் நான் கலைஞர்கள் பிரிவில் சேர்க்கப்பட்டு கலைஞர்களுக்கான கோல்டன் விசாவைப் பெற்றேன். அவர்கள் எனது வாழ்க்கையின் விவரங்களைப் பரிசீலித்தபோது, நாடகம் மற்றும் சினிமாத் துறையில் எனது பணி மற்றும் பங்களிப்பு அவர்களை அதிகம் கவர்ந்தது. U.A.E அரசாங்கத்தின் இந்தக் கண்ணோட்டம், கலைஞர்கள், அவர்களின் செயல்பாடு மற்றும் அவர்கள் பயன்படுத்தும் மொழி எதுவாக இருந்தாலும், அவர்கள் உலகளாவிய ரீதியில் மதிக்கப்படுகிறார்கள் என்ற உண்மையை எனக்குப் புரிய வைத்தது. இதனால் கோல்டன் விசா பெற்ற பெருமைக்குரியவன் ஆனேன். 40 ஆண்டுகளுக்கும் மேலாக கலை உலகில் நான் ஆற்றிய பங்களிப்புகளுக்கு இது உண்மையிலேயே ஒரு பெரிய அங்கீகாரச் சான்றாகும்.

விண்வெளி ஆராய்ச்சியில் இந்தியா செய்த சாதனைகள் குறித்த "யானம்" என்ற ஆவணப்படத்தை தயாரித்ததில் எனக்குக் கிடைத்த அங்கீகாரத்தை விலைமதிப்புக்குரியதாகக் கருதுகிறேன். ஐ.எஸ்.ஆர்.ஓ.வின் முன்னாள் தலைவரான டாக்டர் ராதாகிருஷ்ணன் எழுதிய 'மை ஒடிஸி: மங்கள்யான் பயணத்தின் பின்னால் உள்ள மனிதனின் நினைவுகள்' புத்தகத்தில் மங்கள்யான் மிஷன் பற்றிய அத்தியாயம் தான் இந்த ஆவணப்படத்துக்கான மூலம்.

நான் பல கோடிகளைச் செலவழித்து எடுத்த பல படங்களை விட "யானம்" எனக்குத் திருப்தியையும் புகழையும் கொடுத்தது. சமஸ்கிருதத்தில் எடுக்கப்பட்ட முதல் அறிவியல் ஆவணப்படமும் அதுதான்.

இந்தப் படத்துக்காக எனக்கும் வினோத் மன்காராவுக்கும் கிடைத்த வரவேற்பு அலாதியானது. பெங்களூரில் உள்ள இஸ்ரோ தலைமையகத்தில், நம் நாட்டின் 200க்கும் மேற்பட்ட புகழ்பெற்ற விஞ்ஞானிகள் முன்னிலையில் நாங்கள் கவுரவிக்கப்பட்டோம். இஸ்ரோ தலைவர் டாக்டர் எஸ். சோமநாத் எங்களைப் பாராட்டினார்.

நான் பள்ளி மாணவனாக இருந்தபோது விண்வெளி, விஞ்ஞானி, ஏவுகணை போன்ற வார்த்தைகளைக் கேட்டிருக்கிறேன். அவ்வளவுதான் எனக்கும் அந்த வார்த்தைகளுக்குமான பரிச்சயம். ஏவுகணைகள் தயாரிக்கப்படும் இடங்கள் கடுமையான கண்காணிப்பு மற்றும் பாதுகாப்பின் கீழ் இருந்தன. இதனால் எதுவும் மற்றும் யாரும் அந்த இடத்திற்குள் ஊடுருவ முடியாது. அப்படிப்பட்ட இந்த இடத்திற்கு அழைக்கப்பட்டுத்தான் நாங்கள் பாராட்டப்பட்டோம். என்ன ஒரு தனித்துவமான மற்றும் மறக்க முடியாத அனுபவம் அது?!

இந்திய வானியற்பியல் நிறுவனத்தில் இயக்குநர் டாக்டர். அன்னபூரணி சுப்ரமணியம் தலைமையில் எங்களுக்குப் பாராட்டு வழங்கப்பட்டது.

இந்த ஆவணப்படத்தின் மூலம் நாங்கள் பெற்ற நன்மதிப்பு மிகப்பெரியது. “யானம்” மக்கள் மத்தியில் பிரபலமடைய வேறு சில காரணிகளும் இருந்தன. இந்தப் படத்தைப் பற்றிய ஒரு கேள்வி, புகழ்பெற்ற திரைப்பட நட்சத்திரம் அமிதாப் பச்சன் தொகுத்து வழங்கிய பிரபலமான வினாடி வினா நிகழ்ச்சியான ‘கோன் பனேகா க்ரோர்பதி?’ யில் கேட்கப்பட்டது. ‘இந்தப் படம் எந்த மொழியில் எடுக்கப்பட்டது?’ என்ற கேள்வி இந்த நிகழ்ச்சியில் கேட்கப்பட்டது. இதனால் உலகம் முழுவதும் உள்ள மக்கள் இந்தப் படத்தைப் பற்றி அறிந்து கொள்ள முடிந்தது. இதற்குப் பிறகு சில மலையாள சேனல்களும் தங்கள் வினாடி வினா நிகழ்ச்சிகளில் இந்தப் படத்தைப் பற்றிய கேள்விகளை சேர்த்தனர். இது “யானம்” படத்தின் புகழை இன்னும் அதிகரித்தது.

இதைத் தொடர்ந்து எனக்கும் என் குடும்பத்துக்கும் இன்னொரு கவுரவமும் கிடைத்தது. உலகமே வியந்து பார்த்த, சந்திரயான்-3 விண்ணில் ஏவப்பட்ட நிகழ்வைக் காண ஸ்ரீஹரிகோட்டாவிற்கு நாங்கள் அழைக்கப்பட்டோம்.

சினிமா எனக்குப் பல தேசிய மற்றும் உள்ளூர் விருதுகளைப் பெற்றுத்தந்தது. இந்த வெற்றிப் பயணம் எனது முதல் படத்திலேயே தொடங்கியது. 2008 ஆம் ஆண்டு

தயாரிக்கப்பட்ட 'அப்புவின் நாயகன்' என்ற தமிழ்க் குறும்படம் அது. பழம்பெரும் இயக்குனர் சேதுமாதவனின் மகன் சந்தோஷ் சேதுமாதவன் இயக்கியிருந்தார். வாழ்க்கையின் மதிப்புகள் மற்றும் குடும்ப உறுப்பினர்களிடையே உள்ள உறவை வலியுறுத்தியது இந்தக் குறும்படம். குடும்ப மதிப்புகள் பிரிவில் சிறந்த படத்திற்கான தேசிய விருதை இப்படம் வென்றது.

ஒரு திரைப்படத்தின் பிறப்புக்கு, ஒரு நாடகத்திற்கான ஒத்திகை முகாம் வழிவகுத்த சம்பவம் ஒன்றும் என் வாழ்க்கையில் நடந்திருக்கிறது.

நாடகங்கள் மற்றும் திரைப்படங்களில் ஈடுபடும் இரு தரப்பினருமே எனது நாடகங்களுக்கான ஒத்திகை முகாம்களுக்கு வருகை தருவதுண்டு. இத்தகைய வருகைகள் பலதரப்பட்ட கருத்துக்களைச் சேகரிப்பதற்கும் நமது முயற்சிகளை மதிப்பிடுவதற்கும் பயனுள்ளதாக இருக்கும். ஒருமுறை மலையாள இயக்குநர் ரஞ்சித் எனது ஒத்திகை முகாமுக்கு வந்து ஒரு கருத்தைச் சொன்னார். நாடகங்களில் நடிக்கும் நடிகர்களுக்குத் திரைப்படங்களில் நடிப்பதற்குப் பயிற்சி அளிக்க ஒரு பட்டறையை நான் நடத்த வேண்டும் என்று அவர் விரும்பினார். நடிப்பிலும், உணர்வுத் தன்மையிலும் ஒரு புதுமையை இதன் மூலம் உருவாக்க முடியும் என்று அவர் கருதினார். அத்தகைய பயிற்சி முகாமின் முக்கியத்துவத்தை உணர்ந்து அதைச் செய்ய ஒப்புக்கொண்டேன். முகாமில் கலந்துகொள்வதற்கான விண்ணப்பங்களை வெளியிட்டோம். 800க்கும் மேற்பட்டோர் விண்ணப்பித்திருந்தனர். அதில் இருந்து 32 பேர் தேர்வு செய்யப்பட்டனர். பயிற்சியை வெற்றிகரமாக முடித்தவர்களை, அடுத்தடுத்த படங்களில் கதாபாத்திரங்களாகச் சேர்த்துவிடுவோம் என்று நம்பினோம்.

பயிற்சிக்குப் பயன்படுத்த ஒரு சுவாரஸ்யமான திரைக்கதை தேவைப்பட்டது. பார்வையாளர்கள் இதற்கு முன் பார்த்திராத கதாபாத்திரங்கள் மற்றும் காட்சிகளுடன் இருக்க வேண்டும். எதிர்பாராத திருப்பங்கள் நிறைந்ததாக இருக்க வேண்டும். வழக்கமான வகைமையில் இருந்து நிறையவே வித்தியாசமாக

இருக்க வேண்டும்; பார்வையாளர்களின் கவனத்தைக் கவரும் வகையில், ஆர்வத்தை உயிர்ப்புடன் வைத்திருக்கும் ஒரு திரைக்கதை இருக்க வேண்டும். அமைப்பாளர்கள் அத்தகைய ஒரு கதையைத் தேடத் தொடங்கினர். கடைசியில் ரஞ்சித் ஒரு ஆலோசனையை முன்வைத்தார். டி.பி.ராஜீவன் எழுதிய "பாலேரி மாணிக்யம் ஒரு பாதிரா கொலைபாதகத்தின் கதை" என்ற நாவலை அவர் பரிந்துரைத்தார். மாத்ருபூமி வார இதழில் தொடராக வெளியான அந்த நாவல் அதற்குள் புத்தகமாவும் வெளிவந்திருந்தது. அதனால் புத்தகத்தை வாங்கிப் படிக்க ஆரம்பித்தேன்.

"யுகபுருஷன்" படத்தின் படப்பிடிப்பு நடந்து கொண்டிருந்தபோது, மம்முட்டி ஒருமுறை என்னிடம், "பாலேரி மாணிக்யத்தைப் பற்றிய உங்கள் வாசிப்பு எப்படி இருக்கிறது?" என்று கேட்டார். புத்தகத்தின் மீது எனக்குள்ள ஆர்வம் அவருக்கு எப்படித் தெரிந்தது என்று யோசித்துக்கொண்டே நின்றிருந்தேன். அவர் தொடர்ந்தார். "அதை வைத்துப் படம் தயாரிக்கும் எண்ணம் உங்களுக்கு இருந்தால், அதில் நடிக்க நான் தயாராக இருக்கிறேன்" என்றார் அவர். அதற்கு நான் சம்மதித்துப் படத்தை இயக்க ரஞ்சித்தை நியமித்தேன். இந்தப் படம் மலையாளத்தில் இதுவரை எடுக்கப்பட்ட அசாதாரணமான படங்களில் ஒன்றாகும். அதில் மூன்று வேடங்களில் நடித்ததன் மூலம் மம்முட்டி தனது நடிப்புத் திறனை முழுமையாக வெளிப்படுத்தினார். அதற்காகச் சிறந்த நடிகருக்கான கேரள மாநில விருதை வென்றார். சிறந்த நடிகைக்கான விருது அதே படத்தில் நடித்த ஸ்வேதா மேனனுக்குக் கிடைத்தது. தயாரிப்பாளரான எனக்குச் சிறந்த படத்துக்கான விருது கிடைத்தது. அந்தப் படத்தில், பயிற்சித் திட்டத்தில் பங்கேற்ற 32 பேரையும் நடிக்க வைத்திருந்தோம்.

நான் நடித்த முதல் படம் "கடாக்ஷம்". சுரேஷ் கோபி முக்கிய வேடத்தில் நடித்திருந்தார். படத்தை இயக்கியவர் வழக்குரைஞர் சசி பரவூர். இந்தப் படம் 2010-ம் ஆண்டுக்கான சிறந்த கதைக்கான விருதைப் பெற்றது. அடுத்த வருடம் மோகன்லாலை ஹீரோவாக வைத்து ஜோஷி இயக்கிய "கிறிஸ்டியன் ப்ரதர்ஸ்" திரைப்படத்தைத் தயாரித்தேன்.

அடுத்த ஆண்டு தயாரிக்கப்பட்ட படம் - 'ஆறு சுந்தரிமாருடே கத'. ஒரு திரைப்படத்தில் 'விரல் நடனத்தை' அறிமுகப்படுத்தியதற்காக இந்தப் படம் லிம்கா உலக சாதனைப் புத்தகத்தில் இடம் பிடித்தது. இந்தப் படத்தை ராஜேஷ் கே. ஆபிரகாம் இயக்கியிருந்தார்.

2014-ஆம் ஆண்டு, தமிழில் "என்ன சத்தம் இந்த நேரம்" என்ற படத்தைத் தயாரித்தேன். ஒரே சமயத்தில் ஒன்றாகப் பிறந்த, ஒரே மாதிரி தோற்றமளிக்கும் நான்கு பெண் குழந்தைகளைப் பற்றிய கதை அது. படத்தில் நடித்த நான்கு பெண்களும் அப்படி ஒரே சமயத்தில் ஒன்றாகப் பிறந்த நான்கு சகோதரிகள் - அதிதி, ஆக்ருதி, அக்ஷிதி மற்றும் ஆப்தி. குரு ரமேஷ் படத்தை இயக்கினார். இந்தப் படமும் லிம்கா உலக சாதனைப் புத்தகத்தில் இடம்பிடித்தது. இப்படிப்பட்ட ஒரே தோற்றமுள்ள நான்கு சிறுமிகளை ஒரே படத்தில் நடிக்க வைத்ததற்கான சாதனை அது.

நான் தயாரித்த, நடித்த அனைத்துப் படங்களையும் குறிப்பிடப் போவதில்லை. இங்கு என் வாழ்வில் முக்கிய இடம் பிடித்த படங்களை மட்டுமே குறிப்பிட்டுள்ளேன். குழுவாக வேலை செய்வதன் மூலம் மட்டுமே ஒரு திரைப்படம் உருவாகிறது. ஒவ்வொருவரும் அவரவர் பங்கை அக்கறையுடனும் கச்சிதமாகவும் செய்யும் போது வெற்றியும் அங்கீகாரமும் கிடைக்கும். அந்த விஷயத்தில் நான் மகிழ்ச்சியாக உணர்கிறேன். இந்தத் துறையில் எனக்குக் கிடைத்த அனைத்து விருதுகள், அங்கீகாரங்களின் மீதும் எனக்கு மிகுந்த மரியாதை உள்ளது.

இன்னும் சில விருதுகளை நான் இங்கு குறிப்பிட வேண்டும். புதுமுக இயக்குனர் ஜான் பால் இயக்கிய 'கப்பி' ஐந்து மாநில விருதுகளை வென்றது. இறுதிச் சுற்று வரை தேசிய விருதுகளில் சிறந்த படம் பிரிவில் இருந்தது 'இஷ்க்'. கோவா சர்வதேசத் திரைப்பட விழாவில் முதல் படமாகத் திரையிடப்பட்டது 'ஒழு'. இது ஒளிப்பதிவுக்கான தேசிய விருதைப் பெற்றது. விட்டுவிடக்கூடாத இன்னொரு படமான 'சாயா' கேன்ஸ் குறும்பட விழாவிற்காகத் தேர்ந்தெடுக்கப் பட்டது.

சோகன்லாலின் "அப்புவிண்டே சத்யான்வேஷனம்" படத்தில் முக்கிய கதாபாத்திரத்தில் நடித்தேன். அது ஒரு 'காந்திய' கதாபாத்திரம். இந்தப் படம் நான்கு சர்வதேச விருதுகளை வென்றது.

சர்வதேச மற்றும் தேசிய அளவில் பாராட்டுக்கள் பெற்ற "கிரீன்மேன்" என்ற ஆவணப்படம் ஒன்று எனக்கு மிகுந்த மகிழ்ச்சியையும் திருப்தியையும் கொடுத்தது. இது சுற்றுச்சூழல் ஆர்வலர் காலூர் பாலனின் வாழ்க்கையை அடிப்படையாகக் கொண்டது. வி.கே.சுபாஷ் இயக்கிய இந்தப் படம் புவி வெப்பமடைதலுக்கு எதிரான எச்சரிக்கையாக இருந்தது.

பதினாறு வருடங்களில் மலையாளம், தமிழ், ஆங்கிலம் (ஹாலிவுட்) என 13 படங்களில் நடித்திருக்கிறேன். தூர்தர்ஷன், ஏசியாநெட் மற்றும் சூர்யா தொலைக்காட்சி சேனல்கள் மட்டுமே இருந்த காலத்தில் நான் 12 சீரியல்களில் நடித்தேன். நான் கடைசியாக நடித்த படம் 'அச்சன் ஒரு வாழ வெச்சு'. என்னுடைய நடிப்புத் திறனை வெளிப்படுத்தக் கூடிய கதாபாத்திரங்கள் கிடைத்தால் நான் அதிகப் படங்களில் நடிப்பேன்.

சில திரையுலக நட்சத்திரங்களும், அவர்களுடன் எனது அனுபவங்களும்

2004 ஆம் ஆண்டு டிசம்பர் 26 ஆம் தேதி கேரளா மற்றும் தமிழ்நாடு கடற்கரையைத் தாக்கிய சுனாமியை நாம் ஒருபோதும் மறக்க முடியாது. இது கடலோரப் பகுதிகளில் பேரழிவை உருவாக்கியது. உலக மலையாளி கவுன்சில் பாதிக்கப்பட்டவர்களுக்கு உதவி செய்வதில் தீவிரமாக இருந்தது. தமிழகத்தில் வேளாங்கண்ணி, கன்னியாகுமரி, கேரளாவில் கொல்லம் மாவட்டத்தில் உள்ள ஆலப்பட்டு மற்றும் வள்ளிகாவு, எர்ணாகுளம் மாவட்டத்தில் சேரை ஆகிய பகுதிகள் கடுமையாகப் பாதிக்கப்பட்டிருந்தன. நிவாரணப் பணிகளுக்காக வள்ளிக்காவு பகுதியைத் தேர்ந்தெடுத்தோம். அங்கு நூற்றுக்கணக்கான மீனவ மக்கள் சுனாமியால் பாதிக்கப்பட்டிருந்தனர். உலக மலையாளி கவுன்சில், அந்த மீனவ மக்களுக்காகக் கட்டிய சமுதாயக் கூடத்தை, பிரியதாஸ் மங்கலத் முன்னின்று முடித்துக் கொடுத்தார்.

எங்களின் வருகையும் ஆதரவும் அந்தப் பகுதி மக்களுக்கு மிகுந்த நம்பிக்கையையும், மகிழ்ச்சியையும் அளித்தது. தங்களின் அன்புக்குரியவர்களை அவர்கள் இழந்திருந்தனர். சோகத்தில் இருந்தவர்கள், இயல்பு வாழ்க்கைக்கு விரைவாகத் திரும்ப உதவும் திட்டங்களை நாங்கள் செயல்படுத்தி வந்தோம். சமுதாயக் கூடம் கட்டி முடித்ததும், யாராவது திரை நட்சத்திரத்தை வைத்துத் திறப்பு விழா நடத்த நினைத்தோம். அதற்காக ஒரு சினிமா பிரபலத்தைத் தேடும் பணி என்னிடம் ஒப்படைக்கப்பட்டது. மகிழ்ச்சியுடன் பொறுப்பை ஏற்றுக்கொண்டேன். ஒரு திரைப்பட நட்சத்திரம் மண்டபத்தைத் திறந்து வைக்கப் போகிறார் என்று தெரிந்ததும், உள்ளூர் மக்களும் ஆர்வமாக அதை எதிர்பார்க்க ஆரம்பித்தனர். அவர்கள் வெள்ளித்திரையில் மட்டுமே பார்த்த ஒரு நட்சத்திரத்தை நேரில் பார்க்கும் வாய்ப்பு கிடைத்ததில் உற்சாக மடைந்தனர். கல்லூரி மாணவனாக இருந்த காலத்திலிருந்தே எனக்குத் தெரிந்த ஒரு நடிகரை அழைக்க நான் முடிவு செய்தேன். அவரும் விழாவிற்கு வரச் சம்மதித்தார். அந்த நட்சத்திரத்தின் பெயர் அறிவிக்கப்பட்டது. திறப்பு விழாவுக்கு முந்தைய நாள் அந்த நிகழ்வை நினைவுபடுத்த அவரைத் தொலைபேசியில் அழைத்தேன். அப்போது எதிர்பாராத விதமாக அவர் ஒரு நிபந்தனை வைத்தார் - 'திறப்பு விழாவுக்கு அவர் வர வேண்டுமென்றால் ஒரு லட்சம் ரூபாய் வேண்டும்'. மனிதாபிமானமற்ற இந்தக் கோரிக்கையைக் கேட்டதும் நான் அதிர்ச்சியடைந்தேன். பலர் மனிதாபிமான அடிப்படையில் பங்களித்த நலத்திட்டம் இது. இந்த நடிகரும் கூடத் தனக்காகப் பணம் கேட்பதற்கு பதில், தன் பங்குக்கு உதவியை செய்திருக்க வேண்டும். மாறாக, அவர் சுயநலம் மிக்க கொடூரராகி, எங்காவது முகம் காட்ட வேண்டுமானால் தான் கேட்கும் பணத்தை இங்கேயும் கேட்டார். அமைப்பாளர்கள் ஒரு கடினமான சூழலில் இருந்தனர். உலக மலையாளி கவுன்சில் எளிதாக ஒரு லட்சம் ரூபாய் திரட்ட முடியும். ஆனால் ஒரு மனிதாபிமானப் பணிக்காகப் பணம் கொடுக்கக் கூடாது என்று அதில் ஈடுபட்டிருந்த உறுப்பினர்கள் அனைவரும் கருத்துத் தெரிவித்தனர். அதனால் பணம் வாங்காமல் பதவியேற்பு விழாவுக்கு வரத் தயாராக இருக்கும் வேறு

நடிகரைத் தேடத் தொடங்கினேன். இவ்வளவு குறுகிய காலத்தில் நன்கு அறிமுகமான ஒரு பிரபல நடிகர் கிடைப்பது கடினம். அந்தப் பொறுப்பையும் என் சகாக்கள் என்னிடம் ஒப்படைத்தனர். குழப்பமான மனதுடன் பலரை அழைத்துப் பேசினேன். அழைத்தவர்களில் பலர் வரத் தயாராக இருந்தனர், ஆனால் விழா நடக்கும் நாளில் அவர்கள் வர முடியாத சூழலில் இருந்தார்கள். என்னுடன் நெருங்கிப் பழகியவர்கள் பலர் தொலைதூர படப்பிடிப்புத் தளங்களில் இருந்தனர். நான் அழைத்தவர்களில் ஒருவர் நடிகர் ஜெயராம். நான் அவரிடம் நிலைமையை விளக்கி, அவரால் வர முடியாவிட்டால் வேறு யாரையாவது பரிந்துரைக்கும்படி கேட்டுக் கொண்டேன். அவர் நான் சொல்வதைக் கவனமாகக் கேட்டு, தன்னால் முடிந்ததைச் செய்வதாக உறுதியளித்தார்.

என் மனம் கலக்கத்தில் இருந்தது. பிரச்சனைக்கு தீர்வு தரும் ஒரு அழைப்புக்காகக் காத்திருந்தேன். அன்று மாலையே அந்த அழைப்பு வந்தது. அழைத்தவர் நடிகர் திலீப். சுருக்கமாக நலம் விசாரித்துவிட்டு நேரடியாக விஷயத்துக்கு வந்தார், “ஜெயராமேட்டன் (நடிகர் ஜெயராம்) என்னிடம் பேசினார். நான் இப்போது எர்ணாகுளத்தில் தான் இருக்கிறேன். நீங்கள் யாரையாவது காருடன் அனுப்புங்கள். நான் வருகிறேன்,” என்று கூறிவிட்டு அழைப்பைத் துண்டித்தார். அவரது ஆறுதலான வார்த்தைகளைக் கேட்டதும் வறண்ட எங்கள் இதயங்களில் குளிர்ந்த நீர் துளிகள் விழுந்தது போல் இருந்தது. திறப்பு விழாவைச் சூழ்ந்திருந்த சோகம் மறைந்தது. நாங்கள் முதலில் அணுகிய நடிகரை விடவும் திலீப் அதிக பிரபலத் தோடும்/புகழோடும், அங்கீகாரத்தோடும் இருந்தார். எனவே இந்த மாற்று ஏற்பாட்டை அந்தக் கிராம மக்கள் சதோஷமாக ஏற்றுக் கொள்வார்கள் என்று நாங்கள் உறுதியாக நம்பினோம். திலீப் சரியான நேரத்தில் வந்து சமுதாயக் கூடத்தைத் திறந்து வைத்தார். என் சொந்த வாழ்க்கையிலும், அங்குள்ள கிராமவாசிகளின் வாழ்விலும் மறக்க முடியாத ஒரு சம்பவம் அது.

சுனாமியுடன் தொடர்புடைய மற்றொரு சம்பவம் இது. நினைத்தாலே இன்னும் என் முதுகெலும்பில் நடுக்கம்

ஏற்படுகிறது. அந்த ஆண்டு டிசம்பர் 25 ஆம் தேதி, கிறிஸ்துமஸ் கொண்டாடுவதற்காக எனது குடும்பத்தினருடன் 'சேரை' கடற்கரையில் இருந்தேன். அதிகாலையில் இலங்கை செல்ல இருந்தோம். பொதுவாக இதுபோன்ற விடுமுறைக்காலப் பயணங்களில் கடற்கரையில் உள்ள ஹோட்டல்களில் தங்குவது தான் வழக்கம். ஆனால் ஏனோ அந்த வருடம் இந்த வழக்கமான நடைமுறையை மாற்றி, இலங்கையில் உள்ள மலைவாசஸ்தலம் ஒன்றில் இருந்த விடுதியில் அறைகளைப் பதிவு செய்திருந்தேன். இந்த மாற்றம்தான் எங்கள் உயிரைக் காப்பாற்றியது.

நாங்கள் இலங்கையில் தரையிறங்கி, எங்கள் ஹோட்டலுக்குச் செல்லும் வழியில், சாலையில் தண்ணீர் ஓடுவதைக் காண முடிந்தது. மிகவும் சிரமப்பட்டே நாங்கள் தங்குமிடத்தை அடைந்தோம். அந்த நேரத்தில், சுனாமி அதன் பேரழிவைத் தொடங்கி இருந்தது.

அனைத்துத் தகவல் தொடர்பு சாதனங்களும் பாதிக்கப்பட்டன. தொலைபேசிகள் செயலிழந்ததால், வெளி உலகத்துடனான அனைத்துத் தொடர்புகளும் துண்டிக்கப்பட்டன. நாங்கள் திரும்பிச் செல்ல முடியுமா என்று கவலைப்பட ஆரம்பித்தோம். நான் அப்போது உலக மலையாளி கவுன்சிலின் உலகச் செயலாளராக இருந்தேன். என்னைத் தொலைபேசியில் தொடர்பு கொள்ள முடியாததால், தொடர்பு கொள்ள முயன்ற பலர் கவலைப்பட்டனர். தொலைபேசி இணைப்புகள் சீராகும் வரை இது தொடர்ந்தது. சேரை கடற்பகுதியிலும், நாங்கள் விமானத்தில் கிளம்பிய சில நிமிடங்களில், அலைகள் சீறிப்பாய்ந்து பெரும் அழிவை ஏற்படுத்தின. இரண்டு இடங்களிலும் நாங்கள் மயிரிழையில் உயிர் தப்பியிருந்தோம்.

மலையாளி க்ளப்பின் முக்கியமான கூட்டம் ஒன்றுக்கு, மலையாளத் திரையுலகின் சூப்பர் ஸ்டாரான மம்முட்டியை அழைக்க அவரது வீட்டிற்குச் சென்றபோதுதான் முதன் முதலில் அவரை நான் சந்தித்தேன். அந்த அழைப்பிற்கு அவர் சாதகமான பதிலளிக்கவில்லை. ஆனால் அடுத்து நடந்த சம்பவங்கள் அவர் மீது எனக்கிருந்த மரியாதையை அதிகரித்தது.

1999-ஆம் வருடம் அனைத்திந்திய மறுநாடன் மலையாளி க்ளப்பின் *(FAIMA)* கூட்டமைப்பு நடத்திய மலையாளி சந்திப்பு வெற்றியடைந்ததை அடுத்து இந்தச் சம்பவம் நடந்தது. அந்தக் கூட்டத்தின் முக்கிய அமைப்பாளர்களில் ஒருவனான எனது பணி பலரது கவனத்தையும் ஈர்த்திருந்தது. அதனால் கைரளி தொலைக்காட்சி டெல்லியில் நடத்தவிருந்த நிகழ்ச்சி ஒன்றைத் திட்டமிட என்னையும் அழைத்தார்கள். இதற்கான முதல் கூட்டத்தில் நான் கலந்து கொண்டேன். இதுபோன்ற விஷயங்களில் எனக்குள்ள அனுபவம் அவர்களை ஈர்த்திருக்க வேண்டும். அதனால்தான் பல முக்கிய பிரமுகர்கள் இருந்த அந்தச் சந்திப்புக்கு என்னையும் அழைத்திருக்க வேண்டும். அப்போதைய கேபினட் அமைச்சர் ஓ.ராஜகோபால், முன்னாள் கவர்னர் பி.சி.அலெக்சாண்டர், மம்முட்டி ஆகியோர் தலைமையில் இந்தக் கூட்டம் நடைபெற்றது. நிகழ்ச்சியை எப்படி பெரும் வெற்றியடையச் செய்வது என்று தீவிர ஆலோசனை நடத்தப்பட்டது. விவாதத்தில் கலந்து கொண்ட பலர் எனது பெயரை பலமுறை குறிப்பிட்டனர். இதனால் அனூப் யார் என்று பி.சி.அலெக்சாண்டர் கேட்டிருக்கிறார். நான் எழுந்து என்னை அறிமுகப்படுத்துவதற்குள், "நான் அவரை அறிமுகப்படுத்துகிறேன்" என்று மம்முட்டி எழுந்து நின்றார். "அனூப் ஒரு இளம் தொழிலதிபர். வெளி மாநிலங்களில் வசிக்கும் மலையாளிகளுக்காக நிறைய உதவிகள் செய்து வருகிறார். மெடிமிக்ஸ் நிறுவனத்தை நடத்தி வருகிறார், மேலும் பல சேவை நடவடிக்கைகளிலும் ஈடுபட்டுள்ளார். ஆனால் இவை எல்லாவற்றையும் விட அனூப்புக்குச் சிறப்புச் சேர்ப்பது எதுவென்றால், அவர் ஒரு அர்ப்பணிப்புள்ள நடிகரும் கூட." இப்படித்தான் மம்முட்டி என்னை அறிமுகப்படுத்தினார். மம்முட்டி போன்ற ஒரு நடிகரிடமிருந்து இப்படிப்பட்ட வார்த்தைகளை நான் எதிர்பார்க்கவில்லை. அவருடைய வார்த்தைகள் என்னைத் தொட்டன. என்னைப் பற்றிய விவரங்களை அறிந்து கொள்ள அவர் முயற்சி எடுத்திருப்பதை உணர்ந்தபோது எனக்குச் சந்தோஷமாக இருந்தது. வேறு ஒருவர் என்னைப் புகழ்ந்த விஷயத்தை வெளியே சொல்வது சரியான செயல் அல்ல என்று எனக்குத் தெரியும்தான். ஆனால் அந்த

நேரத்தில் அந்த இடத்தில் அப்படிப்பட்ட சிறந்த கலைஞர் காட்டிய பெருந்தன்மையை நான் வேறு எப்படி வெளிப்படுத்துவது? அங்கு கூடியிருந்த பிரமுகர்களுடன் ஒப்பிடும் போது, நான் ஒரு புதுமுகம். ஒரு இளைஞனை இவ்வளவு விரிவாக அறிமுகம் செய்ய மம்முட்டிக்கு அவசியமில்லை. ஆனால் தயக்கமில்லாமல் அதைச் செய்யத் தயாராக இருந்தார். அன்றுதான் நான் ஒரு விஷயத்தைக் கற்றுக் கொண்டேன். உறுதியான கொள்கைகளின் அடிப்படையில் செய்யப்படும் தன்னலமற்ற உழைப்பும் செயல்களும் எதிர்பாராத இடங்களில் இருந்து கூட அங்கீகாரத்தைப் பெற்றுத் தரும்.

ஆலப்புழாவில் இருந்து வந்த ஒரு அழைப்பு. "நான் சென்னைக்கு வருகிறேன். நான் அங்கு இருக்கும் போது உங்களை வந்து பார்க்கலாமா?" - கேட்டவர் பிரபல இயக்குனர் ஃபாசிலின் மகனும் மிகப் பிரபலமான நடிகருமான ஃபஹத் ஃபாசில். "சனிக்கிழமை தவிர எந்த நாளிலும் என்னைப் பார்க்கலாம்" என்று சொன்னேன். 'சனிக்கிழமை ஏன் என்னைப் பார்க்க முடியாது' என்றும் விளக்கினேன். கின்னஸ் புத்தகத்தில் இடம்பிடித்திருந்த எனக்குச் சென்னையில் பாராட்டுக் கூட்டம் ஏற்பாடு செய்யப்பட்டிருந்தது. அந்தக் கூட்டத்தில் நான் பங்கேற்க வேண்டியிருந்தது. அதனால் சனிக்கிழமை அவரைச் சந்திக்க வாய்ப்பில்லை என்றேன். இதைக் கேட்டதும், "அந்தக் கூட்டத்தில் நானும் கலந்து கொள்ளலாமா?" என்று கேட்டார். அதைக் கேட்டு நான் ஆச்சரியப்பட்டேன். வழக்கமாக அமைப்பாளர்கள்தான் கூட்டங்களில் கலந்து கொள்ளுமாறு பிரபலங்களை அழைக்க வேண்டும். ஆனால் என் விஷயத்தில் அது நேர்மாறாக நடந்தது. நான் அவரை மிகுந்த மகிழ்ச்சியுடன் வரவேற்றேன். சொந்தச் செலவில் சென்னை வந்தார். நெடுநாட்களாகப் பழகியவர்கள் போல் எனது வீடு மற்றும் அலுவலகம் வந்து சுற்றிப் பார்த்தார். பள்ளிச் சிறுவனின் ஆர்வத்துடன் கேள்விகள் கேட்டார். பாராட்டுக் கூட்டத்திற்குச் சிறப்பு விருந்தினராக வந்து உரை நிகழ்த்தினார். அதில், மெடிமிக்ஸ் நிறுவனத்தின் அலுவலகம் செயல்படும் விதம், அங்கு தான் பார்த்த ஒழுங்கிசைவான

செயல்பாடுகள், அங்கிருந்த சுத்தம் மற்றும் ஊழியர்களின் முன்மாதிரியான நடத்தை ஆகியவற்றைப் பற்றிப் பேசினார். 'இவற்றால் தான் எவ்வளவு ஈர்க்கப்பட்டேன்' என்றும் சொன்னார். மற்றவர்களும் இதே பாணியைப் பின்பற்ற வேண்டும் என்று அவர் விரும்பினார். பின்னர் அவர் தனது மனைவி நஸ்ரியாவிடம் தொலைபேசியில் பேசினார். அப்போது 'என்னை முன்பே அறிந்திருந்தால், தற்போது பார்த்த விஷயங்களை முன்பே பார்த்திருந்தால் தனது நடத்தை வேறுவிதமாக இருந்திருக்கும்' என்று கூறியிருக்கிறார்.

புதிய தலைமுறை சினிமா நடிகர்கள், திரைத்துறையில் சாதனை படைத்தவர்கள், பெரியவர்களுக்கு மரியாதை கொடுப்பதில்லை என்பதுதான் பொதுவான கருத்து. இந்தக் கருத்தைத்தான் ஃபஹத் அன்று உடைத்தார். இதுபோன்ற பல முன்முடிவுகளை நேரடி அனுபவம் எப்படி மாற்றி யமைக்கும் என்பதை அவரது வருகை எனக்குக் கற்றுக் கொடுத்தது.

நான் விமானத்தில் பயணம் செய்யும் போது நடந்த ஒரு சம்பவத்தை இப்போது சொல்கிறேன். டெல்லியில் ஏற்பாடு செய்யப்பட்டிருந்த ஒரு விழாவில் சிறப்பு விருந்தினராகக் கலந்துகொண்டு ஒரு நாடகத்தை வழங்குவதற்காக நான் சென்றிருந்தேன்.

எனக்குப் பக்கத்தில் அமர்ந்திருந்த பயணி எனக்கு நன்கு தெரிந்தவர்போலத் தோன்றினார். ஆனால் அவர் முகத்தில் 'மாஸ்க்' (முகக்கவசம்) அணிந்திருந்ததால், அவரது முகத்தை என்னால் தெளிவாகப் பார்க்க முடியவில்லை. எளிமையாக இருந்த அந்த மனிதர் சவரம் செய்யப்படாத முகத்துடன் தோற்றமளித்தார். யோசித்துக் கொண்டே இருந்த நான் சில நொடிகளில் அவர் யார் என்பதை உணர்ந்தேன். தனது நடிப்புத் திறமைக்காகவும், ஸ்டைலுக்காகவும் லட்சக்கணக்கான மக்கள் வழிபடும் நடிகர் ரஜினிகாந்த்தான் அவர். விமானத்தில் இருந்த யாருக்கும் அவர் யார் என்று தெரியவில்லை. அவரது அதிகாரப்பூர்வ பெயர் வேறு என்பதால், விமான நிறுவன ஊழியர்களுக்குக் கூட அவரை அடையாளம் தெரியவில்லை. விமானத்தில் இருந்தவர்களுக்கு

அவரது அடையாளம் தெரிந்தால், அவரைச் சுற்றிக் கொள்ளக் கூடும். எனக்கோ, ரஜினிகாந்த்தை நேரில் சந்தித்து அவருடன் புகைப்படம் எடுத்துக் கொள்ள வேண்டும் என்ற கனவு வெகு நாட்களாக இருந்தது. அப்போது அந்த வாய்ப்பு அமைந்தது. நான் என்னை அறிமுகப்படுத்திக்கொண்டு அவருடன் கைகுலுக்கினேன். பேசிக் கொண்டிருக்கும்போதே அவருடன் செல்ஃபி எடுத்துக் கொள்ள வேண்டும் என்ற எனது விருப்பத்தைத் தெரிவித்தேன். அவர் சம்மதித்தார். சுற்றிலும் யாரும் பார்க்கவில்லை என்பதை உறுதி செய்து கொண்டு முகமூடியைக் கழற்றினார். என்னுடன் ஒரு செல்ஃபிக்கு போஸ் கொடுத்தார். பயணம் முடியும் வரை நாங்கள் பேசிக்கொண்டே இருந்தோம். நாங்கள் தரையிறங்கியபோது அவர் தனது சொந்தப் பொருட்களைத் தானே எடுத்துக்கொண்டு கிளம்பியதைக் கண்டு நான் ஆச்சரியப்பட்டேன். ஒரு உதவியாளர் கூட இல்லாமல் அவர் பயணம் செய்திருந்தார். ஓரிரு படங்களில் சில காட்சிகளில் தோன்றியவர்கள் கூட, ஆடம்பரமாகக் காட்சியளிப்பர். ஆனால் இவரோ, கோடிக்கணக்கான ரசிகர்களின் நெஞ்சத்தில் குடி கொண்டிருப்பவர். அப்படியிருந்தும் தன் பொருட்களைத் தானே சுமந்து கொண்டு செல்கிறார். மேலே இருந்து அவரது பெட்டியை இறக்க நான் உதவி செய்கிறேன் என்று சொன்னபோது கூட அவர் பணிவாக மறுத்துவிட்டார். தான் எப்பொழுதும் பயணிப்பது இப்படித்தான் என்று என்னிடம் கூறினார். மற்ற பயணிகளைப் போலவே, அவர் தனது பொருட்களுடன் வெளியேறினார். இங்கும் அவரைப் பார்க்கக் கூட்டம் எதுவும் காத்திருக்கவில்லை என்பதைக் கவனித்தேன். ஆனால் அங்கே ஒரு கூட்டம் இருந்தது - வேறு விமானத்தில் வந்த ஒரு ஆன்மீகத் தலைவரை வரவேற்க விசேஷமாக வரவழைக்கப்பட்ட கூட்டம் அது.

விமானத்தின் போது நாங்கள் நாடகங்கள் மற்றும் திரைப்படங்களைப் பற்றிப் பேசினோம். நான் டெல்லிக்கு ஒரு முக்கியமான கூட்டத்துக்காகப் போகிறேன் என்றும் ஒரு நாடகத்தை வழங்கப் போகிறேன்' என்றும் சொன்னதும் அவர் என்னை ஆச்சரியமாகப் பார்த்தார். மெடிமிக்ஸ்

பற்றியும் என்னைப் பற்றியும் அவர் முன்பே கேள்விப்பட்டிருந்தார். நான் ஒரு வியாபாரி மட்டுமே என்று அவர் நினைத்திருந்தார். நாடகங்கள், திரைப்பட உலகில் எனக்குள்ள ஈடுபாடு, இரண்டு துறைகளிலும் எனக்குக் கிடைத்த அங்கீகாரங்கள் பற்றிச் சொன்னபோது, எங்கள் உரையாடலில் கூடுதல் நெருக்கம் ஏற்பட்டது. பிரிந்து செல்லும் வழியில் நாங்கள் கைகுலுக்கியபோது, ஒரு சாதாரண சந்திப்பை விட இது கூடுதல் முக்கியத்துவம் வாய்ந்தது என்பதை நான் உறுதியாக உணர்ந்தேன். "உங்களுக்கு ஏதாவது தேவைப்பட்டால் என்னைக் கூப்பிடுங்கள்," நாங்கள் பிரிவதற்கு முன் அவர் கூறிய இறுதி வார்த்தைகள் இவை. அவர் தற்செயலாகச் சந்தித்த ஒருவருக்குச் சொல்லும் மரியாதை நிமித்தமான வார்த்தையாக நான் அதை எடுத்துக் கொண்டேன். என்னைப் பொறுத்தவரை, என்னுடன் செல்ஃபி எடுக்க அவர் ஒப்புக்கொண்டதும், அவருடன் பேச எனக்குக் கிடைத்த வாய்ப்பும் அவரது நல்ல நடத்தைக்குச் சான்று.

ஆனால் இந்தச் சந்திப்பின் தொடர்ச்சி எனக்கு ஆச்சர்யத்தைப் பரிசளித்தது. ரஜினிகாந்தின் மேலாளர் என்னைத் தொலைபேசியில் அழைத்து, "விமானத்தின் போது சொல்ல மறந்து போன ஒரு விஷயத்தை உங்களிடம் சொல்லும்படி ரஜினி சார் என்னிடம் சொன்னார்" என்றார். அது என்னவென்று அறிய ஆவலாக இருந்தேன். ரஜினிகாந்தும் அவரது குடும்பத்தினரும் பல ஆண்டுகளாக மெடிமிக்ஸ் சோப்பைதான் பயன்படுத்துகின்றனர் என்று என்னிடம் சொல்லும்படி கூறியிருந்தார். ரஜினிகாந்த் போன்ற ஒருவரிடமிருந்து வந்த இந்த விஷயம், மெடிமிக்ஸ் குடும்பத்தில் சிலிர்ப்பை ஏற்படுத்தியது.

பிரபல இயக்குனர் கே.பாலச்சந்தர் இயக்கிய "அபூர்வ ராகங்கள்" படத்தில் கதாநாயகி ஜெயசுதா மெடிமிக்ஸ் சோப்பு விற்கும் காட்சிகள் இடம் பெற்றுள்ளன. இந்தப் படம் உலகம் முழுவதும் உள்ள ரசிகர்கள் மத்தியில் நல்ல வரவேற்பை பெற்றது. ரஜினிகாந்த் நடித்த முதல் படமும் அதுதான். எங்கள் மெடிமிக்ஸ் சோப்பைப் பிரபலப்படுத்துவதிலும், நுகர்வோர் மத்தியில் கொண்டு செல்வதிலும் இந்தத் திரைப்படம் முக்கியப் பங்கு வகித்தது. இந்தப் படத்தை

இந்தியில் ரீமேக் செய்தபோது, அந்தக் காட்சிகளில் மெடிமிக்ஸ் சோப்பை மட்டுமே பயன்படுத்த வேண்டும் என்று இயக்குநர் வற்புறுத்தியிருக்கிறார்!

எங்கள் டெல்லி பயணம் மற்றொரு சமூக முக்கியத்துவத்தையும் பெற்றது. அவருடன் எடுத்துக்கொண்ட புகைப்படத்தை முகநூலில் பதிவிட்டு விட்டேன். ரஜினிகாந்த் அரசியலுக்கு வர இருப்பதாகவும், அதற்காக டெல்லி செல்ல இருப்பதாகவும் செய்திகள் வெளியாகின. எனது பதிவின் மூலம் அவரது டெல்லி பயணம் உறுதியானது. மற்றும் எண்ணற்ற ஊகங்கள் அதை வைத்து செய்யப்பட்டன. ஊடகங்கள் உட்பட பலர் என்னை அணுகினர். இந்தப் புகைப்படம் சில சேனல்களில் வந்தபோது, என்னை நேர்காணல் செய்வதற்கான கோரிக்கைகளும் வந்தன. அவருடன் வெறுமனே பயணம் செய்ததற்கே நான் இவ்வளவு கவனம் பெற்றேன் என்றால், ரஜினிகாந்த் மீது மக்களும் ஊடகங்களும் வைத்திருக்கும் மரியாதை எவ்வளவு அதிகம் இருக்கும்?

ரஜினி குடும்பம் வெளிப்படுத்தும் எளிய இயல்பு, பெருந்தன்மை மற்றும் அன்பை அறிய எனக்கு இன்னொரு வாய்ப்புக் கிடைத்தது. கொச்சியில் ஒரு திருமணத்தின் போது இது நடந்தது. மணமகன் சென்னையைச் சேர்ந்தவர். மணமகன் குடும்பத்துடன் வந்திருந்த ஒரு பெண்மணியை அடையாளம் கண்டுகொண்டேன். அது ரஜினிகாந்தின் மனைவிலதா. நான் அவரை அணுகி என்னை அறிமுகப்படுத்திக் கொண்டேன். அவர் என்னிடம், "நீங்கள் சென்னையில் தானே வசிக்கிறீர்கள்; ஆனால் நீங்கள் ஏன் ஒருமுறை கூட எங்கள் வீட்டிற்கு வரவில்லை? கண்டிப்பாக நீங்கள் வரவேண்டும்" என்று அழைத்தார். அவருடைய வார்த்தைகளில் இருந்த நெருக்கமும், நேர்மையும் என்னை ஆச்சரியப்படுத்தியது.

எனக்கு நடிகர் மோகன்லாலை முப்பதாண்டுகளுக்கும் மேலாகத் தெரியும். அவர் திருவனந்தபுரம் எம்.ஜி.கல்லூரியில் எனக்கு சீனியர். அவருடைய தனித்துவம் பல நேரங்களில் என்னை ஆச்சரியத்தில் ஆழ்த்தியுள்ளது.

சென்னையில் உள்ள மலையாளி க்ளப்புடன் நாங்கள் இருவரும் கொண்டிருந்த தொடர்பினால் எங்கள் உறவு

வலுவடைந்தது. லால் அங்கு தொடர்ந்து ஷட்டில் பேட்மிண்டன் விளையாடி வந்தார். அவர் ஹீரோவாக நடித்த "பரதம்" படத்தின் படப்பிடிப்பு அந்த க்ளப்பில் நடந்தது. இதுவும் எங்கள் நட்பு வலுவடையப் பல சூழ்நிலைகளை உருவாக்கியது. விரைவில் எங்கள் குடும்ப உறுப்பினர்களும் நண்பர்களாக மாறினர்.

ஒருமுறை நாடகங்கள் நடிப்பதில் தீவிரமாக ஈடுபட்டிருந்த எங்களில் சிலர், மலையாளி க்ளப்பின் ஒரு மூலையில் அமர்ந்து, ஒத்திகை முகாம் பற்றிப் பேசிக்கொண்டிருந்தோம். ஒரு புதிய நாடகத்திற்கான ஒத்திகை முகாம் வழக்கமான பூஜையுடன் தொடங்கும். நாடகத்துடன் தொடர்புடைய அனைவரும் பூஜைக்காக அங்கு வந்திருப்போம். அந்த நேரத்தில்தான் திரைக்கதை/ ஸ்கிரிப்ட் எங்களிடம் ஒப்படைக்கப்படும். இந்த முறை டாக்டர் சித்தனின் வீட்டில் ஒத்திகை முகாம் நடைபெற இருந்தது. மோகன்லால் அங்கு வந்தபோது நாங்கள் இந்த முகாமைப் பற்றி விவாதித்துக் கொண்டிருந்தோம். "இங்கே என்ன ப்ளான் பண்றீங்க?" என்று அவர் தன் பாணியில் கேட்டார். முதலில் நாங்கள் சற்றுத் தயங்கினாலும் பிறகு எங்கள் விவாதத்தைப் பற்றி அவரிடம் சொன்னோம். அவர் மிகவும் ஆர்வமாகக் கேள்விகள் கேட்டார். நான் விவரம் சொன்னேன். கிளம்பும் முன் பூஜை நடக்கும் இடத்தின் முகவரியைக் கேட்டுக் கொண்டார்.

அன்று பூஜை நடக்கும் நாள். நாங்கள் அனைவரும் அங்கே கூடி பூஜைக்காகத் தயாராகிக் கொண்டிருந்தோம். திடீரென கதாநாயகியாக நடிக்கவிருந்த பெண்மணி ஏதோ கத்திக் கொண்டே உள்ளே ஓடி வந்தார். அவர் முகத்தில் ஆச்சர்யம் எழுதி ஒட்டப்பட்டிருந்தது. மோகன்லால் வாசல் வழியாக உள்ளே நுழைவதைக் கண்டுதான் அவர் அதிர்ச்சியடைந்து கத்திக் கொண்டு வந்தார் என்பதை இப்போது நாங்களும் தெரிந்து கொண்டோம். அவரது வருகை எங்கள் அனைவருக்கும் மிகுந்த உற்சாகத்தையும் ஊக்கத்தையும் கொடுத்தது. வெள்ளித்திரையில் பார்வையாளர்களை மயக்கும் ஒரு நட்சத்திரம் அவர். ஆனால் மிகவும் சாதாரணமான பொழுதுபோக்கு நாடகத்தையும் விரும்புகிறார்.

லால் எப்போதும் நட்பை மதிப்பவர். இந்த அம்சத்தை வெளிப்படுத்திய ஒரு சம்பவத்தை இங்கே பகிர்ந்து கொள்கிறேன். மலையாளி க்ளப்பில் உள்ள பேட்மிண்டன் வீரர்கள் குழு ஒரு போட்டியை நடத்த முடிவு செய்தது. அனைத்து வீரர்களும் போட்டியில் பங்கேற்பார்கள் என எதிர்பார்க்கப்பட்டது. அதனால், உறுப்பினரான மோகன்லாலும் விளையாட வேண்டியிருந்தது. போட்டியில் விளையாடுவதில் மோகன்லால் சற்றுத் தயக்கம் காட்டினார். "நான் மட்டும் போட்டியில் விளையாடாமல் இருக்க முடியுமா? ஒருவேளை நான் இந்தப் போட்டியில் தோற்றுவிட்டால் அது செய்தித்தாள்களில் வெளியாகும். விளையாடுவது தவிர எந்த வேலை கொடுத்தாலும் செய்யத் தயாராக இருக்கிறேன்," என்றார் அவர்.

இந்த வேண்டுகோளை ஏற்று அவரிடம், "நீங்கள் லைன் அம்பயராக இருக்கத் தயாரா?" என்று கேட்டோம். அவர் உடனடியாக ஒப்புக்கொண்டார் அதோடு அந்தப் போட்டி முழுவதும் மிகுந்த ஆர்வத்துடன் தனக்கு ஒதுக்கப்பட்ட வேலையை நிறைவாகச் செய்தார்.

நாங்கள் குடும்ப நண்பர்களாக இருந்ததால், விடுமுறை நாட்களை ஒன்றாகச் செலவழித்திருக்கிறோம். லாலின் மனைவி சுசித்ரா பிரபல திரைப்படத் தயாரிப்பாளரான பாலாஜியின் மகள். மோகன்லாலுடைய மகன் பிரணவ் சிறுவனாக இருந்தபோது நடந்த ஒரு சம்பவம் எனக்கு நினைவிருக்கிறது. மோகன்லாலுக்குச் சென்னை நகரில் இருந்து வெகு தொலைவில் பண்ணை வீடு ஒன்று உள்ளது. ஒருமுறை, வார இறுதியில் அங்கே சந்திப்பது என்று முடிவு செய்யப்பட்டது.

பாதை உறுதியாகத் தெரியாத ஒருவர் இந்த இடத்தைக் கண்டுபிடிப்பது எளிதானது அல்ல. பிரதான சாலையில் இருந்து பண்ணை வீட்டிற்குச் செல்லும் பாதையில் ஒருவர் கூட இருக்க மாட்டார்கள். அதனால் வழியில் விசாரிக்கவும் முடியாது. அப்போது மொபைல் போன்களும் புழக்கத்தில் இல்லை. அதனால் வழி தவறிச் செல்ல எல்லா வாய்ப்புகளும் இருந்தது. மோகன்லால் எங்களைப் பண்ணைக்கு அழைத்தபோது இந்தச் சிரமத்தை அவரிடம் சொன்னேன்.

"கவலைப்படாதே. பண்ணை வீட்டிற்குச் செல்லும் பாதை தொடங்கும் இடத்தில் ஒரு மைல் கல் உள்ளது. உங்களை வழிநடத்த யாரையாவது அங்கே நிற்கச் சொல்கிறேன்," என்றார்.

"நாங்கள் ஃபியட் காரில் வருவோம். நான் ஓட்டுவேன். நீங்கள் இதை அந்த நபரிடம் சொல்லுங்கள், அப்போதுதான் அவர் எங்களை அடையாளம் காண முடியும்" என்று நான் லாலிடம் சொன்னேன். அவர் அப்படியே செய்ய ஒப்புக்கொண்டார்.

குறிப்பிட்ட நாளில் நாங்கள் கிளம்பினோம். ஒரு மணி நேரத்தில் நாங்கள் நகர எல்லையை விட்டுக் வெளியேறினோம். 'எங்களுக்காக யாராவது காத்திருப்பார்கள்' என்று லால் உறுதியளித்த இடத்தை நாங்கள் நெருங்கிக்கொண்டிருந்தோம். எங்கள் வழிகாட்டியைத் தேடினேன். இவரைச் சந்திக்காமல் விட்டு விட்டால் அந்தப் பயணமே வீணாகிவிடும் என்ற பயம் எனக்கு. நாங்கள் பக்கவாட்டுச் சாலையில் திரும்ப வேண்டிய இடத்தை நான் சரியாகக் கண்டுபிடிக்க வேண்டும். அப்போது தூரத்தில் லால் குறிப்பிட்டிருந்த மைல் கல்லில் ஒருவர் அமர்ந்திருப்பதைக் காண முடிந்தது. எனவே அவர்தான் எங்களுக்கு வழிகாட்டியாக இருக்க வேண்டும் என்று பேசியபடியே அந்த இடத்திற்கு அருகே சென்றோம். அந்த உருவத்தின் முன் காரை நிறுத்தியதும் நானும் என் மனைவியும் அதிர்ச்சியடைந்தோம். அங்கே சாலையோரம் இருந்த கல்லில் அமர்ந்திருந்தவர் சாட்சாத் மோகன்லாலே தான். அவ்வளவு புகழ்பெற்ற நடிகர் எங்களுக்காகச் சாலையில் காத்திருப்பதை நாங்கள் கனவிலும் நினைத்துப் பார்க்கவில்லை. அவருடைய பணிவு மற்றும் பெருந்தன்மைக்கு எங்கள் நன்றியையும் பாராட்டுகளையும் தெரிவித்தோம்.

உலகமே கொரோனாவால் பாதிக்கப்பட்ட காலத்தில் நாடகம் மற்றும் சினிமாத் துறையில் பல கலைஞர்கள் மிகவும் பாதிக்கப்பட்டிருந்தனர். பலர் வாழ்வாதாரத்தை இழந்தனர். கவலையின் பிடியில் இருந்தவர்களுக்கு ஆறுதல் கூறி உதவிகள் செய்யவும் முன் வந்தார் மோகன்லால். தனக்குத் தெரிந்த லைட் பாய் முதல் எல்லோரையும் தானே

தொலைபேசியில் அழைத்து விசாரித்தார். அப்போது என்னையும் அழைத்து இந்த எதிர்பாராத பேரிடர் குறித்து விவாதித்தார்.

சினிமா துறையில் உள்ளவர்களுடனான எனது தொடர்பு குறித்த இந்த அத்தியாயத்தை முடிப்பதற்கு முன் இன்னும் சில பெயர்களை இங்கு நினைவுகூர ஆசைப்படுகிறேன். அவர்கள் பல நல்ல திரைப்படங்களில் என்னுடன் இணைந்து பணியாற்றிய முகேஷ் ஆர்.மேத்தா மற்றும் வர்ணசித்ரா மஹாசுபைர்.

9

மலையாளி க்ளப்பின் நூற்றாண்டு விழாவும், எனது களச் செயல்பாடுகளும்

சென்னையின் மலையாளி க்ளப் என்னுடைய கலைத்திறமை மற்றும் களச் செயல்பாடுகளை வளர்த்தெடுப்பதில் பெரிய பங்களித்திருக்கிறது.

உலகின் மிகப் பழமையான மலையாளி க்ளப்களுள் ஒன்று சென்னை மலையாளி க்ளப். அது 1897ம் வருடம் உருவாக்கப்பட்டது. இந்தியாவின் ஐம்பதாவது ஆண்டு விழாவும், மலையாளி க்ளப்பின் நூற்றாண்டு விழாவும் ஒரே சமயத்தில் கொண்டாடப்பட்டது(1996 - 1997). இந்தக் கொண்டாட்டங்கள் சுமார் ஒரு வருடம் நடைபெற்றது. அப்போது நான் அந்த க்ளப்பின் செயலாளராக இருந்தேன். பல முக்கியமான நபர்களால் வழிநடத்தப்பட்ட அந்த க்ளப்பின் வரலாறு தங்கத்தில் பொறிக்கப்படுமளவு மதிப்புடையது.

அந்தக் க்ளப்பின் நிர்வாகக் குழு உறுப்பினராக சுமார் பனிரெண்டு ஆண்டுகள் இருந்திருக்கிறேன். நான் சென்னைக்கு வந்த புதிதில் பாட்மிண்டன் விளையாடுவதற்காக க்ளப்புக்குச் செல்வதுண்டு. நாடகங்களுக்கு ஒத்திகை பார்ப்பது, வசனங்களை ஒப்புவிப்பது போன்றவை அங்கே நடப்பதை அடிக்கடி பார்த்திருக்கிறேன். எனக்குள் இருந்த நடிகனை அது மேலும் தூண்டிவிட்டது.

மலையாளி க்ளப்பில் செய்த வேலைகளின் மூலமாகவே பெரிய குழுக்களை நிர்வகிப்பது, தலைமைப் பண்பை

வளர்த்துக் கொள்வது, அமைப்பு வேலைகள் செய்வது என்று பல விஷயங்களை நான் கற்றுக் கொண்டேன். 1986ல் இருந்தே இந்தக் க்ளப்பில் செயற்குழு உறுப்பினராக இருக்கிறேன். இந்தப் பத்து வருடங்களில் நான் பெற்ற அனுபவங்களின் மூலமாகவே நூற்றாண்டு விழாக் கொண்டாட்டங்களின்போது செயலாளராக என்னுடைய வேலைகளை நான் எளிதில் செய்ய முடிந்தது. இந்தக் கொண்டாட்டங்களுக்காக நான் ஏற்பாடு செய்திருந்த நிகழ்ச்சிகள் சென்னையில் இருந்த மலையாளிகளுக்குப் புதிதாகவும், ஆர்வத்தைத் தூண்டு வதாகவும் இருந்தது. இந்த நூற்றாண்டுக் கொண்டாட்டங் களுக்காக ஒரு வருடம் முழுக்க 18 நிகழ்ச்சிகளை நடத்தியிருந்தோம்.

நிகழ்ச்சிகளை ஒருங்கிணைப்பதில் நான் முதலில் ஈடுபட்டபோது ஒரு வரவேற்புரை வழங்கக் கூட எனக்குத் தெரியாது. எனக்கு முன்னால் இருந்த பிரபலமான நபர்களுக்கு முன்னால் ‘நான் ஒன்றுமே இல்லை’ என்ற எண்ணமே என்னை இழுத்துப் பிடித்தது. நான் சொல்ல விரும்பியதையெல்லாம், சொல்ல விடாமல் மேடை பயம் என்னைத் தடுத்து நிறுத்தியது. நிர்வாகக்குழுவில் பேசும் விஷயங்களை ‘மினிட்ஸ்’ எடுக்கக் கூட எனக்கு ஒழுங்காகத் தெரியாது. ஆனால் இதற்காகவெல்லாம் நான் பின் வாங்க நினைக்கவில்லை. என்னுடைய எல்லாக் குறைகளையும் தாண்டி முன்னேறச் சொன்னது என் மனம். என் திறமைகளை செதுக்கிக் கொள்ளும் வாய்ப்பை மலையாளி க்ளப் எனக்கு வழங்கியது. எனக்குக் கிடைத்த ஒவ்வொரு வாய்ப்பையும் மிகுந்த கவனத்துடன் பயன்படுத்தினேன். கொஞ்சம் கொஞ்சமாக மக்கள் என்னைக் கவனிக்க ஆரம்பித்தார்கள். நாம் எடுத்துக் கொள்ளும் பொறுப்புகள் தான் நம்மைச் சுற்றி இருக்கும் சமூகத்தை உயிரோட்டத்தோடு வைத்திருக்கின்றன என்பதைப் புரிந்து கொண்டேன். இதன் மூலம் நான் கற்றுக் கொண்ட பாடங்களும், அது கொடுத்த வலிமையும் அளப்பரியது. குழுவின் வலிமையும், பலவீனமும் அவர்களுக்குக் கிடைக்கும் தலைமையைப் பொறுத்துத்தான் மெருகேறும். இதுதான் என்னைப் பெரிய பொறுப்புகளை எடுத்துக் கொள்ளத் தூண்டியது. ஒரு உலகத்தைப் புதிதாக நிர்மாணிப்பதற்கும், அதன் உன்னதத்தை அடைவதற்கும்

தேவையானவை எனக்குள் இருக்கின்றன என்ற உறுதியை இவை விதைத்தன. மலையாளி க்ளப்தான் இதற்கான களத்தைத் தந்து எனக்குப் பாடம் நடத்தியது. டி.ஜி. மேனன்(எனக்கு கோபியேட்டன்), கே.வி.நாயர், திருமதி பாரதி ராஜா, கே.வாசுதேவன், ரவீந்திரன் ஐ.பி.எஸ். ஆகிய மாமனிதர்கள் எனக்கு ஆதரவும், ஊக்கமும் அளித்தனர். என் நண்பர்கள் நந்தகோவிந்த், கே.பி.ஏ.லத்தீஃப், ஜி. விஜயகுமார் ஆகியோர் எல்லாக் காலமும் என் கூடவே இருந்தனர். எனக்கு அளிக்கப்பட்ட வேலைகளை முழுமை யாக, சிறந்த முறையில் நான் முடித்தேன் என்ற திருப்தியுட னேயே பின்னாட்களில் அந்தப் பதவியைத் துறந்தேன்.

மிகச் சிறந்த நோக்கத்துக்காக பாடுபட்டுக் கொண்டிருக்கும் அமைப்புகள்கூட, அதில் பணிபுரியும் நபர்களின் அதிகார மோகத்தால் தோல்வியைச் சந்திக்கின்றன. சாதி, மத, இன உணர்வுகளை விட்டொழிக்க முடியாத அகங்காரம் கொண்ட சில நபர்கள்தான் அமைப்புச் செயல்பாடுகளுக்கு வில்லனாகிறார்கள். அவர்களின் பயம் மற்றவர்கள் அமைப்புக்குள் நுழைந்து விடுவார்கள் என்பதுதான். ஆனால் இதுபோன்ற விஷயங்கள் எதுவும் எங்கள் க்ளப்பைத் தொட்டதில்லை. எங்கள் க்ளப்பில் பலதரப்பட்ட கருத்துகள் ஏற்றுக்கொள்ளப்பட்டு ஜனநாயகக் கொள்கைகளின்படி செயல்படுத்தப்படும். க்ளப்பிற்கான உறுப்பினர்களைத் தேர்ந்தெடுக்கும்போது அந்தக் குறிப்பிட்ட நபரின் திறன்களை மட்டுமே நான் கணக்கிலெடுத்துக் கொள்வேன். பலதரப்பட்ட திறமைகள் உள்ளவர்கள் ஒன்று கூடும் போது நாம் பெறும் வலிமையை நான் நன்கு அறிந்திருந்தேன். ஜாதி, மதம், நிதி நிலை அல்லது உயர் பிறப்பு ஆகியவை கணக்கில் எடுத்துக் கொள்ளப்படவில்லை. இந்தக் கொள்கைகளை நடைமுறைப்படுத்தி மேற்கொள்ளப்பட்ட மனிதாபிமான நடவடிக்கைகள், க்ளப்பை மேலும் புகழடையச் செய்தன.

நூற்றாண்டு விழாவின் முதல் நிகழ்ச்சியாக சுவாதி சங்கீத நிருத்தியோத்ஸவம் மற்றும் சுவாதி விருது வழங்கலும் நிகழ்ந்தன. வழக்கமான பாதையில் இருந்து விலகிச் செல்ல வேண்டும் என்ற ஆசைதான் எங்களை சுவாதி திருநாளிடம் அழைத்துச் சென்றது. சென்னை ஒவ்வொரு ஆண்டும் குறிப்பிடத்தக்க பல நல்ல இசை நிகழ்ச்சிகளை நடத்துகிறது.

இவை எல்லாவற்றையும் பற்றி ஊடகங்களில் நல்ல கட்டுரைகளும் வருகின்றன. ஆனால் அந்தக் கச்சேரிகளில் மலையாளிகளின் பங்களிப்பில்லை. சென்னையிலுள்ள கான சபாக்கள், கேரளத்தின் சிறந்த இசையமைப்பாளர் சுவாதி திருநாளைக் கருத்தில் கொள்ளவில் ல. இந்தப் புறக்கணிப்பு, அவரது மேதைமையை ஏற்க மறுப்பது குறித்த விவாதத்தின் போதுதான் சுவாதி திருநாள் பெயரில் இசை விழா நடத்தி, அவர் பெயரில் விருது வழங்க வேண்டும் என்ற யோசனையாக எழுந்தது. எனது சக தோழரான கலா சசிகுமார் இந்த ஆலோசனையை வழங்கினார். அவர் இசையிலும் நிபுணத்துவம் கொண்டவர். அந்த ஆலோசனையை நாங்கள் ஏற்றுக் கொண்டோம். சுவாதி திருவிழா வெகு விமரிசையாக நடைபெற்றது. இப்போது ஒவ்வொரு ஆண்டும் நடத்தப்படும் சுவாதி சங்கீதோத்ஸவம் மற்றும் விருது வழங்கும் விழா, எங்களின் முயற்சிக்குக் கிடைத்த புகழைக் கண்டு கேரள அரசால் தொடங்கப்பட்டது. க்ளப் வழங்கிய முதல் விருது செம்மங்குடி சீனிவாச ஐயருக்குக் கொடுக்கப்பட்டது. பின்னர் யேசுதாசுக்கும் இவ்விருது வழங்கப்பட்டது. பிரபல சினிமாக் கலைஞரும் நடனக் கலைஞருமான ஷோபனா, டி.வி.கோபாலகிருஷ்ணன் மற்றும் கோபிகா வர்மா ஆகியோர் முதல் விருதுக் குழுவில் இடம்பெற்றிருந்தனர்.

நூற்றாண்டு விழாவை 18 ஆகஸ்ட் 1996 அன்று முன்னாள் தலைமைத் தேர்தல் ஆணையர் ஸ்ரீ.டி.என்.சேஷன் தொடங்கி வைத்தார். பல்வேறு பொழுதுபோக்கு நிகழ்ச்சிகளை கேரள சுகாதாரத்துறை அமைச்சர் ஏ.சி.சண்முகதாஸ் துவக்கி வைத்தார். அக்டோபரில் ஷோபனாவின் பரதநாட்டிய நிகழ்ச்சியும், யேசுதாஸின் கானமேளாவும் நடைபெற்றது.

ஒரு கூட்டம் நடக்கிறது. அந்தக் கூட்டத்தில் முக்கிய விருந்தினர்களை வரவேற்க நியமிக்கப்பட்ட ஒருவர், ஒரு மணி நேரத்திற்கும் மேலாகத் தானே வரவேற்புரை நிகழ்த்துகிறார் என்று வைத்துக் கொள்ளுங்கள். அப்படியென்றால் அன்று அழைக்கப்பட்ட விருந்தினர்களின் மதிப்புமிக்க நேரத்தை அவர் திருடிக் கொள்கிறார். அதோடு உண்மையில் யாரையும் அவர் வரவேற்கவும் இல்லை என்றுதான் அர்த்தம். இப்படி ஒரு சித்திரத்தை அவர் எங்களுக்கு வழங்கியபோது அது பெரிய புரிதலாக

அமைந்தது. சமஸ்கிருத வார்த்தைகளான 'மிதம் ச சாரம்சவ சோஹி வாக்மிதா' (ஒரு பேச்சு சுருக்கமாக இருக்க வேண்டும் மற்றும் முக்கியமான விஷயங்களை மட்டுமே கொண்டிருக்க வேண்டும்) எப்போதும் அனைத்துப் பேச்சாளர்களின் மனதிலும் நிலைகொண்டிருக்க வேண்டும்.

விருந்தினர்களை முறைப்படி வரவேற்பவரால் நானும் 'பாதிக்கப்பட்டிருக்கிறேன்'. ஒரு கூட்டத்தில் வரவேற்புரை அளிப்பவர் என்னை 'தோலுக்குத் தீங்கு விளைவிக்கும் பொருட்களை விற்பனை செய்தவர்' என்று அறிமுகப்படுத்தினார். இப்படிக் கவனமில்லாமல் சொல்லிவிட்டு என்னை அவர் தொடர்ந்து பாராட்டிக் கொண்டும் இருந்தார். மேடையில் அமர்ந்திருந்த ஒருவர் அவரைத் திருத்த முயன்றார். பின்னர் பேச்சாளர் தனது வார்த்தைகளை மீண்டும் மாற்றிச் சொன்னார் - "ஆமாம். தோலுக்குத் தீங்கு விளைவிக்கும் பொருட்களை இவர் இப்போதும் விற்பனை செய்து கொண்டுதான் இருக்கிறார்."

மகாத்மா காந்தியின் மகளாக இந்திரா காந்தியை அறிமுகப்படுத்தினால் எப்படி இருக்கும்? அதைப் போல, 'அனூப் அவரது தந்தை டாக்டர் சித்தனைப் போலவே திறமையானவர்' என்று மனிதர்கள் என்னைப் பற்றி அறிமுகப்படுத்துவதைக் கேட்டிருக்கிறேன். இங்கே என் மாமா எனக்கு அப்பா ஆனார். பட்டறையில் இருந்து கற்றுக்கொண்ட ஒரு முக்கியமான பாடம் என்ன தெரியுமா? நமக்குச் சரியாக, முழுமையாகத் தெரியாத விஷயங்களைப் பேசக்கூடாது. அப்படிப் பேசினால் நம் முட்டாள்தனம் வெளிப்பட்டுவிடும்.

இந்தப் பயிற்சிதான், பிற்காலத்தில் மேடையில் பேசுவதன் மீது எனக்குத் தணியாத தாகத்தை உருவாக்கியது. எந்தப் பெரிய கூட்டத்திலும் தயக்கமின்றித் பேசத் தொடங்கினேன். இப்போது நான் புதிய தலைமுறையினருடன் பேசும்போது, எனது சொந்த அனுபவங்களை அடிப்படையாகக் கொண்டு பேசுகிறேன். என் அனுபவ அறிவையும், முன்னுணர்வையும் அவர்களுக்கு நான் எடுத்துச் சொல்கிறபோது, என் கடமையைச் செய்த நிறைவை அடைகிறேன்.

பயிற்சியின் ஒரு பகுதியாக ராஜன் முன்வைத்த ஒரு நகைச்சுவை, என் நினைவுக்கு வருகிறது. ஒரு அமைப்பு, அதன் ஒவ்வொரு நிர்வாக்க் கூட்டத்தின் தொடக்கத்திலும் ஒரு உறுப்பினர் நகைச்சுவையாகப் பேச வேண்டும் என்று முடிவு செய்தது. இப்படி ஆரம்பிப்பது உறுப்பினர்களின் மனதில் உள்ள பதற்றத்தைக் குறைத்து, அவர்களை உற்சாகப்படுத்தும் என்ற அனுமானத்தின் அடிப்படையில் அமைந்தது. இந்த நடைமுறை சில காலம் வெற்றிகரமாக மேற்கொள்ளப்பட்டது. ஒரு குறிப்பிட்ட கூட்டத்தில், அனைத்து உறுப்பினர்களும் தங்கள் இருக்கைகளில் இருந்தனர். அன்றைய கூட்டத்தில் முதலில் பேச இருந்தவர் ஒரு நகைச்சுவைத் துணுக்கைத் தனது முழுத் திறமையுடன் வழங்கினார். ஆனால் யாரும் சிரிக்கவே இல்லை. அவர்களுக்கு சொன்ன விஷயம் புரியாமல் போயிருக்கலாம் என்று எண்ணி மறுபடியும் தன் நகைச்சுவையை விளக்கிச் சொல்லி அவரே சிரிக்கவும் செய்தார். அப்போதும் மற்றவர்களிடம் இருந்து பதில் சிரிப்பு வரவில்லை. அந்தச் சூழ்நிலையில்தான் ஏதோ அசம்பாவிதம் இருப்பதாக உணர்ந்த அவர், கூட்டத்தின் நிகழ்ச்சி நிரல் எழுதப்பட்ட காகிதத்தைப் பார்த்தார். முக்கியமான உறுப்பினர்களில் ஒருவரின் மரணத்திற்கு இரங்கல் தெரிவிக்கும் கூட்டம் அது என்று அதில் குறிப்பிடப்பட்டிருந்தது. - 'மிகவும் உணர்ச்சிகரமான நிகழ்வில்' அவர் நகைச்சுவைத் துணுக்கைப் பேசியிருக்கிறார்.

சந்தர்ப்பத்தை நினைத்துப் பார்க்காமல் வெறுமனே நகைச்சுவையாகப் பேசுபவர்களை நாம் எல்லா இடங்களிலும் பார்க்கிறோம். நான் மேடைப்பேச்சு பேச ஆரம்பித்த காலகட்டத்தில், நான் கையில் எழுதி வைத்திருந்த காகிதத்தில் இருந்த உரை கொடுத்த தைரியத்தில், பார்வையாளர்களை எதிர்கொண்டேன். அதில் ஒரு சில வரிகள் மட்டுமே இருக்கும். நான் அவற்றை மகிழ்ச்சியுடன் ஒப்பிப்பேன். கையில் காகிதம் இல்லாமலேயே விஷயங்களை நன்றாக முன்வைக்க முடியும் என்பதைப் பின்னர் கொஞ்சம் கொஞ்சமாகக் கண்டு கொண்டேன். என் மேடை பயம் மறைந்தது. அந்தக் காலகட்டத்தில் நான் நாடகமேடைகளில் ஹீரோவாக எந்தச் சிரமமும் இல்லாமல் மேடையில் நடித்துக் கொண்டிருந்தேன். தவறிழைக்காமல் வசனம் பேசிக் கொண்டுதான் இருந்தேன். அதனால் எனக்கு வந்த பயத்துக்கு

மேடை பயம் என்று பெயர் வைப்பது தவறுதான் என்று நினைக்கிறேன்.

கூட்டத்துக்கு வரவேற்பு உரை வழங்கும் பேச்சாளரைப் பற்றி இவ்வளவு நேரம் பேசினோம். அதே நேரம் நன்றியுரை வழங்குபரின் முக்கியத்துவத்தையும் நாம் புறக்கணிக்க முடியாது. வெறும் இரண்டு அல்லது மூன்று வாக்கியங்களுக்குள் பேச வேண்டியதை ஒரு மணி நேரத்திற்கும் மேலாகப் பேசுபவர்கள் இன்னும் இருக்கிறார்கள். "இந்தக் கூட்டத்தில் பிரதிநிதிகளுக்கு உணவு தயாரித்த திரு.பாலசுப்பிரமணியனுக்கு நன்றி கூறுகிறேன், அதற்காக முருங்கைக்காய் வெட்டிய வினோத், அவர் நறுக்கிய கத்தியை உருவாக்கிய முருகையன், அந்தக் கத்தியைக் கூர்மையாக்கிக் கொடுத்து உதவிய கருணைமிக்க ஸ்ரீ.தங்கப்பன் ஆகியோருக்கும் நன்றி தெரிவித்துக் கொள்கிறேன்" என்று இழுத்தடித்துப் பேசப்படும் நன்றியுரைகளை நீங்களும் கேட்டிருக்கலாம். இது போன்ற உரைகள் நிறுத்தப்படும் என்று நம்புவது வீண். அந்த அரங்கில் நிகழ்த்தப்பட வேண்டிய முக்கிய உரைகள் முழுமையாக நிகழ்த்தப்படும் போது தானாகவே வரவேற்புரைக்கும் நன்றியுரைக்கும் மரியாதை இருக்கும்.

தலைவர் பதவியை அடைவதற்கான வழிகளை நான் எப்போதுமே தேடிச் சென்றதில்லை. முன்னரே தீர்மானிக்கப் பட்டதைப் போலவே, பெரும்பாலான சமயங்களில் அவை எனக்குக் கிடைத்திருக்கின்றன. நான் ஒவ்வொரு நிகழ்வையும் ஒழுங்கமைத்து முடிக்கும்போது, எனக்குக் கொடுக்கப்பட்ட ஒவ்வொரு பொறுப்பையும் நான் ஒழுங்காக நிறைவேற்றும் போது, புதிதாக ஒன்றைக் கற்றுக்கொள்கிறேன்; அந்தக் கற்றல் இன்றும் தொடர்கிறது.

மலையாளி க்ளப்பின் நூற்றாண்டு விழாவின் போது அதற்காக, அனைத்திந்திய நாடகப் போட்டி, ஜுகல்பந்தி, உணவுத் திருவிழா மற்றும் பல விளையாட்டுப் போட்டிகளை நடத்தினோம். இது தவிர இந்திய சுதந்திரத்தின் பொன்விழாக் கொண்டாட்டங்கள், சுபாஷ் சந்திரபோஸ் மற்றும் வி.கே. கிருஷ்ண மேனன் ஆகியோரின் நூற்றாண்டு விழா பிறந்தநாள் கொண்டாட்டங்களையும் அதே சமயத்தில் நடத்தினோம். அந்நிகழ்ச்சியின் ஒருங்கிணைப்பாளராக கே.வி.நாயரும், தலைவராக கோகுலம் கோபாலனும் இருந்ததை என்றென்றும் என்னால் மறக்கவே முடியாது. இது தொடர்பாக அடுத்த

ஆண்டு வெளியிடப்பட்ட நினைவு விழா புத்தகம் சென்னை மலையாளிகளைப் பொறுத்தவரை ஒரு வரலாற்று ஆவணம்.

டாக்டர். பவித்ரன், டாக்டர்.வி.பி.சித்தன் மற்றும் டாக்டர்.பி.பாலகிருஷ்ணன் ஆகிய மூன்று நண்பர்களும் மலையாளி க்ளப் வட்டாரத்தில் மும்மூர்த்திகளாகப் பார்க்கப்படுபவர்கள். நூற்றாண்டுவிழாவில்வெளியிடப்பட்ட நினைவுப் புத்தகத்தில், மலையாளி க்ளப்பில் நாடகம் போடுவது எப்படித் தொடங்கியது என்று ஒரு கட்டுரையில் டாக்டர். பி. பாலகிருஷ்ணன் குறிப்பிட்டுள்ளார். மருத்துவக் கல்லூரியில் மூத்த மாணவராக இருந்த டாக்டர் சித்தனின் வற்புறுத்தலின் பேரில் க்ளப்பில் நாடகப் பணிகள் தொடங்கியிருக்கின்றன. மேற்குறிப்பிட்ட மூவருமே சென்னைக் கீழ்ப்பாக்கம் மருத்துவக் கல்லூரியில் படித்த வர்கள். டாக்டர் சித்தன் மற்றும் டாக்டர் பி.பாலகிருஷ்ணன் ஆகியோர் 1955 இல் கூட ஒரு நாடகத்தில் ஒன்றாக நடித்துள்ளனர். இந்த நாடகத்திற்கு 'மனசாஸ்திரத்திண்டே மக்கர்' என்று பெயர் சூட்டப்பட்டிருந்தது. இந்நாடகத்தை எழுதியவர் ஏற்கனவே சென்னை நாடக வட்டாரத்தில் பிரபலமான எம்.பி.சிவதாச மேனன்.

டாக்டர்.பி.பாலகிருஷ்ணன் திரைப்படங்களில் பாட வாய்ப்புக் கேட்டு சென்னை வந்த ஒரு இளைஞனைப் பற்றி எழுதியுள்ளார். டாக்டர்.பாலகிருஷ்ணன் முதலில் அவரைத் தனது வீட்டிற்கு வரச் செய்து அவர் பாடுவதைக் கேட்டி ருக்கிறார். பின்னர், அந்த இளைஞனுக்குப் பணப் பற்றாக்குறை இருப்பதை அறிந்த அவர், அவருக்கு வருமானம் ஈட்ட உதவும் வகையில் பல்வேறு பொழுதுபோக்கு நிகழ்ச்சி களில் பங்கேற்க வாய்ப்பு வாங்கிக் கொடுத்திருக்கிறார். இந்த இளைஞன் தான், பின்னாளில் பின்னணிப் பாடல் உலகின் பேரரசன் ஆன திரு கே.ஜே.யேசுதாஸ் அவர்கள். டாக்டர். பி.பாலகிருஷ்ணனும், யேசுதாஸின் தந்தை அகஸ்டின் ஜோசப்பும் நண்பர்கள். பாலகிருஷ்ணன் தனது நண்பரின் மகனை மலையாளி க்ளப்பில் பல நிகழ்ச்சிகளில் பங்கேற்க வைத்தார். அப்போது அந்த க்ளப்பின் அலுவலகப் பொறுப் பாளர்களில் ஒருவராக இருந்த என்னை, யேசுதாஸுக்கு வழங்கப்பட்ட ரூ.50, 60, 100 போன்ற ரசீதுகளை தேடச் சொன்னார் டாக்டர் பி. பாலகிருஷ்ணன். இதையும் அந்தக் கட்டுரையில் குறிப்பிட்டிருக்கிறார்.

எழுத்தாளர் மற்றும் பத்திரிக்கையாளராக இருந்தவர் டாக்டர். பவித்ரன். 1977ம் வருடத்தில் இருந்து தொடர்ந்து ஏழு வருடங்கள் இந்திய திரைப்பட தணிக்கை வாரியத்தினுடைய, சென்னை பிராந்தியப் பிரிவின் செயற்குழு உறுப்பினராகப் பணியாற்றியவர். இந்த மூவரும் மலையாளி க்ளப்பில், கலைக்கான பொற்காலத்தை உருவாக்கினர். அவர்களின் வாரிசாக நான் களம் இறங்கினேன். க்ளப்பின் வரலாற்றில் செயலாளராகப் பணியாற்றியவர்களில் மிகவும் இளையவன் நான்தான். அந்தப் பதவியில் நான்கு ஆண்டுகள் பணியாற்றினேன்.

நான் சேவையாற்றிய மற்றொரு இடம் ஆசான் நினைவுச் சங்கம். இது முதலில் 100 மலையாளிகளை உறுப்பினர்களாகக் கொண்டு உருவாக்கப்பட்டது. இதை நிறுவிய ஏ.கே. கோபாலனைச் சென்னையிலுள்ள அனைத்து மலையாளிகளும் நன்றியுடன் நினைவுகூர வேண்டும். இந்தக் கழகம் கேரளாவின் மொழி மற்றும் இலக்கியத்தின் வளர்ச்சியை வலியுறுத்துகிறது. இந்தக் கழகத்தால் வழங்கப்படும், ஆசான் நினைவுக் கவிதை விருது, பண்பாட்டு, கலைத் துறை வட்டாரங்களில் பெரும் மதிப்பும், மரியாதையும் பெற்ற ஒரு விருது. மலையாளத்தில் கவிதைக்காக வழங்கப்படும் மிகப்பெரிய விருது இதுதான். மலையாளி க்ளப்பின் அலுவலகப் பொறுப்பாளர் பதவியில் இருந்து நான் விலகிவிட்டேன் என்பதை அறிந்ததும், ஏ.கே.கோபாலன் என்னை அழைத்தார். ஆசான் நினைவுக் கழகத்தில் தீவிரமாக ஈடுபடும்படியும், செயற்குழு உறுப்பினராகப் பணியாற்றும்படியும் சொன்னார். நான் ஏற்கனவே அந்தக் கழகத்தில் உறுப்பினராக மட்டும் இருந்தேன். அந்தக் குழுவில் பிரேம் நசீர், கே.பி.உம்மர், கே.எஸ்.சேதுமாதவன், எம்.ஓ.ஜோசப், வி.அப்துல்லா போன்ற பிரபலங்கள் சேவையாற்றிக் கொண்டிருந்தார்கள். நான் அப்படிப்பட்ட ஒரு முக்கியமான குழுவில் நுழைந்தேன். பத்துக்கும் மேற்பட்ட கல்வி நிறுவனங்களை நடத்துகிறது இந்தக் கழகம். அதனுடன் தொடர்புடைய ஒரு வேலைநிறுத்தத்தின் கதையைக் குறிப்பிடுவது முக்கியம் என்று நினைக்கிறேன்.

கேரள அரசிடம் இருந்து குத்தகைக்கு எடுக்கப்பட்ட நிலத்தில் ஆசான் நினைவுப் பள்ளி இயங்கி வந்தது. அதன்

அருகே உள்ள வளாகத்தை மாணவர்கள் விளையாட்டு மைதானமாகப் பயன்படுத்தி வந்தனர். ஆனால் அது குத்தகைக்கு விடப்பட்ட நிலத்தின் ஒரு பகுதி இல்லை. திடீரென இந்த நிலத்தை அரசு கையகப்படுத்திச் சுற்றிலும் சுவர் எழுப்பியது. இப்போது பள்ளிக்கு விளையாட்டு மைதானமே இல்லை. அந்த நிலம் சுற்றுலாத் துறையிடம் வேகமாக ஒப்படைக்கப்பட்டது. சுற்றுலாத்துறை அதை கேடிடிசிக்கு (கேரள சுற்றுலா வளர்ச்சிக் கழகம்) வழங்கியது. இதை சென்னை மலையாளிகள் தங்கள் பெருமைக்கு ஏற்பட்ட அவமானமாகப் பார்த்தனர். இந்த நடவடிக்கைக்கு எதிர்ப்புத் தெரிவித்து போராட்டத்தில் ஈடுபட்டனர். நானும் மலையாளி க்ளப்களில் உறுப்பினராக இருந்து போராட்டங்களில் தீவிரமாகப் பங்கேற்றேன். போராட்டம் உச்சக்கட்டத்தில் இருந்த சமயத்தில், இந்த நிலத்தைத் தனியார் நிறுவனத்திற்கு விற்க அரசு திட்டமிட்டுள்ளதாக வதந்தி பரவியது. அந்த நிலம் மீண்டும் அந்தப் பள்ளிக்கே வழங்கப்பட வேண்டும் என்பதே எனது தனிப்பட்ட கருத்து. அந்த நிலத்தைத் தனியார் நிறுவனத்துக்கு விற்றால், சென்னையில் உள்ள மலையாளி க்ளப் உறுப்பினர்கள் எல்லாருக்கும் மரியாதை குறைவாக மாறிவிடும் என்று நினைத்தனர் கேரள சமாஜத்தின் உறுப்பினர்கள். இதனால் விற்பனையை முடக்கும் நடவடிக்கையில் ஈடுபட்டனர். அந்த நடவடிக்கைக்கு நான் முழு ஆதரவாக இருந்தேன். நான் ஆசான் குழுமத்தின் நலன்களுக்கு எதிராகச் செயல்படுகிறேன் என்று சிலர் நினைத்தனர். உண்மையில் அதில் ஓரளவு உண்மை இருந்தது. சென்னையில் உள்ள மலையாளிகள் முயற்சி எடுக்கவில்லை என்பதன் விளைவாக நிலத்தை இழப்பதை நான் விரும்பவில்லை. பெரும்பாலான மலையாளி அமைப்புகள் அந்தக் கருத்தை ஏற்றுக்கொண்டன. அவர்கள் அனைவரும் நிலத்தை மலையாளிகளின் பயன்பாட்டிற்காக வைத்திருக்க விரும்பினர். போராட்டத்தின் தீவிரத்தாலும், என்னைப் போன்ற பலரது வற்புறுத்தலாலும், முதல்வர் உம்மன் சாண்டி, நிலத்தை விற்பனை செய்யப் போவதில்லை என்ற முடிவை எடுத்தார். இந்த முடிவு சற்று நிம்மதி அளித்தாலும், இப்பிரச்னைக்கு நிரந்தரத் தீர்வு காண நீண்ட காலம் பிடித்தது. பின்னர் ஒரு உடன்படிக்கையின் அடிப்படையில் போராட்டம் கைவிடப்பட்டது. அரசு

கையகப்படுத்திய நிலத்தில் சுற்றுலாக் கழகம் ஓட்டல் கட்ட வேண்டும் என்பது ஒப்பந்தத்தின் விதிமுறை. அந்தக் கட்டிடத்தில் ஐந்து அறைகளும் ஒரு பெரிய அரங்கும் சென்னையில் உள்ள மலையாளி க்ளப்களின் பயன்பாட்டிற்காகக் கொடுக்கப்பட வேண்டும். கேரள சமாஜம், CTMA மற்றும் AIMA ஆகியவற்றின் அதிகாரப்பூர்வக் கோரிக்கையின் அடிப்படையில் மட்டுமே அறைகளும், நிகழ்ச்சி அரங்கும் ஒதுக்கப்படும் என்றும் ஒரு ஷரத்து இருந்தது. ஈ.கே.நாயனார் முதலமைச்சராக இருந்தபோது தொடங்கிய இந்தச் சர்ச்சை, உம்மன்சாண்டி, அச்சுதானந்தன் காலத்திலும் தொடர்ந்தது.

அதே சமயத்தில் நிலத்தை மீண்டும் பள்ளிக்கு வழங்க வேண்டும் என்ற கோரிக்கையும் ஏ.கே.கோபாலன் உள்ளிட்டோரால் வலியுறுத்தப்பட்டு வந்தது. இந்த நேரத்தில்தான் முதல்வர் அச்சுதானந்தன் ஓட்டலுக்கு அடிக்கல் நாட்ட வந்தார். விழாவில் பங்கேற்றவர்களின் பட்டியலில் எனது பெயரும் இடம் பெற்றிருந்தது. நான் மறுபுறம் நின்றால், ஆசான் பள்ளியின் கோரிக்கையின் பலம் குறையும் என்று உணரப்பட்டது. எனவே ஆசான் நினைவு குழுவில் இருந்து என்னை நீக்குவதாக அதன் நலம் விரும்பிகள் குழு தெரிவித்தது. ஆனால், மலையாளி க்ளப்புகள் ஒருபுறம், ஆசான் நினைவுக் கழகம் மறுபுறம் என்று சென்னையின் மையப் பகுதியில் இந்த விலைமதிப்பற்ற நிலத்துக்கான போராட்டம் முடிவுக்கு வந்தபோது அனைவருமே என்னை ஏற்றுக் கொண்டனர். ஏ.கே.கோபாலனிடம் இருந்து எனக்கு அழைப்பு வந்தபோது இது உறுதியானது. எனது நிலைப்பாட்டை மாற்றியதற்காக அவரது அதிருப்தியை வெளிப்படுத்தப்போகிறார் என்று எண்ணி அவரைச் சந்திக்கச் சென்றேன். ஆனால் அவர் சொன்னது என்னை மிகவும் ஆச்சரியப்படுத்தியது. ஆசான் நினைவு நிறுவனங்களின் செயல்பாடுகளில் என்னை அதிகம் ஈடுபடுத்திக் கொள்ளச் சொன்னார். நான் கழகத்தின் துணைத் தலைவராகவும், கல்லூரி நிர்வாகக் குழுத் தலைவராகவும் இருக்க வேண்டும் என்று அவர் விரும்பினார். அந்தப் பெரிய மனதுக்கு நான் தலை வணங்குகிறேன். அப்போது சர்ச்சைக்குட்பட்ட அந்த நிலத்தில், கே.டி.டி.சி.,

நடத்தும் 'ரெயின் டிராப்ஸ்' ஹோட்டல் உள்ளது. நோர்கா அலுவலகமும் (கேரளாவில் வசிக்காத கேரள மக்கள் விவகாரங்கள்) அங்கு அமைந்துள்ளது.

தமிழ்நாட்டில் உள்ள 120க்கும் மேற்பட்ட மலையாளி சங்கங்களுக்கு என்று ஒரு ஒருங்கிணைப்புக் குழு உள்ளது - சி.டி.எம்.ஏ- தமிழ்நாடு மலையாளி சங்கங்களின் கூட்டமைப்பு. அதை நிறுவி அதன் முதல் தலைவராக இருந்தவர் எம். பி.புருஷோத்தமன். சி.வேலாயுதன், அபான் குழுமத்தின் தலைவர் ஆபிரகாம், கே.வி.நாயர் மற்றும் வி.பரமேஸ்வரன் ஆகியோர் இதை நிறுவிய மற்றவர்கள். 2001 ஆம் ஆண்டு இந்த சங்கங்களின் கீழ் நடத்தப்பட்ட 'ஆவணிப்பூவரங்கு' என்ற பெயரில் நடைபெற்ற ஓணம் கொண்டாட்டத்தில் ஆயிரக்கணக்கான மலையாளிகள் பங்கேற்றனர். அப்போது நான் அந்த விழாக்குழுவின் தலைவராக இருந்தேன். 2001ல் சிறப்பு விருந்தினராக மம்முட்டி கலந்து கொண்டார். சென்னையில் உள்ள மலையாளிகள் ஓணம் பண்டிகையைக் கொண்டாட 'ஆவணிப்பூவரங்கு' நாளுக்காகக் காத்திருக்கின்றனர். ஒவ்வொரு ஆண்டும் டாக்டர் சித்தன் நினைவு நாடக விருதை வழங்குவது சி.டி.எம்.ஏதான்.

அகில இந்திய மறுநாடன் மலையாளி சங்கங்களின் க்ளப்பின் கூட்டமைப்பு (FAIMA) மற்றொரு முக்கியமான மலையாள அமைப்பாகும். 1999ல் டெல்லியில் FAIMA ஏற்பாடு செய்த அகில இந்திய மலையாளி சந்திப்பு என் வாழ்வில் மறக்க முடியாத நிகழ்வாக அமைந்தது. பிரகதி மைதானத்தில் நடைபெற்ற இந்தக் கூட்டத்திற்கு நான் விழாக் குழுவின் தலைவராக இருந்தேன். அந்தக் கூட்டத்தை நடத்துவதற்குப் பொறுப்பான பிரமுகர்கள் எனக்கு அந்தக் கடினமான பொறுப்பைக் கொடுத்தார்கள். அந்த சவாலான வேலையை நான் மிகுந்த மகிழ்ச்சியுடன் ஏற்றுக்கொண்டேன்.

அந்தக் காலத்தில் டெல்லியில் அவ்வளவு பெரிய கூட்டத்தை நடத்துவது அவ்வளவு எளிதான வேலை இல்லை. சென்னையில் தங்கியிருந்து கொண்டே டெல்லியில் நடக்கும் எல்லா விஷயங்களையும் கவனித்துக் கொள்ள வேண்டியிருந்தது. பல முக்கிய நபர்களை நான் தனிப்பட்ட முறையில் சந்திக்க வேண்டியிருந்தது. இதற்காகப் பலமுறை

டெல்லி செல்ல வேண்டியிருந்தது. பின்னர் கூட்டம் சிறப்பாக நடைபெற வேண்டும் என்பதற்காக டெல்லியில் தங்கினேன். கேரளா ஹவுஸ் இதற்கான செயல்பாடுகளின் மையமாக மாறியது. இந்தக் கூட்டத்திற்குக் கேரள அரசின் ஆதரவையும் பெற்றோம். நிகழ்ச்சியை வெற்றிகரமாக்க என்னுடன் நின்றவர்களில் முக்கியமானவர்கள் மக்கள் தொடர்புத் துறையின் தகவல் அதிகாரி ஃபிரோஸ் மற்றும் பிரபல பத்திரிகையாளர் V.K.மாதவன்குட்டி ஆகியோர். இருபதாண்டுகள் கடந்த பிறகும், தில்லி மலையாளிகள் இதைப் போன்ற மற்றொரு பெரிய சந்திப்பைக் கண்டதில்லை.

அந்தக் கூட்டத்தில் ஐந்து பிரபல மலையாளிகள் கௌரவிக்கப்படவிருந்தனர். அதில் நான்கு பேர் ஒருமனதாகத் தேர்வு செய்யப்பட்டனர். அவர்கள் கோகுலம் கோபாலன், வி.பி.சித்தன், எம்.ஏ.ஆபிரகாம் மற்றும் உஜாலா ராமச்சந்திரன். பரிசீலனையில் இருந்த ஐந்தாவது நபர் யூசுப் அலி. அவரைத் தேர்ந்தெடுப்பதில் சில கருத்து வேறுபாடுகள் இருந்தன. அப்போது இந்தப் பெயர் எந்தத் துறையிலும் பெரிதாக அறியப்பட்ட பெயரில்லை. மேலும் பலமுறை பரிசீலித்த பிறகு, ஒரு வளரும் மேதையாக அவரைக் கௌரவிக்க முடிவு செய்யப்பட்டது. அத்தகைய அங்கீகாரம் அவருக்கு ஊக்கமளிக்கும் என்பதற்காக இவ்விருது வழங்கப்பட்டது. எங்களது மதிப்பீட்டில் நாங்கள் எவ்வளவு சரியாக இருந்தோம் என்பதைக் காலம் நிரூபித்துள்ளது. யூசுப் அலி கடந்த இருபதாண்டுகளில் வணிகத் துறையில் மலையாளிகளின் பெருமையாக வளர்ந்துள்ளார். 2000 ஆம் ஆண்டில் தான் அவர் தனது முதல் வணிக வளாகத்தை திறந்தார்.

யூசுப் அலியின் பெருந்தன்மையையும், கண்ணியத்தையும் தனிப்பட்ட முறையில் அறிந்துகொள்ளும் அதிர்ஷ்டம் எனக்குக் கிடைத்தது. கேரளாவில் வணிகம் செய்வது தொடர்பான பிரச்சனைகள் குறித்து விவாதிக்க அமைச்சர் பி.ராஜீவ் ஒருமுறை ஆன்லைன் கூட்டம் ஒன்றுக்கு ஏற்பாடு செய்திருந்தார். அதற்காகத் தேர்ந்தெடுக்கப்பட்ட பட்டியலில் 20 பேர் மட்டுமே இருந்தனர். பட்டியலில் எனது பெயரைப் பார்த்ததும், யூசுப் அலி என்னைப் பற்றியும் மெடிமிக்ஸ் தயாரிப்புகளைப் பற்றியும் மிக உயர்வாகப் பேசினார்.

அப்போது அவர் தங்கியிருக்கும் இடத்தில் தனக்கு மெடிமிக்ஸ் தயாரிப்புகள் கிடைக்கவில்லை என்று குறிப்பிட்டார். நான் மகிழ்ச்சியுடன் அவரது வார்த்தைகளைக் கேட்டுக் கொண்டிருந்தேன். ஆனால் அவர் சொன்ன இந்த விஷயத்தை மனதில் வைத்திருந்து அவருக்குத் தயாரிப்புகளை அனுப்புவதை மறந்துவிட்டேன்.

ஆயிரக்கணக்கான பிரபலங்கள் பங்கேற்ற உலக மலையாளி கவுன்சிலின் மற்றொரு ஆன்-லைன் கூட்டத்தில், தனக்கு மெடிமிக்ஸ் தயாரிப்புகள் கிடைக்கவில்லை என்ற புகாரை அவர் மீண்டும் ஒருமுறை கூறினார். இது ஒரு நேரலை நிகழ்ச்சியாக இருந்தது. கலீஜ் டைம்ஸின் நிர்வாக ஆசிரியரும் எனது நண்பருமான ஐசக் ஜான் பட்டாணிபரம்பில் இதைக் கவனித்து எனக்குத் தெரிவித்தார். நூற்றுக்கணக்கான நிறுவனங்கள் தங்கள் தயாரிப்புகளை யூசுப் அலிக்கு அறிமுகம் செய்யும் வாய்ப்புக்காகக் காத்திருப்பதை அவர் எனக்கு நினைவூட்டினார். இங்கோ யூசுஃப் அலி தனிப்பட்ட முறையில் எனக்குக் கோரிக்கை விடுத்திருந்தார். மெடிமிக்ஸ தயாரிப்புகள் மீது அவருக்கு இருந்த நம்பிக்கைதான் இதற்குக் காரணம். உடனடியாக அபுதாபியில் அவருக்கு எங்கள் தயாரிப்புகளை வழங்க ஏற்பாடு செய்தேன்.

யூசுப் அலி எனக்கு நன்றி தெரிவித்தும், பொருட்கள் கிடைத்ததற்குத் தன் மகிழ்ச்சியை வெளிப்படுத்தியும் ஒரு கடிதம் அனுப்பினார். அவர் காட்டிய பணிவும் நல்லெண்ணமும் இன்னும் என்னை வியக்க வைக்கிறது.

ஒருமுறை அபுதாபியின் ஆட்சியாளருக்குச் சில தோல் பிரச்சினைகள் ஏற்பட்டிருக்கிறது. அரச குடும்பத்துக்கு மிகவும் நெருக்கமானவரான யூசுப் அலியிடம் அரசர் இது குறித்துப் பேசியுள்ளார். உடனே யூசுப் அலி அவருக்கு மெடிமிக்ஸ் சோப்பைக் கொடுத்தார். ஆனால் பெயர் தெரியக்கூடாது என்பதற்காக அட்டையைக் கழற்றிக் கொடுத்திருக்கிறார். சில நாட்களுக்குப் பிறகு சோப்பைப் பயன்படுத்தியதைப் பற்றிப் பேசிய அரசர், சோப்பின் பெயரைக் கேட்டுள்ளார். பிறகுதான் அது 'மெடிமிக்ஸ் சோப்' என்று சொல்லி அட்டையுடன் இன்னொன்றையும் கொடுத்துள்ளார் யூசுஃப் அலி. இது தனிப்பட்ட விஷயம்தான். ஆனால் கேரளாவில் நடந்த ஒரு ஊடக சந்திப்பில் இதை

வெளிப்படையாகக் குறிப்பிட்டார். அதில் நானும் கலந்து கொண்டிருந்தேன். அவர் லூலு சூப்பர் மார்க்கெட் மற்றும் லூலு ஹைப்பர் மார்க்கெட்களை தொடங்கிய ஆரம்ப காலத்திலிருந்தே நாங்கள் நல்ல உறவைப் பேணி வருகிறோம். சர்வதேசச் சந்தையில் மெடிமிக்ஸ் தயாரிப்புகளுக்கான தேவை அதிகரிப்பதில் இந்த நல்லுறவு குறிப்பிடத்தக்க பங்கை ஆற்றியுள்ளது.

உலக மலையாளி கவுன்சில் என்பது மலையாளிகளின் சர்வதேசக் கூட்டமைப்புக் கவுன்சிலின் சென்னைப் பிரிவை நிறுவுவதற்கு நான் பொறுப்பேற்றேன். இதற்கு வழிவகுத்த ஒரு சம்பவம் இருக்கிறது. ஜெர்மனியில் ரயிலில் பயணம் செய்யும் போது ஒரு மலையாளியின் மனைவி இறந்து விட்டார். அவருக்கு நான் ஏதாவது உதவி செய்ய முடியுமா என்று எனக்குத் தெரிந்த ஒருவர் தொலைபேசியில் என்னை அழைத்து விசாரித்தார். அவர் தன் மனைவியின் உடலை இந்தியாவுக்குக் கொண்டு வர விரும்பினார். அதற்கான சட்ட ரீதியான சம்பிரதாயங்களைக் கையாள உதவ வேண்டும் என்று கேட்டுக் கொண்டார். அந்த மனிதனின் இயலாமை யைப் புரிந்து கொண்டு அதற்கு ஏதாவது செய்ய வேண்டும் என்று முடிவு செய்தேன். அவருக்கு உதவ ஏதாவது வழி தேடி இணையத்தில் தேடினேன். அங்கிருந்து உலக மலையாளி கவுன்சில் பிரதிநிதியின் தொலைபேசி எண் கிடைத்தது. நான் உடனடியாக அவரை அழைத்து, விஷயத்தின் அவசரத்தை அவரிடம் பகிர்ந்து கொண்டேன். அவர் உடனடியாக நடவடிக்கை எடுத்தார். அந்த நபருக்குத் தேவையான உதவி கிடைத்தது. இது சென்னையிலும் இந்த அமைப்பை ஏற்படுத்த வேண்டும் என்ற எண்ணத்தை எனக்கு ஏற்படுத்தியது. 2001ல் எனது தலைமையில் மெட்ராஸ் பிரிவு தொடங்கப்பட்டது. இன்றைக்கும் சர்வதேச அளவில் மலையாளிகளின் மிகப்பெரிய சங்கமாக இது உள்ளது.

இந்தச் சபை ஆற்றிய பணிகளில் உங்களுடன் பகிர்ந்து கொள்ள வேண்டிய ஒரு முக்கியமான அத்தியாயம் உள்ளது. 2004-ஆம் வருடம் கேரளாவில் உள்ள மூவாட்டுபுழாவின் மன்னத்தூர் கிராமத்து மக்கள் அனைவரும் அவர்கள் இறந்த பிறகு தங்கள் கண்களை தானமாக வழங்குவதற்கான ஒப்புதல் கடிதங்களை அளித்துள்ளனர். 29 பஞ்சாயத்து

களைச் சேர்ந்த 3,19,000 பேர் இந்தப் பிரச்சாரத்தின் ஒரு பகுதியாக இருக்க ஒப்புக்கொண்டனர். இது ஒரு உலக சாதனை. மரணத்திற்குப் பிறகு, முகத்தில் எந்தவிதமான சிதைவும் ஏற்படாமல், கண்ணை அகற்றினால், இன்னொருவருக்குக் கண்பார்வை வரமாக அமையும். உலக மலையாளி கவுன்சில் இந்தப் பணியைக் கையில் எடுத்தபோது ஏராளமானோர் ஆதரவு தெரிவித்தனர். முதலில் கிராம மக்கள் ஒப்புக்கொள்ளத் தயங்கினார்கள். ஆனால் சில பிரபலங்களின் தன்னலமற்ற பணி அவர்களின் மனதை மாற்றியது. இதில் அமைச்சர் டி.எம்.ஜேக்கப், பிரபல பின்னணிப் பாடகர் யேசுதாஸ் மற்றும் பிரபல சினிமா கலைஞர்களான மோகன்லால், குஞ்சாக்கோ போபன் ஆகியோர் அடங்குவர். அவர்கள் நேரில் வந்து மக்களிடம் விஷயத்தை விளக்கினர். இதனால் ஏராளமான கிராம மக்கள் கண் தானம் செய்யச் சம்மதித்தனர்.

நண்பர் நித்யசத்யாவுடன் தொடர்பு இருந்ததால் இந்தப் பணிக்கான களமாக மண்ணத்தூர் அமைந்தது. ஊட்டியில் உள்ள குரு நித்யசைதன்ய யதியின் ஆசிரமத்தில் தங்கி இருந்தார் நண்பர் நித்யசத்யா. அவர் ஒரு பிரம்மச்சாரியாக இருந்து, குருவின் செய்தியைப் பரப்பும் சேவையில் தன்னை அர்ப்பணித்துக் கொள்ள விரும்பினார். ஆனால் குருவோ, நித்யசத்யாவை குடும்பஸ்தராகப் பார்க்க விரும்பினார். இதுபற்றிக் குரு நித்யசைதன்ய யதி அந்த இளைஞரிடம் பேசி திருமணம் செய்து கொள்ளச் சம்மதிக்க வைத்தார். அவர் தனது திருமணத்தைக் குருவே நடத்தி வைக்க வேண்டும் என்று விரும்பினார். ஆனால் அது நிகழ்வதற்கு முன்பே குரு காலமானார். இந்த எதிர்பாராத நிகழ்வால் மனமுடைந்த நித்யசத்யா திருமணம் செய்து கொள்ள வேண்டாம் என்று முடிவு செய்தார். ஆனால் குரு அவரது கனவில் தோன்றி திருமணம் செய்து கொள்ளுமாறு கூறினார். அவருடைய கனவில் தோன்றியவர் குரு நித்யசைதன்ய யதி என்று தெரிந்தாலும், அவர் கண்டது யேசுதாஸின் முகம்தான். அதனால் யேசுதாஸ் தலைமை ஏற்றால் தான் திருமணம் செய்து கொள்ள வேண்டுமென்று என்று நித்யசத்யா விரும்பினார். அதைப் பற்றி என்னிடம் பேசினார். வெறுமனே கனவில் கண்ட விசயமாக மட்டும் நான் இதைப்

பார்க்கவில்லை. விஷயத்தைத் தீவிரமாக எடுத்துக்கொண்டு நண்பர் நந்தகோவிந்திடம் பேசினேன். அவர் இதுபற்றி யேசுதாஸிடம் பேசினார். "என்னை ஊட்டிக்கு வரவழைக்க நீங்கள் புனைந்த கதையா இது? அதற்கு இவ்வளவு தேவையென்று நினைக்கிறீங்களா?...." என்று யேசுதாஸ் கேட்டார். ஆனால் யேசுதாஸும் இந்த விஷயத்தை சீரியஸாக எடுத்துக்கொண்டு குடும்பத்துடன் வந்து நித்யசத்யாவுக்குத் திருமணம் செய்து வைத்தார்.

2004 ஆம் ஆண்டு, நான் WMC யின் உலகப் பொதுச் செயலாளராக இருந்தபோது, சென்னையில் "இருதயராகம்" என்ற நிகழ்ச்சியை நடத்தினோம், அதில் குழந்தைகளுக்கு இலவச இதய அறுவை சிகிச்சை செய்யப்பட்டது. உடனடியாக அறுவை சிகிச்சை செய்யாவிட்டால் உயிரிழக்கும் நிலையிலிருந்த 200 குழந்தைகள் இதன் மூலம் பயனடைந்தனர். இது மெட்ராஸ் மெடிக்கல் மிஷன் மருத்துவமனையுடன் இணைந்து செய்யப்பட்டது. என்.ஆர். பணிக்கர், வி.சி.பிரவீன், ரெஜி ஆபிரகாம் ஆகியோர் நிகழ்ச்சியைச் சிறப்பாக நடத்தி முடித்தனர்.

என் வாழ்க்கையை நான் திரும்பிப் பார்க்கையில், என் வாழ்க்கைக்கு மதிப்பு சேர்த்த செயல்பாடுகள் பல உள்ளன. ஆனால் அதில் தனித்து நிற்பது 2015-ல் சென்னையில் என்னால் செய்ய முடிந்த ஒரு விஷயம். அந்த வருடம் இடைவிடாது பெய்த மழையால் நகரின் இயல்பு வாழ்க்கை ஸ்தம்பித்தது. ஏராளமானோர் வீடுகளை இழந்தனர். அந்த மக்களுக்கு என்னால் இயன்றதைச் செய்ய வேண்டும் என்ற எண்ணம் என்னை வாட்டியது. ஏற்கெனவே வறுமையில் மாட்டிக் கொண்டு கைக்கும், வாய்க்கும் பற்றாமல் குடும்பம் நடத்திக் கொண்டிருந்த இந்த மக்கள் இப்போது இயற்கையின் சீற்றத்தையும் தாங்க வேண்டியதாயிற்று. ஒரு புதிய வாழ்க்கையைத் தொடங்க அவர்கள் வழிநடத்தப்பட வேண்டும். பார்வையாளனாக இருந்தால் மட்டும் போதாது; ஒருவர் செயல்பாட்டாளராகவும் இருக்க வேண்டும். 'உன் வாழ்க்கை பிறருக்குப் பயன்படும் போதுதான் அது ஆசீர்வதிக்கப்பட்ட வாழ்வாக மாறும்'- பிரபல மலையாளக் கவிஞர் ஆசானின் இந்த வார்த்தைகள் என் மனதில் எதிரொலித்தது. இப்பிரச்னைக்குத் தீர்வு காண்பது குறித்து

யோசிக்க ஒரு கூட்டத்தைக் கூட்டினேன். அனைத்து மலையாளி அமைப்புகளின் பிரதிநிதிகளையும் இதில் கலந்து கொள்ள அழைத்தேன். சாதி, மத வேறுபாடுகளைக் கடந்து 72 அமைப்புகள் ஒரே மனதுடன் கூட்டத்திற்கு வந்திருந்தன.

நான் தலைவராகத் தேர்ந்தெடுக்கப்பட்டேன். பல்வேறு அமைப்புகளின் பிரதிநிதிகளிடம் செயல் திட்டத்தை முன்வைத்தேன். வீடுகளை இழந்த தமிழ்ச் சகோதரர்களுக்கு நூறு வீடுகள் கட்டித் தர முடிவு செய்தோம். எங்கள் முடிவு பொதுவெளியில் அறிவிக்கப்பட்டது. இந்தத் திட்டத்திற்கு நிறையப் பணம், கடின உழைப்பு மற்றும் துல்லியமான திட்டமிடல் ஆகியவை தேவைப்பட்டது. எனவே நாங்கள் பல்வேறு தரப்புகளிடம் உதவி கோரினோம். அனைத்துத் தரப்பிலிருந்தும் அற்புதமான பங்களிப்புகள் குவிந்தன. கேரள முதல்வர் திரு.உம்மன் சாண்டி ஐம்பது லட்சம் ரூபாய் வழங்கினார். பங்களிப்பை வழங்குவதற்கு முன், நாங்கள் உதவியை ஏற்றுக்கொள்கிறோமா என்று விசாரிக்க எங்களை அழைத்திருந்தார். இந்த அழைப்பு எங்களுக்கு ஒரு புத்துணர்ச்சியூட்டும் விளைவை ஏற்படுத்தியது. சிறிய தொகையைத்தான் எதிர்பார்த்தோம். ஆனால் எங்களுக்கு அரை கோடி கிடைத்தது! இது கேரள முதல்வரின் நிவாரண நிதியில் இருந்து கிடைத்தது.

வேறொரு மாநிலத்தில் நிவாரணப் பணிக்காகக் கேரள அரசு இவ்வளவு உதவி செய்தது இதுவே முதல்முறை. மாநில அரசு எங்கள் கோரிக்கையில் இருந்த நியாயத்தைப் புரிந்துகொண்டு, மொழி வேறுபாடுகள், அரசியல் வேறுபாடுகள் அனைத்தையும் ஒதுக்கி வைத்துவிட்டு, உதவி செய்ததற்காக நாங்கள் நன்றிக்கடன்பட்டிருக்கிறோம். அதற்கு வலு சேர்க்கும் வகையில் முஸ்லீம் லீக் தலைவர், பாணக்காடு சையது முஹம்மது அலி ஷிஹாப் தங்கல், பி. கே.குஞ்சாலிக்குட்டியுடன் சென்னை வந்து எங்களது முயற்சிகளுக்கு ஆதரவளிப்பதாக அறிவித்தார். இதனால் எங்களின் உற்சாகம் பல மடங்கு அதிகரித்தது. எங்கள் திட்டத்திற்கு பத்து லட்சம் ரூபாய் கொடுத்தார்கள்.

தங்கல் எங்களிடம் கூறுகையில்,'சென்னையில் இதுபோன்ற நிவாரண நடவடிக்கையை யார் ஏற்பாடு செய்வார்கள் என்று யோசித்துக்கொண்டிருந்தேன். பின்னர் தான்

உங்களைப் பற்றிய தகவல் தெரிந்தது' என்றார். இந்தக் கருத்து ஏற்பாட்டாளர்களை உற்சாகப்படுத்தியது. சமூகப் பொறுப்புகளை உணர்ந்த மக்களும், எண்ணற்ற அமைப்புகளும், வீடுகள் கட்டுவதற்குத் தேவையான பொருட்களை வழங்க முன்வந்தனர். பல வணிகர்கள் தங்கள் தயாரிப்புகளை எந்த லாபமும் பெறாமல் வேலை நடக்கும் இடத்தில் வழங்கினர். நாங்கள் 110 வீடுகளைக் கட்டினோம். இத்திட்டத்தின் வெற்றிக்கு எம்.ஏ.சலீம், கே.வி.வி.மோகன், பி.என்.ரவி, ஆர்.கே.ஸ்ரீதரன் மற்றும் கே.பி.ஏ.லத்தீப் ஆகியோரின் அப்பழுக்கற்ற திட்டமிடல் மற்றும் சமயோசித தலைமைத்துவம் இவைதான் காரணம்.

கேரளாவில் ஏற்பட்ட வெள்ளப்பெருக்கை அடிப்படையாகக் கொண்ட '2018' திரைப்படத்தில் திரையில் காணப்பட்ட சில சிலிர்ப்பான தருணங்கள் எனக்கு மிகவும் பரிச்சயமானவை. படத்தில் காட்டப்படுவது குட்டநாட்டில் நடக்கிறது. நான் பார்த்தது சென்னையில் நடந்தது. வெள்ளம் பெருக்கெடுத்து ஓடுவதால், மக்கள் சாப்பிட எதுவும் இல்லாமல் தவித்தனர். பெண்கள், குழந்தைகள் உட்பட லட்சக்கணக்கானோர் பாதிக்கப்பட்டனர். இந்தச் சிரமத்தைப் போக்க சமூக சமையலறையைத் தொடங்கினோம். உணவு தயாரிப்பதற்கான பொருட்களை நாங்கள் கொண்டு வர ஆரம்பித்தவுடன், மக்கள் வேலையைத் தங்கள் கையில் எடுத்துக் கொண்டனர். ஏதாவது ஒரு பயனுள்ள திட்டத்தில் முன்முயற்சி எடுக்க யாராவது தயாராக இருந்தால், ஆதரவளிக்க எண்ணற்ற மக்கள் முன்வருவார்கள் என்பதை இது நிரூபித்தது. உணவு சமைக்கவும், பொட்டலம் கட்டவும், விநியோகிக்கவும் மக்கள் முன் வந்தனர். தேவைப்படு பவர்களுக்குக் குறைந்த பட்ச உணவை வழங்க வேண்டும் என்ற எண்ணத்தில் நாங்கள் தொடங்கினோம்; ஆனால் மிக விரைவில் பத்தாயிரத்திற்கும் மேற்பட்ட பொட்டலங்கள் விநியோகிக்கப்பட்டன. மற்றவர்களிடம் பணம் எதுவும் வாங்காமல் விநியோகம் செய்யப்பட்டது. அதற்காக சந்தோஷ் முருகானந்தனின் கீழ் இயங்கும் 'கொலைப்பசி' என்ற நிறுவனம் உணவுப் பொட்டலங்களை விநியோகிப்பதில் எங்களுடன் ஒத்துழைக்க முன் வந்தது. இது ஏற்கெனவே இந்தத் திட்டத்துக்காக மன முவந்து உழைத்த

தன்னார்வலர்களின் உற்சாகத்தை அதிகரித்தது. இதன் மூலம் இன்னும் அதிகமான பொருட்களைச் சமைக்க முடிந்தது. தொண்டர்களின் எண்ணிக்கையும் அதிகரித்தது. ஒவ்வொரு நாளும் 30,000க்கும் மேற்பட்ட பொட்டலங்கள் விநியோகிக்கப்பட்டன என்றால் அந்தத் தன்னார்வப் பணிகளின் ஆழத்தைக் கற்பனை செய்து பாருங்கள்.

இத்தகைய பணிகளை மேற்கொள்ளத் தயாராக உள்ள அமைப்புகளுக்கும், பொது மக்கள் மனமுவந்து வழங்கும் தன்னார்வப் பணிகளுக்கும் இடையே நெருங்கிய தொடர்பு உள்ளது. இது பல்வேறு நிலைகளிலும் ஆழங்களிலும் பரவியுள்ளது. ஒரு வேலை முடிந்ததும் இன்னொரு வேலை வரும். அடிப்படையில் பெரும்பாலான அமைப்புகள் பண்பாடு மற்றும் கலாச்சாரத்தைப் பேணுவதிலும், முன்னேற்றுவதிலும்தான் அதிக ஈடுபாடு காட்டுகின்றன. ஆனால், இந்த அமைப்புகள் காலத்தின் தேவைக்கேற்ப மற்ற சமூக செயல்பாடுகளிலும் ஈடுபட்டு அதன் முழுப் பலனைத் தரப் பாடுபடுகின்றன என்பதையும் இங்கே பதிவு செய்யவேண்டும். இதுபோன்ற பல திட்டங்களில் கலந்து கொள்ள முடிந்ததில் பெருமகிழ்ச்சி அடைகிறேன். அரை நூற்றாண்டுக்கும் மேலான காலப்பகுதியில் இத்தகைய படைப்புகளை ஒரு புத்தகத்தில் ஒரு சில பக்கங்களுக்குள் மட்டுப்படுத்த முடியாது. சிலவற்றை விட்டுவிட வேண்டியிருந்தது, அவை முக்கியமற்றவை என்பதால் அல்ல. நான் ஈடுபட்ட பல்வேறுபட்ட திட்டங்களையும் கோடிட்டுக் காட்ட வேண்டுமென்பதற்கே நான் முயற்சிக்கிறேன்.

இதை எழுதும் போது நான் மலையாளம் மிஷனின் தமிழ்நாடு பிரிவின் தலைவராக இருக்கிறேன். இது ஒரு தனித்துவமான நோக்கத்தை நிறைவேற்றுவதற்காக அரசாங்கத்தால் நேரடியாகக் கட்டுப்படுத்தப்படும் திட்டமாகும். இப்போது இந்த மிஷனின் இயக்குனர் பிரபல கவிஞரும் ஆசிரியருமான முருகன் கட்டக்கடா ஆவார். மாநிலத்திற்கு வெளியில் உள்ள மலையாளிகளின் புதிய தலைமுறையினருக்கும் மலையாள மொழியுடன் தொடர்பை ஏற்படுத்த இந்த மிஷன் உறுதிபூண்டுள்ளது. உலகம் முழுவதும் இந்தப் பணி சிறப்பாக நடந்து வருகிறது. சென்னையிலும் இதற்கான பணிகள் நடைபெற்று வருகின்றன. மிஷன்

வழங்கிய பாடத்திட்டத்தின் அடிப்படையில், மலையாளத்தில் வகுப்புகள் நடத்தப்படுகின்றன. அந்த வகுப்புகளுக்குத் துணையாக புத்தக விமர்சனங்கள், இலக்கிய விவாதங்கள் மற்றும் புத்தக வெளியீடுகளும் நடத்தப்படுகின்றன. இந்த நிகழ்ச்சிகள் ஒவ்வொன்றிலும் நான் கலந்துகொள்ளும் போது, நான் என்னுடைய வீட்டை அடைந்தது போல் உணர்கிறேன்.

எனது மனைவியும், குழந்தைகளும் தமிழ்நாட்டில் பிறந்து வளர்ந்தவர்கள். பொதுவாக மாநிலத்திற்கு வெளியே நீண்ட காலம் தங்கினால் அது சொந்த மாநிலம் மற்றும் மொழியின் மீதான பற்றுதலைப் பாதிக்கும். ஆனால் எங்கள் விஷயத்தில் இது நடக்கவில்லை. மலையாள மிஷன் நடத்திய "**கனிகொன்ன**" தேர்வில் என் மனைவி பிரியா தேர்ச்சி பெற்றுள்ளார். அடுத்த தேர்வுக்கும் தயாராகிக்கொண்டிருக்கிறார். இப்போது கேரள மாநிலத்திற்கு வெளியில் உள்ளவர்கள் அரசுத் துறைகளில் வேலைக்குத் தகுதி பெறுவதற்கு 10ஆம் வகுப்பு வரையிலான மலையாள மொழி அறிவு அவசியம். எனவே மலையாள மிஷன் நடத்தும் தேர்வில் தேர்ச்சி பெறுபவர்கள் கேரளாவில் வேலைவாய்ப்பு பெறலாம். இதனால் அதிகமானோர் மலையாளம் கற்க ஆர்வம் காட்டுகின்றனர். கலை மற்றும் இலக்கியத்தை ஊக்குவிப்பதில் பாராட்டத்தக்க பணியை கவிஞரும் மிஷனின் செயலாளருமான கும்பலாங்காடு உன்னிகிருஷ்ணன் மற்றும் அழைப்பாளர் ஸ்மிதா ஆகியோர் வழங்கியுள்ளனர். சமீபத்தில் மிஷனின் தமிழ்நாடு பிரிவு பத்தாம் ஆண்டு விழாவைக் கொண்டாடியபோது, "நீலக்குறிஞ்சி பூத்து" என்ற ஆவணப்படம் திரையிடப்பட்டது. அதைப் பெரு வெற்றியடையச் செய்த இயக்குனர் சுஜா சூசன் அவர்களுக்கு நான் மிகவும் நன்றியுள்ளவனாக இருக்கிறேன். கொரோனா பரவல் காரணமாகக் கட்டுப்பாடுகள் விதிக்கப்பட்ட காலத்தில் வாசிப்பதற்காக நான் ஒதுக்கிய நேரம், இந்தப் படத்தை வெற்றிகரமாக முடிக்க உதவியது.

நவீனத் தகவல் தொடர்பு சாதனம் உலகைத் சிறியதாக்கியுள்ளது. சென்னையில் அமர்ந்து உலகில் எந்த இடத்துக்கும் சேவை வழங்க முடியும் என்பது சிறிய சாதனை அல்ல. இதனால் அருகில் உள்ள மற்றும் தொலைதூரத்தில் உள்ள பல அமைப்புகளில் என்னால் செயலாற்ற முடிந்தது.

டெல்லியைத் தளமாகக்கொண்ட டிஸ்ட்ரஸ் மேனேஜ்மென்ட் கலெக்டிவ் அத்தகைய ஒரு அமைப்பாகும். வழக்கறிஞர் தீபா ஜோசப் இந்த அமைப்பின் தலைவர். நான் இந்த அமைப்பின் புரவலர். தற்போது மாண்புமிகு வங்காள கவர்னராக இருக்கும் ஆனந்த போஸ் ஐ.ஏ.எஸ், ஃபேபின் ஐ.எஃப்.எஸ்(Retd), நீதிபதி ராஜன் மற்றும் டி.பி.ஸ்ரீனிவாசன் ஐ.எஃப்.எஸ்(Retd) ஆகியோர் இந்த அமைப்பின் மற்ற புரவலர்கள்.

டாக்டர் ராஜப்பன் (சந்திரிகா) (இவரது மனைவி நளினியின் தந்தைதான் சந்திரிகா சோப்பைத் தயாரித்த கேசவன் வைத்தியர்) அவர்களின் தலைமையில், ஸ்ரீ நாராயண குருவின் பக்தர்களால் நிறுவப்பட்ட, எர்ணாகுளத்தில் உள்ள ஸ்ரீ நாராயண மருத்துவ அறிவியல் நிறுவனம் எனது இதயத்தில் பெருமைக்குரிய இடத்தைப் பிடித்துள்ளது. இந்த நிறுவனம் M.B.B.S மற்றும் PG படிப்புகள் மற்றும் நர்சிங் படிப்புகளை வழங்குகிறது. இந்த நிறுவனத்தின் தலைவராக இரண்டு ஆண்டுகள் பணியாற்றும் வாய்ப்பு எனக்குக் கிடைத்ததை ஸ்ரீ நாராயண குருவின் ஆசியின் அடையாளமாகப் பார்க்கிறேன். தற்போது நான் நிரந்தர சபை உறுப்பினராக உள்ளேன். தற்போது 11,000 மாணவர்களைக் கொண்டுள்ள மும்பையில் உள்ள ஸ்ரீ நாராயண சமிதியின் புரவலராகவும், திருச்சூரில் உள்ள ஜூப்ளி மிஷன் மருத்துவக் கல்லூரியின் கௌரவ இயக்குனராகவும் நான் பணியாற்றிக் கொண்டிருப்பது எனது இத்தனை வருட சேவைகளுக்கான அங்கீகாரம்.

எனது சேவைக்கான அங்கீகாரங்களுள் ஒன்றை சமீபத்தில் ஏற்றுக்கொண்டேன். இது எனக்கு மிகவும் மதிப்புமிக்கது மற்றும் புனிதமான ஒன்று. சிவகிரியில் உள்ள ஸ்ரீ நாராயண தர்ம சங்க அறக்கட்டளையின் ஆலோசனைக் குழுவில் நான் இடம் பெற்றுள்ளேன். இது என் மீது பொழியப்பட்ட தெய்வீக அருள். ஸ்ரீ நாராயண குருதேவரின் நினைவு நாளில், குருவின் வார்த்தைகளைப் பரப்பியதற்கான விருதை ஏற்றுக்கொண்டதை நினைத்துப் பெருமிதம் கொள்கிறேன்.

10

அரசர் இடிப்பஸும் அவரது கால் ஊனமும்

'நாடகத்தின் சாரம் கவிதையே'.

'இந்த உலகமே ஒரு நாடகமேடை. அனைத்து ஆண்களும், பெண்களும் இதில் நடிகர்களே'.

'வாழ்க்கை என்பதே ஒரு மாயத் தோற்றம். ஒரு சராசரி நடிகன் மேடையில் பாத்திரத்திற்கேற்ப உளறிக் கொண்டும், கம்பீரமாக நடந்து கொண்டும் இருக்கலாம். ஆனால் ஒருகட்டத்தில் ஒப்பனையைக் கலைத்தே ஆகவேண்டும்.'

இப்படிப்பட்ட பிரபலமான வாக்கியங்களை நம்மில் பெரும்பாலானவர்கள் கேட்டிருப்போம். இவை எல்லாமே நாடகக்கலையின் தொன்மையையும், மக்கள் மத்தியில் அதன் செல்வாக்கையும் காட்டுகின்றன. வாழ்க்கையில் இருந்து சில சம்பவங்களை எடுத்து அவற்றை ஒரு மேடையில் குறிப்பிட்ட நேரத்துக்குள் நடித்துக் காட்டுவதுதான் நாடகம். பார்வையாளர்களுக்கு நேர் எதிரே தோன்றும் நடிகர்கள் திரை மற்றும் ஒளியின் உதவியுடன் வசனங்களை ஏற்ற இறக்கத்துடன் பேசுவதே நாடகம். மனித நாகரிகம் வளர்ந்த காலகட்டத்தில் இருந்தே நாடகமும் தோன்றியிருக்க வேண்டும். ஒரு கதையை பலர் குழுவாக இணைந்து அதீத உழைப்பைத் தந்து நடித்து உருவாக்குவது நாடகம். தொடர்ந்து பயிற்சி செய்வதன் மூலம், தங்கள் திறமையை மெருகேற்றிக் கொண்ட நடிகர்கள் மட்டுமே நாடகத்தின் முக்கிய

வேடங்களை ஏற்க முடியும். நடிப்பு என்பது மிக எளிமையான ஒரு விஷயம் அல்ல. கிட்டத்தட்ட நாற்பது வருடங்களுக்கு மேல் நாடக மேடை அனுபவம் கொண்டவன் என்பதால் என்னால் இதை உறுதியாகச் சொல்ல முடியும். நாடகங்கள் என்றால் என்னவென்று நான் விளக்க முற்படுவதில்லை. பழங்கால முனிகளும், இன்றைய நாடக விமர்சகர்களும் அந்த வேலையைச் சிறப்பாகவே செய்திருக்கிறார்கள். உலகில் எங்கெல்லாம் மொழி, கலாச்சாரம், இலக்கியம் போன்றவை அலசி ஆராயப்படுகிறதோ அங்கெல்லாம் நாடகங்கள் தீவிரமாக விமர்சிக்கப்பட்டிருக்கின்றன. அனைத்தையும் உள்ளடக்கிய அவற்றின் தன்மையால் நாடகங்களைப் பள்ளிகளிலும், கல்லூரிகளிலும் பாடமாக வைத்திருக்கிறார்கள். நான் மாணவனாக இருந்த சமயத்தில் இருந்து இப்போது வரை நாடகத்தில் நடிப்பதை அதீத ஆர்வத்துடன் செய்து வருகிறேன். நாடக மேடைகளுடனான என் வாழ்நாள் தொடர்பு, என் உள்ளார்ந்த நடிப்புத் திறமையால்தான் என்று நான் சொன்னால் அது மிகையாகாது. தொழில் உலகத்தைப் போலவே நாடக உலகமும் எனக்கான விஷயம்தான் என்று அடக்கத்துடன் சொல்ல முடியும். நாங்கள் தங்கியிருந்த அம்பலநகரின் இணக்கமான பார்வையாளர்கள் முன் என்னுடைய முதல் நாடகக் காலடிகள் எடுத்து வைக்கப்பட்டன. என்னதான் இன்று என் வேலைகளால் என் நேரம் பகாசுரப் பசியுடன் விழுங்கப்பட்டாலும் அப்போதிருந்த அதே ஆர்வம் இப்போதும் என்னுள் இருக்கிறது.

சென்னையில் இருக்கும் மலையாளி க்ளப்தான், ஒரு நடிகனாக நான் என்னை நிலைநிறுத்திக்கொள்ளப் பெரிதும் உதவியது. சென்னைக்கு வந்த பிறகுதான் நாடக மேடையில் நடிப்பதை நான் முக்கியமான விஷயமாகக் கருதத் தொடங்கினேன். இதற்கான உந்துதலாக எனக்கு இருந்தது என்னுடைய மாமா டாக்டர் சித்தன். 1986க்குப் பிறகு நாடக மேடைகளில் நான் தொடர்ந்து நடிக்கத் தொடங்கினேன். ஆனால் 1989க்குப் பிறகுதான் என் மாமாவுடன் சேர்ந்து நடிக்கத் தொடங்கினேன். 'தர்மசேத்திரே குருசேத்திரே' என்ற நாடகத்தில்தான் நாங்கள் முதன்முதலாக சேர்ந்து நடிக்கத்

தொடங்கினோம். சதிஷ் பாபுவால் இயக்கப்பட்டது அந்த நாடகம். நாடகமேடை எனக்குப் பல அனுபவங்களைத் தந்துள்ளது. ஆனால் அவை எல்லாவற்றயும் இங்கே குறிப்பிட முடியாது. அவற்றில் சில முக்கியமானவற்றை மட்டும் இங்கே குறிப்பிடுகிறேன்.

மலையாளத்திலும், தமிழிலும் நாடகம் என்பதை நாடு + அகம் = நாடகம் என்று பிரித்துப் பொருள் தருவர். ஒரு குறிப்பிட்ட நாட்டுக்குள் அல்லது நாடக உலகத்துக்குள் நடக்கும் சம்பவங்களைப் பார்வையாளர்களுக்கு நடித்துக் காட்டுவதுநாடகம். பண்டையகாலத்தில்பெரும்பான்மையான மற்ற கலைகளைப் போலவே நாடகமும் அரச குடும்பங்கள் பார்வையாளர்களாக இருந்த சபைகளில் மட்டும் நடித்துக் காட்டப்பட்டவையே. காலம் செல்லச் செல்ல நாட்டில் நடந்த ஏற்றுக்கொள்ள முடியாத சம்பவங்களும் நாடகத்தில் இடம்பெறத் தொடங்கின. பல்வேறு எண்ணங்களையும், உணர்ச்சிகளையும் ஒரு நடிகர் மேடையில் கடத்த வேண்டும். விரைவிலேயே ஓரங்கநாடகங்களும், தெருக்கூத்துகளும் பிரபலமடையத் தொடங்கின. கற்றுக்குட்டிகளுக்கும், தொழில்முறை நடிகர்களுக்குமான பிரிவு தெளிவாகத் தெரியத் தொடங்கியது. பதவியில் இருப்பவர்களுக்குச் சிக்கல்களைக் கொடுத்ததால் கேரளாவில் பல நாடகங்கள் தடை செய்யப்பட்டிருக்கின்றன. கேரளாவின் மறுமலர்ச்சி காலத்தில் பல சமூகத் தவறுகள் இந்த ஊடகத்தில் நாடகநடிகர்களால் நடித்துக் காட்டப்பட்டன.

மலையாளத்தின் பிரபல கவிஞரான குமரனாசான் எழுதிய புகழ்பெற்ற கவிதையான 'சண்டாளபிக்ஷுகி' (சாதியால் மனிதர்களைப் பிரிக்கும் சமூகத்தின் தேவையற்ற பழக்கத்தைப் பற்றிய கவிதை அது) ஒரு நாட்டிய நாடகமாக என்னுடைய மேற்பார்வையில் சமீபத்தில் சென்னையில் அரங்கேறியது. கிட்டத்தட்ட நூறு ஆண்டுகளுக்கு முந்தைய சம்பவங்களைக் குறிப்பிடுகிறது அந்தப் பாடல். ஆனால் அதில் குறிப்பிடப்பட்டிருக்கும் சமூகத்தீமைகள் இன்றும் நம் நாட்டில் பல இடங்களில் நடக்கின்றன.

நாடக உலகில் எனக்குப் பல அதிர்ஷ்டவசமான திருப்புமுனைகள் நடந்துள்ளன. தொழில் உலகில் இருக்கும்

ஒரு குடும்பம், பெரும்பாலும் நாடகம் போன்ற அதிகம் நேரம் பிடிக்கும் செயல்பாடுகளில் ஈடுபடாது. ஆனால் நான் வேறுவிதமாக ஆசிர்வதிக்கப்பட்டிருக்கிறேன். என் மனைவி மற்றும் குழந்தைகள் எனக்கு முழு ஒத்துழைப்புக் கொடுக்கிறார்கள். சில சமயங்களில் என்னுடன் நாடக மேடைகளில் சேர்ந்து நடித்தும் இருக்கிறார்கள். நான் கலந்து கொள்ளும் ஒத்திகைகளைப் பார்ப்பது, நான் நடிக்கும் திரைக்கதைகளைப் படித்துப் பார்ப்பது என அனைத்திலும் பங்கு பெறுவார்கள் என் குடும்பத்தினர். பெரும்பாலும் என் வீட்டுக்கு அருகே எனக்குத் தெரிந்த இடத்தில்தான் பல ஒத்திகைகள் நடக்கும். அப்படிப்பட்ட சமயங்களில் என்னுடைய மொத்தக் குழுவுக்கும் என் வீட்டுச் சமையலறை யில் இருந்து உணவு கொண்டு வரப்படும். அந்த அளவு என் குடும்பம் என் நாடக ஆசைக்கு ஒத்துழைப்புத் தருகிறது.

முப்பது வருடங்களுக்கு முன்பு நாடகங்களில் நடிப்பது பெண்களுக்குச் சாத்தியமில்லாத ஒன்றாகவே இருந்தது. நல்ல குடும்பத்தில் பிறந்த பெண்கள் நாடகத்தில் நடிக்க மாட்டார்கள் என்றொரு எண்ணம் சமூகத்தில் இருந்தது. நல்ல கதையாக இருந்தால் கூடப் பல சமயங்களில் அதில் நடிக்கப் பெண் கதாபாத்திரங்கள் கிடைக்காவிட்டால் அவை நாடகமாக அரங்கேறாமல் போயிருக்கின்றன. ஆனால் இன்றோ ஒரு நாடகம் அறிவிக்கப்பட்டதுமே அதில் நடிக்க இல்லத்தரசிகளும், கல்லூரி மாணவிகளும் போட்டி போட்டுக்கொண்டு விண்ணப்பிக்கிறார்கள். முப்பது ஆண்டுகளுக்குமுன் ஒரு நடிகை கூடக் கிடைக்காமல் இருந்த காலகட்டத்தில் இருந்து நடந்த மிகப்பெரிய மாற்றம் இது. அந்தக் காலத்தில் என் உடன் இருந்த பெண்கள் பெரும்பாலும் என் குடும்ப நண்பர்களே. அதில் லட்சுமி கோபகுமார், உஷா ஜெயக்குமார், ஷைலா தாஸ் மற்றும் ரஜிதா ஆகியோர் முக்கியமானவர்கள். பின்னாட்களில் என் மகள்கள் லாஞ்சனாவும், ப்ரதிக்ஷாவும் என்னுடன் இணைந்தார்கள்.

நடிக்கும்போது என் மனதில் ஏதாவது குழப்பங்கள் இருக்குமா என்று என்னுடன் நடிப்பவர்கள் கேட்டி ருக்கிறார்கள். இது ஒரு வார்த்தையில் 'ஆம்/இல்லை' என்று பதில் சொல்லிவிடக்கூடிய விஷயம் இல்லை. மேடையில்

ஒரு கதாபாத்திரத்தை ஏற்று நடிப்பதானால் அதற்கென்று சில முன்தயாரிப்புகள் செய்ய வேண்டியிருக்கும். அது எளிமையான விஷயம் இல்லை. நாடகங்களைப் பார்வையாளர்கள் நேரடியாகப் பார்க்கிறார்கள். அதனால் அவர்களது பாராட்டுக்களும், எதிர்வினைகளும் உடனடியாகக் கிடைக்கும். ஒவ்வொரு நாடகத்துக்கும் கதாபாத்திரங்களின் உணர்வுகளும், கதாபாத்திரங்களின் உடைத் தேர்வுகளும், வெவ்வேறு இடங்களில் தொனிக்கும் ஒவ்வொரு வசனத்தின் அர்த்தமும், சேர்ந்து நடிப்பவர்களின் எதிர்வினைகளும், ஒவ்வொரு கதாபாத்திரத்தின் வருகையும், வெளியேறுதலும், வசனங்களை வெளிப்படுத்தும் சமயமும் துல்லியமான முறையில் திட்டமிடப்பட வேண்டும். இதை வலியாகக் கருதாமல் நாடகத்துக்குத் தேவையான விஷயமாகக் கருத வேண்டும். நாடக மேடையின் ஒவ்வொரு தருணமும் தவறு நடப்பதற்கான பல வாய்ப்புகளைக் கொண்டவை. அவை தவிர்க்கப்பட வேண்டும். நாடகத்தில் பேசி நடித்துக் கொண்டிருக்கும்போது வசனம் மறந்து போவது பொதுவான தவறு. நடிகர் ஏதோ ஒரு முக்கியமான வார்த்தையை மறந்திருக்கலாம். ஆனால் அதே போன்ற அர்த்தமுள்ள இன்னொரு வார்த்தையைப் பயன்படுத்தலாம். ஆனால் இதைப் பெரும்பாலும் தவிர்க்க வேண்டும். ஏனெனில் எதிரில் நடிப்பவருக்கு அந்த வார்த்தை புரியாமல் அவர்கள் குழம்பித் தாங்கள் பேச வேண்டிய வசனத்தை மறக்க வாய்ப்புண்டு.

பல வருடங்களுக்கு முன் மலையாளி க்ளப்பில் அரங்கேற்றப்பட்ட நாடகத்தில் மேடையில் என்ன நடந்ததென்று சொல்கிறேன். ஒரு நாடகம் முழுவெற்றி பெற வேண்டுமானால் அதன் ஒவ்வொரு நிலையிலும் சரியான திட்டமிடல் இருக்க வேண்டும் என்பதற்கு இது ஒரு உதாரணம்.

காதலியின் அம்மா கோயிலுக்குச் சென்றிருப்பதால் காதலி தனியாக வீட்டில் இருக்கிறாள். அப்போது அவளைச் சந்திக்க அவள் வீட்டுக்குச் செல்லும் காதலனாக என் கதாபாத்திரம். காதலி தனியாக இருக்கிறாள்... நாங்கள் இருவர் மட்டுமே இருக்கிறோம்! நான் அவள் கைகளில் முத்தமிடுகிறேன். அவர்கள் காதலின் உணர்வைப் பின்னணி

இசை பார்வையாளர்களுக்குக் கடத்துகிறது. நாங்கள் அப்படி இருக்கும்போது கோயிலில் இருந்து திரும்பும் அம்மா எங்களைப் பார்ப்பதோடு அந்தக் காட்சி முடியவேண்டும். ஆனால் அம்மாவாக நடித்துக்கொண்டிருந்தவர் சரியான நேரத்தில் மேடையில் தோன்றவில்லை. ஏனெனில் அந்த சமயத்தில் அவர் உடுத்திக் கொண்டிருக்க வேண்டிய உடை என்னவென்பது குறித்து ஒத்திகை சமயத்தில் அவர் கவனம் செலுத்தவில்லை. இதனால் அவர் உடை உடுத்தி வரத் தாமதமானது. இதனால் மேடையில் நடித்துக் கொண்டிருந்த எங்களது பதட்டம் கூடிக் கொண்டிருந்தது. எப்போது வரப் போகிறாரோ என்ற பதட்டத்துடன் செய்வதறியாமல் நிலைமையைச் சமாளித்தபடி காத்துக் கொண்டிருந்தோம். ஒத்திகை சரியாகப் பார்க்காமல் இருப்பதால் இது போன்ற தவறுகள் நிகழ வாய்ப்பிருக்கிறது.

ஆயிரக்கணக்கான ஆண்டுகளுக்கு முன் கிரேக்க நாடக எழுத்தாளர் சோஃபகிள்ஸ் எழுதிய "ஓடிபஸ்" நாடகம் இன்றும் உலகில் பல இடங்களில் அரங்கேற்றப்படுகிறது. அஜித் கள்ளன் எழுதி இயக்கிய நாடகத்தில் நான் இடிப்பஸ்ஸாக நடித்திருந்தேன். டாக்டர் சித்தன் நாடக மேடையில் நடிகராக 50 ஆண்டுகளை நிறைவு செய்ததைக் கொண்டாடும் விழாவில் இந்த நாடகம் சென்னையில் அரங்கேற்றப்பட்டது. தன்னைப் பற்றிய உண்மை தெரியாமல் தன் தாயை மணக்கும் கொடூர வாழ்வைப் பெற்றவன் இடிப்பஸ். இவ்வளவு மோசமான சூழலில் மாட்டிக் கொண்ட ஒருவனின் மனவேதனையை மேடையில் பிரதிபலிக்க வேண்டும். மனவருத்தத்தில் தன் கண்களைப் பிடுங்கி எடுப்பான் இடிப்பஸ். அந்தக் காட்சி சிறப்பாக நடிக்கப்பட்டு பார்வையாளர்களின் பாராட்டும் எனக்குக் கிடைத்தது. ஆனால் இடிப்பஸ் என் மனதில் இருந்து அகல பலகாலம் பிடித்தது.

என்னுடைய முழு நடிப்புத் திறனையும் காட்ட பல காட்சிகள் இந்த நாடகத்தில் இருந்தன. அந்தச் சமயத்தில் என் கால் பெருவிரலில் ஒரு காயம் இருந்தது. நடிக்கும்போது அதைத் தாங்கிக் கொண்டு நடிக்க வேண்டி இருந்தது. முதல்

வரிசையில் மலையாள சினிமாவில் முழுமையான நடிகராகக் கொண்டாடப்படும் நடிப்பரசர் திலகன், புகழ் பெற்ற மலையாளக் கவிஞர் விஷ்ணுநாராயணன் நம்பூதிரி, புகழ் பெற்ற நடிகை ஜெயபாரதி மற்றும் பல முக்கியமான ஆளுமைகள் அமர்ந்திருந்தார்கள். நாடகம் முடிந்ததும் நடிகர்களைக் காண வந்த அவர்கள் என்னைப் புகழ்ந்தார்கள். என் இதயம் சந்தோஷத்தில் திளைத்தது. இவ்வளவு முக்கியமான நபர்களிடம் இருந்து பாராட்டு கிடைப்பது சாதாரண விஷயமில்லை. அது ஒரு மிகப்பெரிய பெருமை. அப்போது என் காலில் இருந்த காயம் பற்றியும் அது என் நடிப்புக்குச் சிரமம் கொடுத்ததைப் பற்றியும் குறிப்பிட்டேன். இதைக் கேட்டதும் விஷ்ணுநாராயணன் நம்பூதிரி அது மிகப் பெரிய பாக்கியம் என்றார். 2500 ஆண்டுகளுக்கு முன் எழுதப்பட்ட அந்த கிரேக்க நாடகத்தில் இடிப்பஸ் கைக்குழந்தையாக இருக்கும்போது மரண தண்டனை விதிக்கப்பட்டவன். மரண தண்டனையை நிறைவேற்றுவதற்காக அவன் கால்கள் இரண்டும் சேர்த்து கட்டப்பட்டு அதில் ஒரு இரும்புக் கம்பி குத்தப்படும். அவன் வாழ்க்கை முழுவதும் அந்தத் தழும்பு அவன் கால்களில் இருக்கும். அந்தக் கதாபாத்திரத்தின் வாழ்க்கையில் நடந்த சம்பவத்தைப் போலவே என் கால்களிலும் காயம் இருந்தது உண்மையில் மறைமுகமாக எனக்கு வழங்கப்பட்ட ஆசிதான் என்றார் அவர். 'ஆசிர்வதிக்கப்பட்ட நடிகர்' என்று சொல்லப்படுவது இது போன்ற சம்பவங்களைக் குறிக்கத்தானோ என்னவோ?

இன்று என்னை மேடையில் பார்ப்பவர்கள் 'இவன் நடிப்பான்' என்ற நம்பிக்கையுடன் பார்க்கிறார்கள். இந்தத் திறமை ஒரே நாளில் கிடைத்ததில்லை. நான் இந்த இடத்துக்கு வரப் பல ஆசிரியர்களின் உழைப்பு பின்னணியில் இடம் பெற்றிருக்கிறது. சகாதேவன் மாஸ்டர், டாக்டர் பாலகிருஷ்ணன், என்.எஸ்.தாஸ் போன்றவர்கள் அவர்களில் மிகவும் முக்கியமானவர்கள். மேடையில் எப்படி நடந்துகொள்ள வேண்டும் என்ற விதிகளைச் சொல்லிக் கொடுத்ததும், என் தவறுகளைச் சுட்டிக்காட்டி என்னை மேம்படுத்தியவர்களும் இவர்கள்தான். தொலைக்காட்சியில்

நடிப்பவர்கள் பலர் என்னுடைய நாடகங்களைப் பார்க்க வருவதுண்டு. பார்வையாளர்களில் அவர்கள் இருப்பது நாடகத்தின் வலிமையைப் பறைசாற்றுவதற்கானதொரு சான்று. கே.பி.உம்மர், ஜோஷி, ரோஷன் ஆண்ட்ரூஸ், ஹரிஹரன், ஷாரதா, டி.ஆர்.ஓமனா தவிர இன்னும் பலரும் என் நாடகத்தைப் பார்க்க வருவதுண்டு. டி.ஆர். ஓமனாவுடன் நானும் பல நாடகங்களில் நடித்துள்ளேன்.

"காட்டுத்தீ" என்ற எங்கள் நாடகத்தைப் புகழ் பெற்ற நடிகை ஊர்வசி சாரதா (தமிழர்களுக்கு 'துலாபாரம்' படத்தில் நடித்த நடிகை சாரதா என்றால் தெரியும்) தொடங்கி வைத்தார். அந்தச் சமயத்தில் அவர் ஒரு உணர்ச்சிகரமான உரையாற்றினார். மொத்த நாடகத்தையும் பார்த்த அவர் ஹீரோவாக நடித்திருந்த என்னைப் பாராட்டி னார். பின்னர் பலமுறை என்னுடன் சேர்ந்து நடிக்க வேண்டும் என்ற ஆசையை வெளிப்படுத்தியுள்ளார். இப்போதும்நாங்கள்எங்கேபார்த்தாலும்பேசிக்கொள்வதுண்டு.

பிரபல இயக்குனர் ஹரிஹரனும் இதே போன்ற ஆசையை என்னிடம் வெளிப்படுத்தியதுண்டு. மேடையில் ஒரு நடிகர் நேர்த்தியான நடிப்புத் திறமையை வெளிப்படுத்துவதென்றால் அவர் மேடையை நன்கு அறிந்திருக்கவேண்டும் என்று இவர்கள் நம்புவதால்தான் இப்படிப்பட்ட எண்ணங்கள் அவர்களுக்குத் தோன்றுகின்றன.

டாக்டர் ராஜேந்திரபாபு கொடுத்த ஊக்கத்தையும், ஆதரவையும் இங்கே கண்டிப்பாகக் குறிப்பிட வேண்டும். மலையாள நாடக உலகில் பிரபலமானவரான சி.ஜி. கோபிநாத்தின் மகன் டாக்டர் ராஜேந்திர பாபு. இவர் சென்னைப் பல்கலைக்கழகத்தின் மலையாளத் துறைத்தலைவராக இருந்தவர். 'ஸ்படிகம்', 'குரு' போன்ற படங்களுக்குத் திரைக்கதை எழுதியவர். 'தக்ஷினா' என்ற கலாச்சார சங்கத்தின் செயலாளராக இருந்த எஸ்.எஸ். பிள்ளையை இங்கே குறிப்பிட்டாக வேண்டும். 'டீம் ஆர்ட்ஸ்' குழுவின் உறுப்பினர்கள் என் நாடகத்திறமைக்குக் கொடுக்கும் பாராட்டுகள் தனித்துவமானவை. லத்தீஃப், சோமன் கைதக்காடு, டாக்டர்.கே.ஜே.அஜய்குமார், வல்லத்தோல்

உன்னிகிருஷ்ணன் ஆகியோர் என்னுடன் எல்லாக் காலங்களிலும் உடன் நின்று ஆதரவும், ஊக்கமும் அளிப்பவர்கள்.

இவர்களும், இன்னும் பலரும் கொடுக்கும் ஊக்கமும், ஒத்துழைப்பும் என்னுடைய ஒவ்வொரு நாடகத்திலும் என் திறமையை மெருகேற்றிக் கொள்ள உதவுகிறது. என்னுடைய குழுவினரிடம் ஒழுக்கத்தின் முக்கியத்துவத்தைப் பலமுறை வலியுறுத்தியிருக்கிறேன். எல்லா ஒத்திகைகளிலும், நாடகம் சார்ந்த கூடுகைகளிலும் எல்லாரும் கண்டிப்பாகக் கலந்து கொள்ள வேண்டும் என்று வலியுறுத்துவேன். ஒவ்வொரு ஒத்திகையும் நாடகத்துக்கான பட்டறையாகவே நடக்கும். சராசரி பார்வையாளர் என்ன எதிர்பார்க்கிறார் என்பதில் இருந்து விமர்சகர்களின் பார்வைவரையிலான எல்லாவற்றையுமே இதில் தெரிந்து கொள்ள முடியும்.

ஒரு காட்சியின் ஒவ்வொரு அம்சமும் உன்னிப்பாக ஆராயப்படவேண்டும். இல்லையென்றால் மேடையில் தவறுகள் ஆட்சி செய்யும். ஒரு வரலாற்றுக் கதாபாத்திரத்தை ஏற்று நடிக்கும் நடிகர் பாரகான் செருப்பையோ, ரேபான் கண்ணாடிகளையோ போட்டு மேடையில் தோன்றினால் பார்வையாளர்கள் சத்தம் போட்டுத் துரத்திவிடுவார்கள். அடுத்த காட்சிக்கு முன் வசனத்தைச் சரிபார்க்கலாம் என்று கண்ணாடி போட்டிருந்த நடிகர் அதை எடுக்க மறந்து மேடைக்கு வந்திருக்கலாம். தசரத மன்னரோ, அனுமாரோ கண்ணாடியுடன் வந்தால் எப்படி இருக்கும் என்று கற்பனை செய்து பாருங்கள். ராமர் கையில் கடிகாரம் இருந்தாலும் நாடகத் தயாரிப்புகளில் தவறு இருப்பதையே அது குறிக்கும்.

எந்த நாடகத்தையும் அவசர அவசரமாக அரங்கேற்ற முடியாது. தொடர் ஒத்திகைகளின் மூலம் மட்டுமே அந்தக் கதாபாத்திரத்தை ஏற்று நடிக்க எந்த நடிகராலும் முடியும். நான் என் முறையில் நடிக்கிறேன். நடிக்கும்போது எனக்கும் அதாவது அனூப்புக்கும், அந்தக் கதாபாத்திரத்துக்கும் இடையே பரிமாற்றங்கள் நடக்கும். இரண்டு ஆன்மாக்களிடையே பரிமாற்றம் நடப்பது போலத்தான் இது.

'காட்டுத்தீ'யில் நடித்தபோது நடந்த சம்பவத்தை இதற்கு உதாரணமாக எடுத்துக் கொள்ளலாம். வேலப்பன் என்ற இரும்புக் கொல்லனாக அதில் நான் நடித்திருந்தேன். தொடர்ந்து உலோகங்களோடு உலையில் வேலை பார்த்ததால் மனமும், உடலும் வளைந்து கொடுக்காத தன்மை கொண்டவனாக மாறியிருக்கும் ஒருவனின் கதாபாத்திரம் அது. தீயின் அருகே அமர்ந்து குனிந்து வேலை பார்க்கும் தன்மையால் அவனது முதுகில் கூன் இருக்கும். இப்படிப்பட்ட ஒரு கதாபாத்திரத்தை ஏற்று நடிப்பது சாதாரண விஷயமில்லை. என் மனைவியாக டி.ஆர்.ஓமனாவும், மகளாக சபிதா ஆனந்தும் நடித்திருந்தார்கள்.

படங்களில் நடிக்க ஆரம்பித்து விட்டாலும், என்னுள் இருக்கும் நாடகக் காதலன் விழிப்புடனே இருக்கிறான். நாடக ஒத்திகைகளில் கலந்து கொள்ள வேண்டியிருந்ததால் நான் தயாரிப்பாளராக இருந்த படங்களின் படப்பிடிப்புத் தளங்களுக்குக் கூடச் செல்லாமல் இருந்த வரலாறு எனக்கு உண்டு. இந்த 40 ஆண்டுகள் நாடக வாழ்க்கையில் நான் கற்றுக் கொண்டவை ஏராளம். இப்போதும் கூட வருடத்துக்கு ஒரு நாடகத்திலாவது நடித்து விடுவேன்.

தொழில் உலகில் புழங்கும் நபர்களும், நாடக உலகில் நடிப்பவர்களும் கலந்து பழகுவது இயலாத ஒன்றாக இருக்கலாம். ஆனால் நான் இவை இரண்டையும் ரசிக்கிறேன். அது என்னைப் புதிய சாதனைகளுக்கு அழைத்துச் செல்கிறது.

இப்போதும் இத்தனை ஆண்டுகளுக்குப் பிறகும் ஒரு புதிய நாடகத்தில் நடிக்க மேடை ஏறும்போது எனக்கு வயிற்றில் பட்டாம்பூச்சி பறக்கத்தான் செய்கிறது. ஒரு புதிய உயிரைப் படைப்பதற்கு முன் அனுபவிக்கும் வலியைப் போன்ற பதட்டம் வருகிறது. இந்தத் துறையில் இருக்கும் அனைவருமே இதை அனுபவித்திருப்பார்கள். அப்படி இல்லையென்று யாராவது சொன்னால் அவர்களை நம்பாதீர்கள். அந்த நாடகத்தைக் கெடுக்கும் நபர்களாக அவர்கள்தான் இருப்பார்கள்.

வரையறைகள்
வரையறைகள்
வரையறைகள்
வரையறைகள்

11

சொல்லும் பொருளும்

அன்றாட உரையாடல்களில் நாம் பயன்படுத்தும் சில சொற்கள் மற்றும் வெளிப்பாடுகள் இவை. அவற்றின் வெளிப்படையான அர்த்தங்களுக்கு அப்பாலும் பல அர்த்தங்களை இவை கொண்டிருப்பதாக நான் உணர்கிறேன். அப்படிப்பட்ட சில வார்த்தைகளுக்கு எனது சொந்த வரையறைகளைக் கொண்டு நான் தரும் விளக்கம் இவை.

1. வாய்மை

பொறுப்பு, பாசம், கடமை இவை அனைத்தும் சேர்ந்தது தான் வாய்மை. இவை எல்லாம் இணைந்துதான் வாழ்க்கையை அர்த்தமுள்ளதாக்குகிறது. வாழ்க்கையின் சிக்கலான சமயங்களில் கூட உங்கள் கடமையைச் செய்வதற்கு இந்த வாய்மைதான் முன்னிற்கிறது.

2. வாழ்க்கை

பிறப்பு முதல் இறப்பு வரையிலான பயணம். இது இயற்கை நமக்கு அளித்திருக்கும் பொறுப்பு. நாம் பிறந்ததற்கு நாம் பொறுப்பாளி அல்ல. ஆனால் வாழும்போது வாய்மையோடு வாழ்ந்து இந்த வாழ்க்கைப் பயணத்தை நாம் நிறைவு செய்யவேண்டும். அப்போதுதான் நம் வாழ்க்கை அர்த்தமுள்ளதாகும்.

3. காதல்

இது நமக்குள் இருக்கும் விலைமதிப்பற்ற சொத்து. இதற்கு புறத்தோற்ற வரையறையில்லை. ஆனால் நம் ஆன்மாவைத் தொடுவது காதல். காதலையும், பாசத்தையும் வேறுபடுத்திப் பார்க்கத் தெரிந்தவராக நாம் இருக்க வேண்டும். எல்லா உயிரினங்களுக்கும் காதல் உண்டு. ஒரு காகம் கூட தன் துணை துன்பப்படும்போது துயரத்தில் கண்ணீர் சிந்தும்.

4. நேர்மை

ஒருவர் யாருமில்லாதபோதும் தன் மனதுக்குள் காட்டும் உண்மையில் இருந்தும், தூய்மையில் இருந்தும் முளைப்பது தான் நேர்மை. வழியில் கீழே கிடைத்த பணத்தையோ, பொருளையோ அதன் சரியான உரிமையாளருக்கு திருப்பித் தருவதைத் தாண்டிய ஒரு பொறுப்பு அது.

5. கடந்த காலம்

ஒரு சங்கிலியில் நாம் ஒவ்வொருவரும் ஒவ்வொரு கண்ணியாகப் பிணைக்கப்பட்டிருக்கிறோம். நேற்று இல்லாமல் இன்று இல்லை. இது நம்மைப் பற்றி மட்டுமே நாம் சிந்திக்க முடியாது என்பதை நமக்கு நினைவூட்டுகிறது. கடந்த காலத்தை நம்மால் உருவாக்க முடியாது. அது தனக்கான காரணங்களையும், சுழற்சி விதியையும் தன்னகத்தே கொண்டுள்ளது.

6. நிசப்தம்

நிசப்தம் என்பது இருப்பு நிலை. நாடகம் தொடங்க திரைச்சீலை விலகும் முன் உள்ள அந்த ஒரு நொடி நிசப்தம், பல்லாயிரம் எண்ணங்களை ஒருவர் மனதில் உருவாக்கும். அதைப் பதட்டம் அல்லது பயம் என வகைப்படுத்த முடியாது. யோகாசனத்தின் ஒரு ஆசனமான சவாசனத்தில் (பிணம் போல அசைவில்லாமல் படுத்திருக்கும் ஆசனம்) கண்களை மூடிக்கொண்டு படுக்கும்போது, மௌனத்தை அறிந்து கொள்ள முடியும். விடியற்காலையின் மௌனத்திற்கென்று சொந்த இசையும் ஒலியும் உண்டு.

7. கவலை

இதை முறியடிக்கும் பொறுப்பு, பாதிக்கப்படுபவரிடம் உள்ளது. ஆழ்ந்து சிந்தித்துச் செயல்படுவதே இதற்கு ஒரே தீர்வு. தவறான எண்ணங்கள் மோசமான முடிவுகளெடுக்க வழிவகுக்கும். பயிற்சியின் மூலம் அதைக் குறைக்க முடியும்.

8. ஒரு நாள்

நேற்றைய தினம் நாம் செய்ததை விட வித்தியாசமான ஒன்றைச் செய்ய நமக்குக் கிடைக்கும் வாய்ப்பு. சமுதாயத்துக்கும் குடும்பத்துக்கும் பயனுள்ள ஒன்றைச் செய்வதன் மூலம் இதைப் பயன்படுத்திக் கொள்ள வேண்டும்.

9. சாகசம்

சந்தர்ப்பத்திற்கு ஏற்ப செய்யப்படும் செயல். மற்றவர்கள் தயங்கும்போது நாம் அதைச் செய்கிறோம். கடினமான பொறுப்பை ஏற்பதும் ஒரு சாகசம்தான். எதையாவது செய்வதில் உள்ள சிரமம்தான் அதைச் சாகசமாக மாற்றுகிறது. சில சாகச முடிவுகள் வாழ்க்கையில் முக்கியமான திருப்பு முனையாக மாறும்.

10. புத்தகங்கள்

வாசிப்பு ஒரு உத்வேகம், ஒரு கவர்ச்சியான அனுபவம். நம்மை நாமே மாற்றிக் கொள்ளும் அளவிற்குப் புரட்சிகரமான ஒரு செயல்பாடு அது. நம்மைக் கண்டறிய உதவும். பாலைவனத்தில் ஒரு அற்புதமான தேசத்தை வெற்றிகரமாகக் கட்டமைத்த துபாய் ஆட்சியாளரின் 'மை ஸ்டோரி' மற்றும் மலாலா யூசுப்ஸாயின் 'நான் மலாலா' ஆகியவை சமீப காலங்களில் என்னைக் கவர்ந்த இரண்டு புத்தகங்கள். ஒவ்வொருவரும் படிக்க தனந்தோறும் சிறிது நேரமாவது ஒதுக்க வேண்டும். ஆனால் நல்ல புத்தகங்களைத் தேர்ந்தெடுப்பதும் கடினமான செயல்தான்.

11. தலைவர்

ஒரு தலைவன் என்பவன் நம் கனவுகளை, பலரின் திறமைகளைப் பயன்படுத்தி அடையச்செய்து, அதன்

பலனை எல்லோருடனும் பகிர்ந்துகொள்பவன். இலக்கை நோக்கிச் செல்லும்போது மற்றவர்களின் கருத்தையும் கவனத்தில் கொள்ள வேண்டும். பணிவு என்பது ஒரு தலைவருக்கு இன்றியமையாத குணம்.

12. குரு

எவர் ஒருவர் தான் பணிபுரியும் துறையில் ஆழ்ந்த அறிவும் அனுபவமும் பெற்றிருக்கிறாரோ அவரே 'குரு' ஆவார்.

அவர் நம்மை விட மூத்தவராகவும், ஞானம் நிறைந்தவராகவும், சுயநலம் இல்லாதவராகவும் இருக்க வேண்டும்.

13. சேவை

பொறுப்பான செயல்களை மேற்கொள்வது சேவையாகும். சில சேவைகள் கட்டாயம் தேவை. அதற்கு ராணுவ வீரர்களையும் மருத்துவர்களையும் உதாரணமாகக் கொள்ளலாம். சுருக்கமாகச் சொன்னால் சமூகத்திற்கான உங்கள் பொறுப்பை நிறைவேற்றுவது. சேவையில் இருந்து நாம் பெறும் முக்கியமான விஷயம் ஆத்ம திருப்தி.

14. வெறுப்பு

வெறுப்பு என்பது ஒரு உணர்ச்சி. அது மனதில் நிரந்தரமாக இருக்க அனுமதிக்கக் கூடாது. நல்ல எண்ணங்களை மனதில் வைக்கும்போது வெறுப்பு நீங்கும்.

15. பணிவு

நான் எல்லோரையும் விட உயர்ந்தவன் என்று நினைக்கக்கூடாது. நீங்கள் வாழ்க்கையில் எவ்வளவு உயர்ந்தாலும், பணிவு நம்மை விட்டு அகல அனுமதிக்கக் கூடாது.

16. தூக்கம்

இதற்குக் குறிப்பிட்ட காலக்கெடு எதுவும் இல்லை. நாம் செய்யும் முயற்சிகளுக்கான ஆற்றலைப் பெறுவதற்கு நல்ல

தூக்கம் நம்மைத் தயார்படுத்தும். மகிழ்ச்சியான விஷயங்கள் மற்றும் மகிழ்ச்சியற்ற விஷயங்களில் நாம் தூக்கத்தை இழக்க நேரிடலாம். 51 மணி நேரத்தில் ஒரு படம் தயாரித்துக் கின்னஸ் சாதனை புத்தகத்தில் இடம் பிடித்துள்ளேன். இந்தச் சாதனையையுமே என்னுடைய வழக்கமான தூங்கும் நேரத்தைக் கைவிடாமல்தான் செய்திருக்கிறேன்.

17. மகிழ்ச்சி

நாம் நல்லதைக் காணும்போதும், நல்லதை அனுபவிக்கும்போதும் ஏற்படும் உணர்வு. இந்த அனுபவம் ஒவ்வொருவருக்கும் வேறுபடுகிறது. மற்றவர்களின் அங்கீகாரம், நாம் உருவாக்கியவற்றின் வெற்றி, நாம் முன்வைத்த ஒரு யோசனையின் வெற்றி மற்றும் பல நிகழ்வுகள் மகிழ்ச்சியை ஏற்படுத்துகிறது. நாம் செய்யும் எல்லாவற்றிலும் மகிழ்ச்சியைக் காண முயல வேண்டும்.

18. வெற்றி

முழுமையான மன அமைதியுடன், நல்ல உறக்கத்தைத் தரும் சூழ்நிலையை வெற்றியாகக் குறிப்பிடலாம். உடல் மற்றும் மன ஆரோக்கியத்தின் ஒரு பகுதிதான் வெற்றி. மன அழுத்தத்தை நம்மிடமிருந்து விலக்கி வெற்றியை அடைய முடிந்தால், அது இன்னும் பிரகாசமான வெற்றியாக இருக்கும். ஒரு மாணவனுக்கு, வெற்றி என்பது அறிவு உலகில் உயர் பதவிகளுக்கான ஒரு படிக்கட்டு.

19. திருமண வாழ்க்கை

ஆணுக்கும் பெண்ணுக்கும் இடையிலான ஒரு சமத்துவ ஒப்பந்தம் இது. குடும்ப உறவை மிக அதிகமாக மதிக்க வேண்டும். 'திருமணம்' என்பது உறவைக் குறிக்கும் ஒரு வார்த்தை மட்டுமே. ஆனால் திருமண வாழ்க்கை என்பது ஒருவர் மனதளவில் சமமாக மதிக்கக்கூடிய மற்றொருவருடன் இணைந்து வாழ்வதாகும். இந்த உறவில் ஜாதியோ, மதமோ முக்கியமில்லை. மாறாக ஒருவரின் எண்ணங்கள் முன்மாதிரியாக இருக்க வேண்டும்.

20. அண்டை வீட்டார்

அண்டை வீட்டாரைப் பற்றி எப்போதும் அக்கறையும் சிந்தனையும் கொண்டிருக்க வேண்டும். நல்ல அண்டை வீட்டாரைக் கொண்டிருப்பது ஒரு அதிர்ஷ்டம். அருகில் குடியிருந்தவர்கள் காரணமாக எனது அலுவலகத்தை மாற்ற வேண்டிய கட்டாயம் எனக்கு ஒருமுறை ஏற்பட்டது. மக்கள் மத்தியில் ஒத்துழைப்பு அவசியம் என்பதை அனைவரும் நினைவில் கொள்ள வேண்டும். யாரும் தனிமையில் வாழ முடியாது.

எதிரொலிகள்
எதிரொலிகள்
எதிரொலிகள்
எதிரொலிகள்

12

ஏ.சி.கோவிந்தனும் அவரது அளப்பரிய ஞானமும்

இந்த அத்தியாயம் என் தாத்தாவைப் பற்றியது. வெறுமனே என் அப்பாவின் அப்பா என்று அவரைப் பற்றிய அறிமுகத்தை அடக்கிவிடமுடியாது. அவரைப் பற்றிய பல தகவல்களை நான் பின்னாட்களில்தான் அறிந்து கொண்டேன். ஆனாலும் நான் அவரைப் பற்றித் தெரிந்துகொண்டதை இங்கே பகிர்ந்துதான் ஆக வேண்டும்.

கேரளாவின் திரிச்சூர் மாவட்டத்தின் கொடுங்களூர் பகுதியில், கோத்தபரம்பில் அரயம்பரம்பு குடும்பத்தில் 1896ம் வருடம் பிப்ரவரி 25ம் தேதி பிறந்தவர் என் தாத்தா. அவருடைய அப்பாவின் பெயர் சாத்துண்ணி. அம்மாவின் பெயர் குறும்பா. ஒரு சராசரி குமாஸ்தாவாக தன் வாழ்க்கையைத் தொடங்கி பல்வேறு பதவிகளுக்குப் பின் மாஜிஸ்திரேட்டாக பதவி உயர்வு பெற்றவர். அரயம்பரம்பில் குடும்பம் ஸ்ரீநாராயணகுருவைப் பலமுறை தனது விருந்தினராகக் கொள்ளும் பேற்றை அடைந்திருக்கிறது. பலமுறை குருவைத் தன் வீட்டில் சந்திக்கும் மற்றும் அவரை சாஷ்டாங்கமாக விழுந்து வணங்கும் பாக்கியத்தைப் பெற்றதுதான் தன் வாழ்க்கையில் செய்த எல்லா சாதனைகளுக்கும் காரணம் என்று ஏ.சி.கோவிந்தன் குறிப்பிட்டிருக்கிறார். என் தாத்தா ஒரு புகழ்பெற்ற எழுத்தாளர். இந்த நவீன யுகத்திலும் அவருடைய எழுத்துக்களுக்கான தேவை இருக்கிறது என்ற நம்பிக்கையுடன் அவரது எழுத்துக்களில் சிலவற்றை நான் அறிமுகம்

செய்கிறேன். அவர் எழுதிய பல பத்திகளை இன்றும் மேடைப்பேச்சுகளில் இளைஞர்களுக்கு ஊக்கமளிக்கப் பயன்படுத்தலாம்.

வாழ்க்கையில் வெற்றி(1949)

வெற்றி பெறுவதற்கு என்று தனித்த சிறப்பான பாடங்கள் எதுவும் தேவை என்று யாரும் யோசித்துப் பார்க்காத காலகட்டத்தில் 'வாழ்க்கையில் வெற்றி' என்ற புத்தகத்தை எழுதினார் என் தாத்தா. செய்தித்தாள்களில் அவர் எழுதிய பல கட்டுரைகளின் தொகுப்பு அந்த புத்தகம். புதிய இளைய தலைமுறைக்கு வாழ்க்கையின் பாதையைக் காட்டுவதற்காக எழுதப்பட்ட கட்டுரைகளின் தொகுப்பு அது. விடாமுயற்சியும், தியாகத்துக்குத் தயாராக இருத்தலும் வெற்றிக்குத் தேவையான குணங்கள் என்று இந்தக் கட்டுரைகள் குறிப்பிட்டிருந்தன.

அதிலிருந்த பல குறிப்புகளை, அதாவது பண்புகளை எனக்குத் தெரியாமலே என் வாழ்க்கையில் நான் பயிற்சி செய்து கொண்டிருந்தேன். இதைத்தான் உயிரியல் தொடர்ச்சி என்பார்கள் போல. அந்தப் பண்புகள் என் அப்பாவிடமும் இருந்தன.

- ஒருவர் தன்னுடைய திறமையை முழுமையாகப் பயன்படுத்த வேண்டும்.
- உங்கள் முதல் வேலை எவ்வளவு சிறிய வேலையாக இருந்தாலும் அதைக் காரணமில்லாமல் எளிதில் விட்டுவிடக்கூடாது.
- எந்த வேலை செய்தாலும் அதை நேர்மையாக, துல்லியமாகச் செய்ய வேண்டும்.
- அறிவுதான் வலிமை.
- விடாமுயற்சி, இடைவிடாத கடின உழைப்பு, தன்னம்பிக்கை ஆகிய குணங்கள் நம்மிடம் எப்போதும் இருக்கவேண்டும்.
- நேரத்தை நியாயமாகச் செலவிடவேண்டும்.
- மனதளவில் நல்லவராக, தாராளமாக, முற்போக்காக இருக்க வேண்டும்.

இதெல்லாம் அவருடைய கட்டுரைகளில் இருந்து எடுக்கப்பட்ட குறிப்புகள். மேலாண்மை மாணவர்களுக்கு இவையெல்லாம் எக்காலத்திலும் நல்ல பாடங்கள்தான்.

"ஒரு மணி நேரத்தின் சாத்தியங்கள்" என்று ஒரு கட்டுரை இருந்தது. அதில் இருந்த கருத்துக்களைப் படித்து நான் ஆச்சர்யப்பட்டுப்போனேன். இந்தியர்களின் சராசரி ஆயுட்காலத்தை வைத்துப் பார்த்தால் ஒரு இந்தியன் தன் வாழ்நாளில் எட்டு வருடங்களை வேலைக்காகச் செலவிடுவதாகக் குறிப்பிடுகிறார். நம்முடைய மனதை நங்கூரமில்லாத கப்பல் போல, நாம் அலைபாயவிட்டால் ஏதோ ஒரு கட்டத்தில் கப்பல் நொறுங்குவது போல நமக்கும் மரணம் நிச்சயம் என்று எச்சரிக்கையும் செய்கிறார். நம்மிடம் எவ்வளவு பணம் தேவைக்கதிகமாகக்கூட இருந்தாலும் மனதில் நிம்மதி இல்லையென்றால் அதனால் ஒரு பயனும் இல்லை என்று இந்த மாபெரும் சிந்தனையாளர் குறிப்பிடுகிறார்.

இன்றைய இளைஞர்களை ஒரு மேன்மையான வாழ்க்கைமுறைக்குத் தள்ளும் என்ற நம்பிக்கையுடன் இந்த வரிகளை இங்கே குறிப்பிட்டிருக்கிறேன்.

முகப்பரிச்சயம் (1959) (பல சிறந்த தலைவர்களுக்கு அறிமுகம்)

பழங்காலத்தில் இருந்த புத்தகங்களின் மூலமாகத்தான் வரலாறும், வாழ்க்கை வரலாறுகளும் நமக்கு அறியக் கிடைத்திருக்கின்றன. வாழ்க்கையின் பல்வேறு தளங்களில் வெற்றி பெற்ற 44 மனிதர்களைப் பற்றிய அறிமுகப் புத்தகம் அது. ஒருவித சுயசரிதை வகைப் புத்தகவரிசையில் இது முதன்மையானது. **அவர்களே தங்களைப் பற்றிச் சொல்வது போல எழுதப்பட்ட புத்தகம் இது.** தன்னைப்பற்றி ஒருவர் பேசிக்கொள்வதைத் தற்புகழ்ச்சி என்று கீழாகப் பார்த்த சமயம் அது. அப்படிப்பட்ட காலகட்டத்தில் ஏ.சி.கோவிந்தன் இந்த வகைப் புத்தகங்களை அறிமுகப்படுத்தினார். வாசிப்பவர்களுக்கு நம்பிக்கையையும், உற்சாகத்தையும் தரும் வகையில் எழுதப்பட்டிருந்த புத்தகம் இது.

குட்டிகளுடே ஸ்ரீநாராயணகுரு 1965 (குழந்தைகளுக்கான ஸ்ரீ நாராயணகுரு)

இக்காலத்துக்கும் எக்காலத்துக்குமான மனிதரான ஸ்ரீ நாராயணகுருவைப் பற்றிக் குழந்தைகள் படித்தால் அவர்கள் மனதில் ஆழமாகப் பதியும்படி எழுதப்பட்ட ஒரு புத்தகம் இது. 19 சிறிய அத்தியாயங்கள் கொண்டது. அதில் ஒரு அத்தியாயத்தின் தலைப்பு - 'ஞான் கண்ட ஸ்ரீ நாராயணகுரு' (நான் பார்த்த ஸ்ரீ நாராயணகுரு). இந்த அத்தியாயம் ஸ்ரீ நாராயணகுருவை சிறு வயதில் என் தாத்தா பார்த்த சந்தர்ப்பத்தை விளக்கிச் சொல்கிறது. வருடம் 1914. தாத்தா அப்போதுதான் எஸ்.எஸ்.எல்.சி முடித்திருந்தார். ஸ்ரீ நாராயண தர்ம பரிபாலன யோகத்தின் வருடாந்திர சந்திப்பை முடித்துவிட்டு அத்வைத ஆசிரமத்தில் ஓய்வில் இருந்தார் ஸ்ரீ நாராயணகுரு. அங்கே வந்திருந்தவர்களுக்கு துண்டுக் காகிதங்களில் அறிவுரை எழுதி அதைத் தன் பக்தர்கள் மூலமாக வந்திருந்தவர்களிடம் அனுப்பிக் கொண்டிருந்தார் குரு. அவரைச் சந்தித்துப் பேசத் தைரியமில்லாமல் அந்த இடத்தைச் சுற்றி வந்து கொண்டிருந்தார் என் தாத்தா ஏ.சி.கோவிந்தன். தாத்தாவுக்கு என்ன தேவை என்பதைப் புரிந்துகொண்ட குரு அவரை அழைத்து, "உனக்கு எந்த அறிவுரையும் தேவையில்லை. நீ ஒரு மாணவன். நன்றாகப் படி. நல்ல மனிதனாக வாழக் கற்றுக் கொள். அது மட்டும் உனக்குப் போதும்," என்று சொல்லியிருக்கிறார். தன் வாழ்வின் கடைசி நாள் வரை அப்படியே அந்த அறிவுரையின்படி வாழ்ந்தார் என் தாத்தா.

நானும் இதே அறிவுரையைக் கடைபிடிக்கிறேன். இந்தப் புத்தகம் எனக்கு முன்பே கிடைத்திருந்தால் என் திரைப்படம் 'யுகபுருஷன்'-யில் ஏ.சி.கோவிந்தனை ஒரு கதாபாத்திரமாகச் சேர்த்திருப்பேன். தன் காலத்துக்கும் முன்னால் வாழ்ந்த ஒரு மனிதரைப் பற்றி இன்றைய குழந்தைகளும் அறிந்து கொள்ளும் வகையில் ஒவ்வொரு வாக்கியத்தையும் அமைத்திருந்தார் என் தாத்தா.

குட்டிகளுடே ஆசான் - 1964 ('குழந்தைகளுக்கான ஆசான்' - மலையாளப் பெருங்கவிஞரும், சமூக

சீர்திருத்தவாதியுமான மஹாகவி குமரன் ஆசானைப் பற்றிய அறிமுகம்)

குழந்தைகளுக்காக எழுதப்பட்ட ஒரு சிறப்பான வாழ்க்கை வரலாறு இது. ஆசானுக்கும், எழுத்தாளருக்குமான உறவின் ஆழத்தை இதை வாசிக்கும் வாசகர்கள் எளிதில் புரிந்துகொள்வார்கள். கோழிக்கோடு சந்தையில் இருவரும் எப்படி பேசிக் கொண்டே நடந்து செல்வார்கள் என்பதை இதில் குறிப்பிட்டிருக்கிறார் ஏ.சி.கோவிந்தன். வாசகர்களை ஆசானின் 'பறிக்கெட்ட குட்டி' (காயம்பட்ட குழந்தை) என்ற கவிதையை வாசிக்கச் சொல்கிறார் அவர். ஒரு குழந்தைக்கும், அதன் தாய்க்கும் இடையே உள்ள அன்பின் தூய்மையை இந்தக் கவிதையைப் படித்தால் நாம் புரிந்து கொள்ளலாம்.

ஒரு குழந்தை மாமரத்தில் ஏறிக் கீழே விழுந்துவிடுகிறது. காயம்பட்டதற்கு அம்மா கோபப்பட்டுத் திட்டுவாளோ என்று பயப்படுகிறது. ஆனால் அம்மாவோ குழந்தையை நெருங்கி அணைத்து அதன் மனதில் இருந்த மொத்த பயத்தையும் நீக்கி விடுகிறாள்.

"பயப்படாதே, இதற்காக நான் அடிப்பேன் என்று
அழாதே, வலி சீக்கிரம் மாயமாகும்
விளையாட்டில் நீ பெற்ற இந்தக் காயம்
உனக்கு அணிகலனாகும், என் குழந்தாய்"

என்கிறாள் அம்மா.

இதைச் சொன்னபிறகு குழந்தைக்குக் காயம்பட்ட இடத்தில் முத்தம் கொடுத்து அதன் பயத்தைப் போக்குகிறாள் அம்மா. ஆசான் தன் கவிதைகளில் என்ன உணர்ச்சிகளைக் கொடுக்க நினைத்தாரோ அவை அனைத்தையும் அப்படியே வெறும் பத்து வரிகளில் வாசகர்களின் மனதுக்குக் கடத்திவிடுகிறார் கோவிந்தன்.

'சம்பல்சம்ருதி' (1931) ('செல்வச் செழிப்பு')

இந்தப் புத்தகம் மலையாளத்தில் வேறொருவிதமான எழுத்தை அறிமுகம் செய்தது. பணத்தை செலவு செய்வதன் அறிவியலை மலையாளிகளுக்கு அறிமுகப்படுத்திய முதல் புத்தகம் இதுதான். 'உலகப் புகழ் பெற்ற பேரரசர்

நெப்போலியன் ஃபிரான்சில் ஒரு தினக்கூலியின் மகனாகப் பிறந்தவர்' - இந்த வாக்கியத்துடன்தான் இந்தப் புத்தகம் ஆரம்பிக்கிறது. இந்தப் புத்தகத்தின் அத்தியாயங்களுள் ஒன்று மனிதர்களின் உடல்மொழியைப் படிப்பது பற்றிய அத்தியாயம். அந்த சமயத்தில் கேரளாவில் அதிகம் பரிச்சயமில்லாத விஷயம் இது.

சிரித்த முகத்துடன் இருப்பது, மற்றவர்களை ஈர்க்கும் வண்ணம் எப்படிக் கவர்ச்சிகரமாக உரையாடல்களை நிகழ்த்துவது போன்றவற்றின் முக்கியத்துவங்களை பற்றி எழுத்தாளர் இதில் எழுதுகிறார். கடவுளை நம்புவதன் மூலம் நமக்குக் கிடைக்கக்கூடிய நிம்மதியைப் பற்றியும் இதில் அவர் எழுதியிருக்கிறார்.

விசாரவீதி (1929) (சிந்திக்கும் செயல்முறை)

'இளைய தலைமுறைக்கு இன்றியமையாத புத்தகம்' என்று மலையாளத்தின் முக்கிய கவிஞர்களுள் ஒருவரான உள்ளூர் எஸ் பரமேஸ்வர ஐயரால் பாராட்டப்பட்ட அரிய பெருமையைப் பெற்றது இந்தப் புத்தகம். புத்தகத்தின் முன்னுரையில் பிரபல மலையாள எழுத்தாளரும், கலாச்சாரத் தலைவரும், கேரளாவில் ஆசிரியராக இருந்தவருமான மோர்கொத்து குமரன் எல்லாக் குழந்தைகளும் இந்தப் புத்தகத்தை வாசிக்க வேண்டும் என்று குறிப்பிடுகிறார். அப்பா, அம்மாவிடம் எப்படி நடந்துகொள்ள வேண்டும்? ஒழுக்க விழுமியங்களை எப்படி அடைவது? வாசிப்பதன் முக்கியத்துவம், எப்படி மேடைகளில் பேசுவது போன்றவை இந்தப் புத்தகத்தின் சில தலைப்புகள். உலகத்துக்கே தாத்தாவாக என் தாத்தா இருந்திருக்கிறார் என்பதில் எனக்கு அளப்பரிய ஆனந்தம்.

இந்தப் புத்தகங்கள் எல்லாவற்றையும் மறுபடியும் பதிப்பித்து வெளியிட நினைத்தேன். இன்சைட் பப்ளிகாவின்(*Insight publica*) சுமேஷ் இதைப் பதிப்பித்துத் தர முன் வந்தார். கோழிக்கோட்டில் இந்தப்புத்தகத்துக்கான வெளியீட்டு விழா நடைபெற்றது. இந்த வெளியீட்டு விழாவுக்கும் ஒரு தனித்துவம் உண்டு. மலையாளத்தின் பிரபல கவிஞர்கள் மூன்றுபேரின் வழித்தோன்றல்கள் கலந்து

கொண்ட நிகழ்வு இது. மஹாகவி குமரன் ஆசானின் பேரன் பி.அருண்குமார், உள்ளூர் எஸ்.பரமேஸ்வர ஐயரின் பேரன் உள்ளூர் எம்.பரமேஸ்வர ஐயர், வல்லத்தோல் நாராயண மேனனின் பேரன் வல்லத்தோல் கே.ரவீந்திரநாத் மூவரும் இதில் கலந்து கொண்டனர். பிரபல நாவல் மற்றும் சிறுகதை எழுத்தாளார் டி.பத்மநாபன் புத்தகத்தை வெளியிட அமைச்சர் கோவிந்தன் புத்தகத்தைப் பெற்றுக்கொண்டார்.

13

நாயனார்- ஒரு வித்தியாசமான அரசியல்வாதி

என் வாழ்க்கையில் நடந்த பல சம்பவங்களும், அதற்குப் பின்னால் இருந்த மனிதர்களும் இப்போதும் என் நினைவில் பசுமையாகப் பதிந்திருக்கிறார்கள். அவர்கள் பெரிய மனிதர்கள், சாதாரண மனிதர்கள் என்ற பாகுபாடில்லாமல் என் வாழ்க்கைக்கு எதோ ஒன்றைத் தந்திருக்கிறார்கள். அல்லது என் வாழ்க்கையை மேம்படுத்தி இருக்கிறார்கள். சில நினைவுகள் கசப்பானவை. பல நினைவுகள் மனதில் ஒரு வெளிச்சத்தை ஏற்படுத்தக்கூடியவை. ஆனால் அவை கற்றுக்கொடுத்த வாழ்க்கைப் பாடங்கள் எனக்கு மதிப்புமிக்க செல்வம். இவர்களில் நான் அக்கறை கொள்பவர்களும் உண்டு. நான் அக்கறை கொள்ளாதவர்களும் உண்டு. ஆனால் எனக்கு ஒருவரைப் பிடிக்கவில்லை என்பது என்னோடு மட்டும்தான். நான் எதிரிகளை உருவாக்குவதில்லை, ஒருவரோடு என்னால் பழகமுடியவில்லை என்றால் அவர்களை விட்டு விலகி இருந்துவிடுவேன். சிலரைச் சந்திக்கும்போது அவர்கள் என்மீது உரிமை எடுத்துக் கொண்டால் அதை அடக்கத்துடன் அனுமதித்து விடுவேன். ஆனால் அதற்காக எவர் ஒருவரும் அந்த உரிமையைக் காரணமாகக் கொண்டு என்னைப் பலவீனமாக்குவதை, நான் ஒருபோதும் அனுமதிக்கமாட்டேன். இந்த எண்ணங்களை ஒரு தத்துவமாக என் மனதில் வைத்துக் கொண்டதினால்தான் என்னுடைய வாழ்க்கையின் எல்லாத் தருணத்திலும் என்னால் சுதந்திரமாகப் பேசவும் செயல்படவும் முடிந்தது.

கேரளாவின் முன்னாள் முதல்வர் ஈ.கே.நாயனார் எனக்கு நெருக்கமான மனிதர். அவரிடம் எதை வேண்டுமானாலும் பேசும் சுதந்திரத்தை எனக்கு வழங்கியிருந்தார் அவர். சென்னைக்கு அவர் வந்தால் இங்குள்ள மலையாளிகளுக்குத் திருவிழா மனநிலை வந்துவிடும். திருவனந்தபுரத்துக்கு நான் எப்போது சென்றாலும் அவரைச் சந்திக்க நேரம் கேட்டுச் சென்று விடுவேன்.

துளிக்கூட யார் மீதும் வெறுப்பு இல்லாத ஒரு மாமனிதர் அவர். 'முதல்வரிடம் கேளுங்கள்' என்ற மிகப் பிரபலமான தொலைக்காட்சி நிகழ்ச்சியை நிகழ்த்தியிருக்கிறார். ஒருமுறை அவர் என்னிடம், "நீ இந்த நிகழ்ச்சியைப் பார்த்திருக்கிறாயா?" என்று கேட்டார்.

"ஆமாம். இதை நாங்க குடும்பத்தோடு தொடர்ந்து பார்க்கிறோம். இதைப் பார்க்க ஆரம்பித்த பிறகு காமெடி நிகழ்ச்சியான 'கோமிகோலா'வை நாங்கள் பார்ப்பதில்லை," என்று பதில் சொன்னேன்.

இதைக் கேட்டு அவர் விழுந்து விழுந்து சிரித்த சத்தம் இன்னமும் என் காதுகளில் ஒலிக்கிறது.

இன்னொரு சந்தர்ப்பத்தில் அவரது பேச்சுகள் அடங்கிய கட்டுரைத்தொகுப்பான 'காலத்திண்டே கண்ணாடி' புத்தகத்தின் இரு பிரதிகள் எனக்குக் கிடைத்தன.

முதல்வரின் தனி உதவியாளரான முரளிதரன் நாயர் எனக்கு அவற்றைக் கொடுத்திருந்தார். அதில் ஒரு பிரதியை என் தோழர் நந்தகோவிந்துக்குக் கொடுத்திருந்தேன். சில நாட்களில் முதல்வர் நாயனார் சென்னை வந்தபோது நந்தகோவிந்த் அந்தப் புத்தகத்தில் முதல்வரின் கையெழுத்து வாங்க வேண்டும் என்று ஆசைப்பட்டார். அதனால் நாங்கள் இருவரும் நாயனார் தங்கியிருந்த இடத்துக்குச் சென்றோம். அந்தப் புத்தகங்களை நீட்டி அவரிடம் கையெழுத்திடக் கேட்டோம். அந்தப் புத்தகத்தைத் திறந்து பார்த்தவர் எங்களைத் தலை நிமிர்ந்து பார்த்து, "இந்தப் புத்தகம் உங்களுக்கு எப்படிக் கிடைத்தது? திருடினீர்களா என்ன?" என்று கேட்டார்.

பின்னர் தான் முதல்வரின் அந்தக் கேள்விக்கு அர்த்தம் புரிந்தது.

அந்தப் புத்தகம் அந்தச் சமயத்தில் வெளியாகி இருக்க வில்லை. எங்கள் பழக்கத்தின் காரணமாக முரளிதரன் நாயர் எனக்கு அந்தப் புத்தகத்தை அளித்திருந்தார். வெளிவராத புத்தகத்துக்கு அதன் எழுத்தாளரிடமே கையெழுத்துக் கேட்ட எங்கள் பொருத்தமில்லாத அணுகுமுறையால்தான் அப்படி ஒரு வினா முதல்வரிடம் இருந்து எழுந்திருக்கிறது.

விசயத்தை விளக்கிவிட்டு சிரித்தபடியே எங்கள் புத்தகங்களில் கையெழுத்தும் போட்டுத் தந்தார் முதல்வர்.

அவருடைய பேச்சுக்களில் நகைச்சுவையும், நையாண்டியும் நன்றாகவே கலந்திருக்கும்.

ஒருமுறை சென்னை விமானநிலையத்துக்கு அவர் வந்தபோது அவரை வரவேற்கக் குழுமியிருந்தவர்களில் நானும் இருந்தேன். அவர் என்னை அருகில் அழைத்து, “இப்போதெல்லாம் கேரளாவுக்கு நீ அதிகம் வருவதில்லையே... ஏன்?” என்று கேட்டார்.

“கேரளாவில் மின்தடை இருக்கிறது. அதனால் அங்கே அதிகம் வருவதில்லை” என்று சொன்னேன்.

“கேரளாவின் மின்தடை இருக்கிறது என்று யார் உனக்குச் சொன்னார்கள்?” என்று என்னிடம் கேள்வி எழுப்பியவர், தன் உதவியாளரிடம் திரும்பி “முரளிதரன் நாயர், கேரளாவில் இப்போ மின்தடை இருக்கிறதா என்ன?” என்று கேட்டார்.

முரளிதரன் நாயர் ஒன்றும் பேசாமல் அமைதியாக இருக்கவே இதே கேள்வியைத் தன்னுடன் வந்திருந்த ஐஏஎஸ் அதிகாரிகளிடம் கேட்டார். அவர்களும் அமைதியாகவே இருந்தனர். அந்த அநாயச அமைதி தொடர்ந்த சமயத்தில் என்னிடம் மிக மெதுவாக அருகில் வந்து, “மின்தடை இருக்க வேண்டுமென்றால் அதற்கு முதலில் மின்சாரம் இருக்க வேண்டுமே?” என்று சொல்லிச் சத்தமாகச் சிரித்தார்.

எப்போதும் சிரித்த முகத்துடன் அவர் பேசும் நகைச்சுவையான வார்த்தைகள், எப்பேர்ப்பட்ட எதிரிகளையும் வீழ்த்தக்கூடிய திறன் பெற்றவை. நட்பும் அரசியலும் அவர் வார்த்தைகளில் நுட்பமாகக் கலந்திருக்கும்.

அவரது மனைவி சாரதா டீச்சர் இப்போதும் என்னை அழைத்து நலம் விசாரிப்பதுண்டு.

படிப்பினைகள்
படிப்பினைகள்
படிப்பினைகள்
படிப்பினைகள்

14

வணிகத்தில் வெற்றி பெற சில பாடங்கள்

"வணிகத்தில் வெற்றியடையும் சூத்திரம் என்ன?"- என்ற இந்தக் கேள்வி நான் எங்கு சென்றாலும் என்னை நோக்கி எழுப்பப்படும். அது நண்பர்கள் குழுவோ, பல்கலைக்கழகக் கருத்தரங்குகளோ அல்லது இது போன்ற வேறு எந்த இடமானாலும் சரி, குறைவான நேரத்துக்குள் அதற்கான பதிலை என்னால் சொல்ல முடியும்தான். அந்தப் பதில் போதவில்லை என்று எனக்கு எப்போதும் தோன்றும். எனது சொந்த அனுபவத்தில் இருந்தும், எனது வாசிப்பில் இருந்தும் எனக்குத் தோன்றும் விஷயங்களை நான் அவர்களிடம் சொல்லி இருக்கிறேன். அவற்றை உள்வாங்கிக் கொண்டு அவர்கள் செயல்பட வேண்டும் என்று சொல்வேன்.

நம் நாட்டில் ஒரு புதிய வேலை கலாச்சாரம் வருவதற்கான காலம் வந்துவிட்டது. பண்டைய முறைகளைக் கைவிட்டு நவீன முறைகளை ஏற்றுக் கொள்ள நாம் தயாராக இருக்க வேண்டும். இல்லையென்றால் நாம் பின் தங்கிவிடுவோம். அதிக உயரங்களைத் தொட நமது எண்ணங்களை ஒழுங்குபடுத்த வேண்டும். நம் தேடல் நமக்குத் தேவையான மாற்றத்தை உருவாக்க வேண்டும். உற்சாகம் ஒருவரை முழுமையாக ஆக்கிரமிப்பது போல வெற்றியும் ஆக்கிரமிக்க வேண்டும். பழைய தலைமுறை தங்கள் பொறுப்புகளை புதிய தலைமுறையிடம் கொடுக்கத் தயாராக வேண்டும்.

நான் எது செய்தாலும் அதை என் முறையில்தான் செய்வேன். வேறு யாருக்காவது ஒரு விஷயம் வெற்றியைக் கொடுத்திருந்தால் அது நமக்கும் வெற்றியைக் கொடுக்க வேண்டும் என்ற கட்டாயம் இல்லை. ஒவ்வொன்றும் அதனதன் நேரத்தில், வேகத்தில் நடக்கும். ஒரு வாய்ப்பை வெற்றியாக மாற்றும் உத்தியை நாம் தெரிந்து வைத்திருக்க வேண்டும்.

என் வேலைதான் எனக்கான நிம்மதி. நம்முடைய இரவுத்தூக்கத்தை விட நம்முடைய மனநிம்மதியை விட எந்த ஒரு தொழிலும் முக்கியமில்லை. அவற்றை நம் தொழில் கெடுக்கக்கூடாது. அப்படிப்பட்ட விஷயத்தை நான் ஆதரிப்பதில்லை. பேராசையும், அடுத்தவர்களைத் தாக்கி முன்னேற வேண்டும் என்ற எண்ணமும் எந்தத் துறையிலும் வேலைக்காகாது. நமக்கான வழிமுறைகளை நாம்தான் உருவாக்கிக் கொள்ள வேண்டும். நம்மால் கட்டுப்படுத்தக்கூடிய அளவு மட்டுமே நம்முடைய தொழிலை வளர்க்க வேண்டும் என்று நினைக்க வேண்டும். தவறுகள் இல்லாத முன்னேற்றமாக அது இருக்க வேண்டும் என்பது மட்டுமே முக்கியமானதாக இருக்க வேண்டும். வழியில் வரும் கவர்ச்சிகரமான விஷயங்களுக்கு மயங்கி நாம் பாதை மாறினால் வாழ்க்கை கடினமாகத்தான் இருக்கும். பணம் முக்கியம்தான். ஆனால் மனித விழுமியங்களோடு அது கலந்து இருக்க வேண்டும். அப்படி இருந்தால் மட்டுமே புகழை அடைய முடியும். நாம் வாழ்க்கையில் வெற்றி பெற என்ன தேவையோ அதே விஷயங்கள்தான் தொழிலில் வெற்றி பெறவும் தேவை. கடந்த ஐம்பது வருடங்களாகப் பொது மக்கள் என்னை ஏற்றுக் கொண்ட தைரியத்தில் இதை நான் சொல்கிறேன்.

எல்லா விஷயத்தையும் தன் தலையில் எடுத்துப்போட்டுச் செய்ய வேண்டும் என்று நினைத்தால் தொழில் செய்வது தலைவலியாகத்தான் இருக்கும். திறமையான நபர்களைத் தேர்ந்தெடுத்து அவர்களிடம் பொறுப்பை ஒப்படைத்தால் வேலை எளிதாகிவிடும். நான் அந்த முறையைத் தான் பின்பற்றுகிறேன். என் நிறுவனத்தின் வெவ்வேறு துறைகளில் ஆயிரக்கணக்கானோர் வேலை செய்கிறார்கள். அவர்கள் துறை சார்ந்த வேலையில் என்னை விட அவர்கள் திறமையானவர்கள் என்ற முழு நம்பிக்கையுடனேயே

அவர்களிடம் அவர்கள் வேலையை ஒப்படைக்கிறேன். என் நிறுவனத்தில் பணிபுரியும் எந்த ஊழியரானாலும் அவர்கள் என்னைச் சந்திக்கும் உரிமையைக் கொடுத்திருக்கிறேன். எங்கள் உறவு இதயத்தில் இருந்து வரும் வகையைச் சேர்ந்தது. A.V.A குடும்பத்தின் பலம் இந்த உறவின் அடிப்படையில் அமைந்தது.

நம்பிக்கை, மரியாதை, ஒத்துழைப்பு இவை மூன்றின் பலமான அடித்தளத்தோடு கட்டப்பட்டது எங்கள் நிறுவனம். எங்கள் நிறுவனத்தில் முதன்முதலில் சேர்ந்த ஊழியரானாலும், நேற்று புதிதாகச் சேர்ந்தவரானாலும் இந்தக் குழுமத்தைச் சேர்ந்தவர்களே. பொதுநலத்துக்காகவும், வளத்துக்காகவும் நாங்கள் எல்லாரும் சேர்ந்தே பணிபுரிகிறோம். குறிக்கோள்களை அடைவதையோ அல்லது வேலை சார்ந்த ஒழுக்கங்களையோ நாங்கள் மேம்போக்காக எடுத்துக்கொள்வதில்லை. ஆனால் இதை நாங்கள் யாரும், யார் மீதும் வலியுறுத்துவதில்லை. அவரவர் கடமையை அவரவர் செய்தால் வெற்றி நிச்சயமே என்பதை அனைவரும் உணர்ந்திருக்கிறோம்.

நிறுவனம் பெரிதாக இருந்தாலும், சிறிதாக இருந்தாலும் பணப்பரிவர்த்தனைகளில் கட்டுப்பாடு அவசியம். தெரிந்த தொழிலில் சம்பாதித்த பணத்தைத் தெரியாத தொழிலில் கைவிட்ட எத்தனையோ குழுமங்கள் நமக்கு முன்னால் உதாரணங்களாக இருக்கின்றன. வரவுக்கும், செலவுக்கும் சரியான கணக்கு வழக்கு வைத்திருப்பது, சம்பாதிப்பதை விட அதிகம் செலவு செய்யாமல் இருப்பது, எதிர்பாராத விஷயங்களுக்குக் கொஞ்சம் பணத்தை எடுத்துத் தனியாக வைப்பது போன்ற விஷயங்களை எல்லாத் தொழிலதிபர்களும் மனதில் கொள்ள வேண்டும்.

புதிதாகத் தொழில் தொடங்குபவர்களுக்கு, தொழிலில் நிச்சயம் வெற்றியடைவோம் என்ற நம்பிக்கையும், புதிய யுத்திகளைக் கையாளும் தைரியமும் இருக்க வேண்டும். இவை இருந்தால் தான் தொழில் சச்சரவில்லாமல் செல்லும். ஆனால் இது எதுவுமே கடின உழைப்புக்கு ஈடாகாது. வெற்றிக்கு நீங்கள் கொஞ்சம் காத்திருக்கத்தான் வேண்டும்.

பின்னடைவுகளைச் சந்திக்கத் தயாராக இருக்க வேண்டும். உங்கள் பொருளின் தரமும், உங்கள் சேவையும் உயர் தரமாக இருப்பதை உறுதி செய்ய வேண்டும். உயர்ந்த லட்சியம் கொண்டவர்கள் மட்டுமே உன்னத நிலையை அடைய முடியும். எல்லா முயற்சிகளுமே நேர்த்தியை மையப்படுத்தி இருக்க வேண்டும். இதற்காக ஒருவர் தன்னுடைய திறமையை மெருகேற்றிக் கொண்டே இருக்க வேண்டும். அலையடிக்கும் கடலில்தான் நம்முடைய கப்பலின் வலிமையைப் பரிசோதிக்க முடியும். ஒரு சிக்கலோ, பிரச்னையோ எது வந்தாலும் அதை நம் வசதிக்குத் திருப்பிக் கொள்ள முடியும்.

நேரத்தின் மதிப்பை ஒருவர் எப்போதும் தெரிந்து வைத்திருக்க வேண்டும். நம்முடைய நிறுவனத்தின் பெயரைக் கெடுக்கும் எந்த விஷயமாக இருந்தாலும் அதை அனுமதிக்கக்கூடாது. நம்முடைய வேலையில் பழைய முறைகளையும், நவீன தொழில் நேர்த்தியையும் ஒருங்கே கொண்டு வர வேண்டும். நல்ல ஆலோசகர்களிடம் காது கொடுக்க வேண்டும். உங்கள் வாடிக்கையாளர்களிடம் இருந்து கற்றுக் கொள்ளுங்கள். புதிய தொழில்நுட்பத்தையும் ஏற்றுக் கொள்ள நீங்கள் தயாராக இருக்க வேண்டும்.

நம்முடைய திட்டங்கள் வங்கிகளையோ அல்லது வேறு பொருளாதார நிறுவனங்களையோ மட்டும் நம்பி இருக்கக்கூடாது. நம்முடைய சொந்தப்பணத்தைதான் நாம் அதிகம் நம்பி இருக்க வேண்டும். நம்முடைய நிறுவனத்தை மேலும் வளர்த்தெடுக்க வங்கிகளை நாடலாம். மேலாண்மைக்குழுவின் கொள்கைகள் வெளிப்படையாக இருந்தால் ஊழியர்களும், ஒப்பந்ததாரர்களும் நமக்கு ஆதரவளிப்பார்கள். ஒரு முனிவரைப் போன்ற மனம் தொழிலதிபருக்கு இருக்க வேண்டும். சிரத்தை இல்லாமல் ஒருவரால் லட்சியத்தை அடைய முடியாது. ஒரு தனிநபரின் வளர்ச்சி என்பது சமூகத்தின் வளர்ச்சியும் கூட. பண சுழற்சியைத் தடுக்கும் எந்தச் செலவையும் தவிர்க்க வேண்டும். அடுத்தவரின் நேர்மை மீதான நம்பிக்கைதான் வணிகம் செய்வதன் உண்மையான பொருள். வாசிப்பது, புதிய விஷயங்களைக் கற்றுக் கொள்வது, பயணம் செய்வது, எதையும் உன்னிப்பாகக் கவனிப்பது போன்ற விஷயங்களில்

தொழில் முனைவோர் ஆழமாக ஈடுபட வேண்டும். சந்தைக்குப் புதிய முறைகளைக் கற்றுக்கொடுக்க நாம் கற்ற விஷயங்கள் பயன்பட வேண்டும்.

இவை எல்லாமே பொதுவான கொள்கைகள். ஏற்கெனவே வெற்றியை ருசித்த ஒருவரின் முறைகளை அப்படியே செய்ய வேண்டும் என்று எப்போதும் முயற்சிக்கக் கூடாது. பணம் உறவைப் பெரிதாக்கவும் செய்யலாம். சிறிதாகவும் ஆக்கலாம். இந்த சமூகத்துக்கு அவ்வப்போது உதவி செய்தால்தான் எல்லாக் காலத்துக்கும் பொருத்தமான நபர்களாக நாம் இருப்போம்.

- எந்த ஒரு தொழில் வளர வேண்டும் என்றாலும் நாம் மற்றவர்களுடன் பேணும் உறவு முக்கியம்.
- வளர்ச்சி என்பது பரஸ்பரம் இருதரப்புக்கும் இருக்க வேண்டும்.
- எல்லாப் பரிவர்த்தனைகளும் வெளிப்படையாக இருக்க வேண்டும். முன்முடிவுகளும், தவறாகப் புரிந்து கொள்வதும் தவிர்க்கப்பட வேண்டும்.

ஒரு தொழிலின் வெற்றி என்பது அந்தந்த வருடலாப நஷ்டக் கணக்காக மட்டும் சுருக்கப்பட்டுவிடக்கூடாது. முழு மனநிம்மதியுடன் தினமும் ஏழு மணி நேரம் தூங்க முடிந்தால்தான் அவர் ஒரு வெற்றிகரமான தொழிலதிபர் என்று அர்த்தம்.

2007-இல் டாக்டர் சித்தனுக்கு உடல்நிலை சரியில்லாமல் போனது. அப்போது தென்னிந்திய வர்த்தகத்தை நான் பார்த்துக் கொள்வதென்றும் மற்றவற்றை அவரது மகன் ப்ரதீப் பார்த்துக் கொள்வதென்றும் முடிவானது. இந்த முடிவில்தான் AVA குழுமம் உருவானது.

சோலையில் குழுமத்தைத் தலைமையேற்று நடத்தும் ப்ரதீப் இந்தியாவின் பிற பகுதிகளையும், வெளிநாட்டு சந்தைகளையும் பார்த்துக் கொள்கிறார். க்யூடிக்யூரா ப்ராண்டையும் முழுமையாக அவர்தான் கவனித்துக் கொள்கிறார்.

டாக்டர். சித்தன் தொலைநோக்குப் பார்வையுடன் முன்னரே யோசித்து இப்படி ஒரு ஏற்பாட்டைச் செய்ததால் நாங்கள் இருவருமே எங்களுக்குப் பிடித்த விஷயத்தில் சுதந்திரமாகச் சிறப்புக் கவனம் செலுத்த முடிகிறது. எங்கள் இருவரின் நிறுவனங்களுக்கும் இந்த ஏற்பாடு லாபகரமானதாகவே இருக்கிறது.

இப்போட்டி உலகில் இளம் தொழில் முனைவோர் படுகுழியில் விழுந்துவிடாமல் விழிப்புடன் இருப்பதற்காக ஒரு தனிப்பட்ட விஷயத்தைப் பகிர்ந்து கொள்கிறேன்.

ஒரு சர்வதேச நிறுவனம் எங்கள் 'மெடிமிக்ஸ்' நிறுவனத்தை வாங்க வேண்டும் என்றோ அல்லது 'விழுங்க' வேண்டும் என்ற எண்ணத்துடனோ வந்தது. அதன் தலைவர் என்னை அணுகினார். எவ்வளவு பணம் கொடுத்தாவது எங்களை வாங்கிவிட வேண்டும் என்ற முடிவில் இருந்தார்கள் அவர்கள். ஆனால் நாங்கள் பணத்திற்கு அடிபணிய மறுத்துவிட்டோம். "இந்த நிறுவனம் பல மனிதர்களின் வாழ்க்கை. அதோடு மெடிமிக்ஸுடன் எங்களுக்கு இருக்கும் தொடர்பை விட்டுக் கொடுக்க முடியாது. பணம் பண்ணுவது எங்களுக்கு முக்கிய குறிக்கோள் இல்லை,'' என்று மறுத்துவிட்டேன்.

இதை எதிர்கொள்ளும் விதமாக அவர் என்னிடம், "உங்களுக்கு எத்தனை குழந்தைகள்?" என்று கேட்டார்.

"இரண்டு பெண்கள்", என்றேன் நான்.

"அவர்கள் படித்து முடித்ததும் அவர்களுக்குத் திருமணம் செய்து கொடுக்க மாட்டீர்களா என்ன?"

"கண்டிப்பாகச் செய்து கொடுப்பேன்."

"அதற்குப் பிறகு அவர்களுடன் உங்களுக்கு உறவு தொடருமில்லையா?"

"ஆமாம். நிச்சயமாக"

"தொழில் பரிவர்த்தனைகளையும் அப்படியே நினைத்துக் கொள்ளுங்கள்'' என்றார். இன்னும் என்னென்னவோ சொல்லி எனக்குப் புரிய வைக்க விரும்பினார்கள். ஆனால்

அவர்களது முயற்சி பலிக்கவில்லை. அது மட்டுமல்ல, அதற்குப் பிறகுதான் உலகின் பழைய பிராண்டுகளில் ஒன்றான வெளிநாட்டு ப்ராண்டான க்யூடிக்யூரா எங்களுக்குக் கிடைத்தது.

எங்கள் விற்பனையைத் தடுக்கப் பல சர்வதேச நிறுவனங்கள் முழு முயற்சி செய்திருக்கின்றன. எங்கள் விளம்பரப் பலகைகளை அகற்றுவது, யாராவது கடைக்காரர்கள் எங்கள் விளம்பரங்களை வைத்திருந்தால் அவர்களிடம் அதை அகற்றச் சொல்வது, அவர்கள் மறுத்தால் தங்கள் பொருட்களை அந்தக் கடைக்காரர்களுக்குத் தர மாட்டோம் என்று மறுப்பது போன்ற பல சதிவேலைகள் இதில் அடங்கும். இந்த மாதிரி சின்னச் சின்ன தந்திரங்களில் இருந்து ஒவ்வொரு முறையுமே நாங்கள் தப்பி வந்திருக்கிறோம். எங்கள் பொருளின் உண்மையான தரமும், அவர்களைச் சமாளிக்க நாங்கள் பயன்படுத்திய எதிர் தந்திரங்களும் எங்களைக் காத்துள்ளன.

ஒரு காலகட்டத்தில் சந்தையில் எங்களின் மிக முக்கிய போட்டியாளர் தங்கள் பொருட்களை வண்டிகளில் கொண்டுவரும்போது கடைக்காரர்கள் அவர்களைச் சுற்றி வளைத்து அந்தப் பொருட்களை எடுத்துச் செல்வார்கள். ஏனெனில் அந்தச் சோப்புக்கு அப்படி ஒரு தேவை சந்தையில் இருந்தது. அதற்காக அவர்களை நாங்கள் ஆரோக்கியமற்ற முறையில் எதிர்கொள்ளவில்லை. அதற்குப் பதில் கிராமப்புறங்களில் இருந்த கடைகளுக்கு நாங்கள் நேரடியாகச் சென்று ஒவ்வொரு கடையாக ஏறி இறங்கி எங்கள் பொருட்களைக் கொடுத்துவிட்டு வந்தோம். அது எங்கள் விற்பனையை அதிகரித்தது. கடைக்காரர்களிடம் சென்று இரண்டு அல்லது மூன்று சோப்புக்களை வாங்கச் சொல்லிக் கேட்போம். அந்தச் சோப்புகள் விற்றால் மட்டும் திரும்ப எங்களிடம் திரும்ப சோப்பு வாங்கினால் போதும் என்று சொல்வோம். எங்கள் பொருட்களை நாங்கள் எப்போதுமே கடனுக்குக் கொடுத்ததில்லை - அப்போதும் இல்லை இப்போதும் இல்லை. அந்த இரண்டு மூன்று சோப்புகளை வாங்கிய கடைக்காரரின் மனநிலையை இங்கே நாங்கள்

நம்பியிருந்தோம். தன் பணத்தைத் திரும்ப எடுப்பதற்காக எங்கள் சோப்புக்களைதான் முதலில் விற்பார். இந்த உத்தி நன்றாகவே வேலை செய்தது. இந்தக் கடைகளுக்கு மிதிவண்டியில் தான் சோப்புக்களை விற்கச் சென்றிருக்கிறோம்.

கொஞ்சம் கொஞ்சமாக எங்கள் சோப்புகளுக்குச் சந்தையில் பெரிய தேவை ஏற்படத் தொடங்கியது. மெடிமிக்ஸை வெறும் தோல் நோய்களுக்கான சோப்பாகப் பார்ப்பதற்குப் பதில் சருமத்தைப் பாதுகாக்கவும், தன்னை ஆரோக்கியமாக வைத்துக் கொள்வதற்குமான சோப்பாகப் பார்க்க ஆரம்பித்தனர் மக்கள்.

இப்போது எங்க்ளுக்கு எங்கள் சோப்பை இன்னும் அதிகமான மக்களிடம் அறிமுகப்படுத்துவது அவசியமான ஒன்றானது. மெடிமிக்ஸ் சோப்பைப் பயன்படுத்துவதால் ஏற்படும் நன்மைகள் மக்களுக்கு எப்படித் தெரியும்? மக்களின் கண்களைக் கவரும் விளம்பரங்கள் போட அப்போது தொலைக்காட்சி கிடையாது.

பிறகு ஒரு வழி கண்டுபிடித்தோம்.

திருவிழாக்களின்போது வரும் மக்கள் கூட்டத்துக்குக் கடவுள் படங்களை அச்சடித்துக் கொடுத்தோம். அவற்றின் பின்னட்டையில் மெடிமிக்ஸ் சோப்பின் விளம்பரம் இருக்கும். கடவுள் படம் என்பதால் பெரும்பாலான மக்கள் அதை மறுக்காமல் வாங்கிக் கொள்வார்கள். தங்கள் கைப்பையிலோ, சட்டைப் பையிலோ பத்திரமாக வைத்துக் கொள்வார்கள். சிலர் தூக்கியும் எறியலாம். ஆனால் கடவுள் படங்கள் அச்சடித்திருப்பதால் அவற்றையும் வேறு யாராவது கீழே இருந்து எடுத்துப் பத்திரப்படுத்துவர்.

இந்த உத்தி எங்கள் சோப்புக்கு நிறைய விளம்பரத்தைக் கொடுத்தது. கோயில்களில் பக்தர்களுக்குக் கொடுக்கும் பிரசாதப் பைகளின் மேலும் எங்கள் விளம்பரங்களை அச்சடித்துக் கொடுத்திருக்கிறோம்.

இதை விடவும் நல்ல பலன் நாங்கள் வினியோகித்த விசிறிகளின் மூலம் கிடைத்தது. திருவிழாக்களின் போது மெடிமிக்ஸ் சோப்பு விளம்பரம் அச்சடிக்கப்பட்ட விசிறிகளை

லட்சக்கணக்கில் விநியோகித்திருக்கிறோம். அப்போதெல்லாம் குளிரூட்டிகள் (ஏ.சி) அவ்வளவாகப் பயன்படுத்தப் பட்டதில்லை. அதனால் திருவிழாக்கள் அதிகம் நடக்கும் கோடைகாலங்களில் தங்களைக் குளிர்படுத்திக் கொள்ள இவை பயன்படும். திருச்சூர் பூரம் திருவிழாவில் அழகுபடுத்தப்பட்ட யானைகளின் மேலே உட்கார்ந்த மனிதர்களும், அந்த யானைகளின் மாவுத்தர்களும் எங்கள் விசிறிகளைப் பயன்படுத்துவார்கள். இது அதிக செலவு பிடிக்கும் வியாபார உத்தி அல்ல. ஆனால் இது எங்களுக்கு மிகச் சிறந்த விளம்பரமாக இருந்தது.

அதன் பிறகு தொலைக்காட்சிகள் பயன்பாட்டுக்கு வந்தன. தனியார் சேனல்களும் பிறந்தன. ஆசியாநெட், சன் டிவி போன்றவற்றில் நாங்கள் ஒளிபரப்பிய மெடிமிக்ஸ் விளம்பரங்கள் வரலாற்று முக்கியத்துவம் வாய்ந்தவை.

பிரபல இயக்குனர் ராமு காரியத்தின் மகன் சுதிர் காரியத் ஒரு விளம்பரப் படத்தை எங்களுக்காக இயக்கினார். அதன் பின்னணிப் பாடலை புகழ் பெற்ற பின்னணிப்பாடகி பி.சுசிலா பாடினார். இதற்காக இசையமைத்தவர் இளைஞர் தி‌லீப். இந்த விளம்பர உருவாக்கத்துக்காகப் பல மணி நேரம் தி‌லீப்புடன் நான் செலவழித்திருக்கிறேன். அந்த இளைஞர் தி‌லீப்தான் பின்னாளில் ஏ.ஆர். ரஹ்மானாகப் புகழ் பெற்று தன் இசைக்கோர்வைக்காக ஆஸ்கார் விருதும் பெற்றவர். அதேபோல் பி.சுசிலாம்மா பாடிய முதலும் கடைசியுமான ஒரே விளம்பரப்பாடல் இதுதான். மெடிமிக்ஸின் 50வது ஆண்டுக் கொண்டாட்டங்களில் கலந்து கொண்ட போது இதை அவர் குறிப்பிட்டார். அன்றிலிருந்து தான் மெடிமிக்ஸ் மட்டுமே பயன்படுத்துவதாகவும் அவர் குறிப்பிட்டார்.

இந்தியாவில் முதன்முதலில் லேமினேட் செய்யப்பட்ட அட்டைப் பெட்டிகளில் விற்கப்பட்ட சோப்பு மெடிமிக்ஸ்தான். அது வரை மற்ற சோப்புகள் எல்லாமே காகிதங்களில் சுற்றப்பட்டே விற்கப்பட்டு வந்தன. இப்படிப்பட்ட புதிய அட்டைப் பெட்டிகள் பல வாடிக்கையாளர்களை ஈர்த்தன. இந்தியாவின் சிறந்த அட்டைப் பெட்டிகள் தயாரிப்பாளர்களான ஐடிசி நிறுவனம் எங்களுக்கான பெட்டிகளைச் செய்து கொடுத்தது

உலகின் முக்கியமான வழிபாட்டுத் தலமான சபரிமலைக்குச் செல்பவர்கள் மெடிமிக்ஸ் விளம்பரத்தைக் காணாமல் இருக்க முடியாது. கோயிலுக்கு வரும் பக்தர்களை வரவேற்று காட்டுச் சாலைகளில் மெடிமிக்ஸ் விளம்பரங்கள் வைக்கப்பட்டிருக்கும்.

காட்டுக் கொள்ளையரான வீரப்பனின் மறைவிடம் சோதனை செய்யப்பட்டபோது அங்கே எடுக்கப்பட்ட பொருட்களில் மெடிமிக்ஸ் சோப்பும் உண்டு. தொலைக்காட்சியில் வீரப்பனின் படங்களும் அவன் தங்கி இருந்த காட்டுப்பகுதியில் இருந்து எடுக்கப்பட்ட பொருட்களும் தொடர்ந்து பலமுறை காட்டப்பட்டபோது அது மெடிமிக்ஸ் சோப்புக்கு எதிர்பாராத, மறைமுக விளம்பரமாக ஆனது.

ராஷ்டிரபதி பவனாக இருந்தாலும், வீரப்பனாக இருந்தாலும் அவர்களுக்குப் பிடித்த சோப்பாக மெடிமிக்ஸ் மக்களைக் கவர்ந்து இழுத்தது.

15

கேரளாவும் தமிழ்நாடும்

தமிழ்நாட்டில் இருந்துதான், இக்கட்டுரையை நான் எழுதுகிறேன். தமிழ்நாடு என்ற பெயர் இங்கு பேசப்படும் மொழியில் இருந்து வந்தது. தமிழ் பேசுபவர்களின் நாடு. அப்படிப் பார்த்தால் மலையாளம் பேசுபவர்களின் நாடு மலையாள நாடாக இருந்திருக்க வேண்டும். ஆனால் நாம் அதைக் கேரளம் என்கிறோம். கொஞ்சம் ஆழமாக அந்தப் பெயருக்குள் சென்றால்தான் தமிழ்நாட்டிற்கும், கேரளத்துக்கும் இடையே உள்ள வரலாற்றுத் தொடர்பினை நாம் புரிந்து கொள்ள முடியும்.

வரலாற்று ஆசிரியர்கள் தமிழில் இருந்துதான் மலையாளம் வந்துள்ளது என்று நம்புகிறார்கள். இதற்கு ஆதாரமும் இருக்கிறது.

மலை+ஆழம் = மலையாளம். மலை என்பது மலைகளையும், ஆழம் என்பது பள்ளத்தாக்கையும் குறிக்கும். மேற்குத் தொடர்ச்சி மலைத்தொடரில் இருக்கும் பெரிய பள்ளத்தாக்குதானே கேரளா.

கேரள வரலாறு தமிழ்நாட்டில்தான் ஆழமாக வேரூன்றியுள்ளது. சேரப் பேரரசு ஏழு பிரிவாக இருந்தது என்று தொல்காப்பியத்தில் குறிப்பிடப்பட்டுள்ளது. வேநாடு, பூழிநாடு, கற்கைநாடு, சித்தநாடு, குட்டநாடு, குடநாடு, மலையநாடு என்பன அந்த ஏழு பிரிவுகளாகும். குட்டநாடு இன்றும் அதே பெயரில்தான் இருக்கிறது. கொல்லத்தைச் சுற்றிய பகுதிகள் வேநாடாக இருந்துள்ளன. இவை எல்லாமே

ஒரு காலத்தில் ஒன்றாக இருந்து, பின்னாளில் கேரளமாக மாறியுள்ளது. கேரளத்தின் ஆதிகுடிகள் தமிழ்தான் பேசியுள்ளனர். மலையாளம் தமிழில் இருந்துதான் வந்தது என்பது நிரூபிக்கப்பட்ட உண்மை. எல்லா மொழிகளுக்கும் இரண்டு பாகங்கள் உண்டு - எழுத்து மொழி மற்றும் பேச்சுமொழி. தமிழில் அவை செந்தமிழ் மற்றும் கரிந்தமிழ். இந்தக் கரிந்தமிழில் இருந்துதான் மலையாளம் வளர்ந்துள்ளது. இந்த வளர்ச்சிக்கு, ஆய்வாளர்கள் நான்கு காரணிகளைக் காட்டுகிறார்கள்.

- **இந்த நிலம் தமிழகத்தின் பிற பகுதிகளில் இருந்து பிரிந்துள்ளது.**
- **இந்த மொழியைத்தான் உள்ளூர் அரசர்கள் பயன்படுத்தினார்கள்.**
- **ஆதி மலையாளிகள் உருவாக்கிய சடங்குகளில் இந்த மொழிதான் பயன்படுத்தப்படுகிறது.**
- **இரண்டு மொழிகளுக்கும் இடையே இலக்கணத்தில் சில ஒற்றுமைகள் இருக்கின்றன. (உச்சரிப்பிலும் கூட)**

(இந்த விஷயத்தில் இன்னும் ஆழமாகத் தெரிந்து கொள்ள விரும்புகிறவர்கள் மேலே உள்ள பரிந்துரைகளைப் பயன்படுத்தித் தேடத் தொடங்கலாம்.)

ஸ்ரீ ஏ.ஆர்.ராஜராஜவர்மா எழுதிய "கேரளாபநினீயம்" புத்தகத்தின் முதல் அத்தியாயத்தில் தமிழில் இருந்து மலையாளம் வளர்ந்த விதத்தைப் பற்றிய தன் கண்டுபிடிப்புகளை விவரிக்கிறார். மலையாள மொழி மற்றும் அதன் இலக்கணத்தைப் பற்றி எழுதப்பட்ட அதிகாரபூர்வ புத்தகம் இது. அவரைப் பொறுத்தவரை மலையாளத்தின் தாயான கரிந்தமிழ் மலையாள சகாப்தத்தில் 1 முதல் - 500ம் வருடம் வரை இருந்திருக்கிறது. இந்த 500 ஆண்டுகளுக்குப் பிறகு அதனுடைய பதின்பருவத்தில் அந்த மொழி 'மலையான்மா' என்று அழைக்கப்பட்டிருக்கிறது. அடுத்த 300 ஆண்டுகளுக்குப் பிறகு அதன் இளமைப்பருவத்தில்தான் மலையாளம் என்று அழைக்கப்பட்டிருக்கிறது. தமிழின் தொன்மையை அறிய மலையாளத்தையும், மலையாளத்தின் அதிகாரபூர்வமான

விவரங்களை அறிய தமிழையும் நாம் பயன்படுத்தித் தெரிந்து கொள்ள வேண்டும்.

தமிழைப் போன்ற விரிவான பயன்பாடு இப்போதும் மலையாளத்துக்குக் கிடையாது. உலக அளவில் மலையாளம் ஒரு பிராந்திய மொழி மட்டுமே. ஒரு மொழியின் வலிமையை அறிய வேண்டுமானால் அதில் இயற்றப்பட்ட படைப்புகளை வைத்தே அதை உணர முடியும். திருக்குறள், அகநானூறு, புறநானூறு, மணிமேகலை, சிலப்பதிகாரம் போன்ற இலக்கியச் செறிவு மிகுந்த, பாடல்தன்மை கொண்ட தொன்மையான தமிழ்ப் படைப்புகளுக்கு ஈடான படைப்புகள் மலையாளத்தில் கிடையாது. தமிழ் செம்மொழியானது இப்படிப்பட்ட படைப்புகளால்தான். மலையாள இலக்கியத்தின் வயது அறுநூற்றைத் தாண்டாது. ஆனால் தமிழ் இலக்கியங்கள் 5000 வருடங்கள் கடந்தும் நிற்கின்றன. தற்போது மலையாளமும் (2013லிருந்து) செம்மொழி அந்தஸ்து பெற்ற மொழியாகிவிட்டது.

மலையாள மொழியோடு தொடர்புபடுத்திப் பார்க்கக் கூடிய பெருமையான வேறு சில விஷயங்களும் இருக்கின்றன. அதிகார வர்க்கத்தின் மொழியும், தாழ்த்தப்பட்ட மக்களின் மொழியும் சாதி அமைப்பை அடிப்படையாகக் கொண்டவை. தற்போது வழக்கில் உள்ள மலையாள மொழியில், சமூகத்தின் கீழ்த் தட்டு மக்கள் பயன்படுத்தி வந்த ஆதி மொழி வழக்கு பயன்பாட்டில் இல்லை. இதை நம் மொழியில் நடந்துள்ள சமூக கலாச்சார மாற்றமாகப் பார்க்கலாம். நாடகங்களிலும், திரைப்படங்களிலும் தொடர்ந்து பணியாற்றுபவன் என்பதால் எந்த மொழியின் வார்த்தைகளையும் நான் மிகுந்த கவனத்துடனேயே பயன்படுத்துவேன். தமிழுக்கு இருக்கும் கவர்ச்சிகரமான தொனி மலையாளத்துக்கு இல்லை. ஒரு மொழியின் சிறப்பம்சங்கள்தான் அந்த மொழியில் உருவாக்கப்படுகிற கலைப்படைப்புகளை ரசிக்கவோ, ஏற்றுக்கொள்ளவோ மக்களைத் தூண்டுகிறது

தமிழுக்கும், மலையாளத்துக்கும் உள்ள உறவைப் பற்றிப் பேசும்போது இரண்டு மொழிகளிலும் உள்ள திரைப்படங்களைத் தொடாமல் பேச முடியாது. கேரளத்தின் முதல் திரைப்பட தயாரிப்பு நிறுவனம் - திருவாங்கூர் நேஷனல்

பிக்சர்ஸ். இதைத் தொடங்கியவர் ஜே.சி.டேனியல் - ஒரு தமிழர். 1926ல் அவர் எடுத்த முதல் படமான 'விகதகுமாரன்' கேரள சினிமாவின் வரலாற்றைத் தொடங்கி வைத்தது. பல தமிழ் நாடகக் குழுக்கள் நாடகங்கள் போட கேரளாவுக்கு வந்து சுற்றுப்பயணம் செய்வதுண்டு.

கேரளத்தில் தமிழ்மொழி பற்றிப் பேசும்போது ஸ்ரீ நாராயணகுருவை நாம் மறந்துவிட முடியாது. குருவுக்கு திருவனந்தபுரத்தின் சாலா பகுதியில் நண்பர் ஒருவர் இருந்தார். அந்த நண்பர், குரு தமிழில் வேதங்களைப் படிக்க உதவினார். தமிழின் காப்பியங்களையும் குரு வாசித்துள்ளார். அவர் பின்னர் எழுதிய 'அனுகம்ப தாசக'த்தில் இவையெல்லாம் குறிப்பிடப்பட்டுள்ளது. பல தமிழ் இலக்கியங்களை மலையாளத்தில் மொழி பெயர்க்கவும் செய்துள்ளார் நாராயணகுரு.

தமிழும், மலையாளமும் திராவிட மொழிக் குடும்பத்தின் கிளைகள். இரண்டு மொழிகளுக்குமிடையே எழுத்துக்கள், வார்த்தைகள், இலக்கணம், தொடர் போன்ற பல விஷயங்களில் ஒற்றுமைகள் காணப்படுகின்றன. சென்னைப் பல்கலைக்கழகத்தில் மலையாளப் பேராசிரியராகவும், மொழி வல்லுனராகவும் இருந்த திரு.கே.எம்.பிரபாகர வாரியர் இந்த இரண்டு மொழிகளுக்கும் இடையே உள்ள ஒற்றுமைகள் மற்றும் வேற்றுமைகளைப் பற்றியும் ஆய்வுக்கட்டுரை எழுதியுள்ளார். 'தமிழும் மலையாளமும்' என்ற இந்த ஆய்வுக்கட்டுரை 1997ம் வருடம் மலையாளி க்ளப்பின் நூற்றாண்டு விழாவில் வெளியிடப்பட்ட நினைவுப்புத்தகத்தில் வெளிவந்துள்ளது.

தமிழ் இலக்கிய மற்றும் கலைவிழாக்களுக்கு தற்போதும் நான் தொடர்ந்து அழைக்கப்பட்டுக் கொண்டிருக்கிறேன். இங்கு நடக்கும் நாடகத் திருவிழாக்களில் நாடகங்களைப் பார்த்து, மதிப்பீடு செய்து என் பார்வைகளையும் பதிவு செய்கிறேன்.

காத்தாடி ராமமூர்த்தி, ஒய்.ஜி.மகேந்திரன், டெல்லி கணேஷ், எஸ்.வி.சேகர், ஸ்ரீவல்ஸன் போன்றவர்களின் நாடகங்கள் தமிழ்நாட்டில் பிரபலமானவை. கலையின் மூலம் சொல்லப்படும் கருத்துக்கள் மொழிகளின் வரம்புகளைத் தாண்டியும் செல்லக்கூடியவை.

பகிர்வுகள்
பகிர்வுகள்
பகிர்வுகள்
பகிர்வுகள்

16

பயணங்களும், பிரமிப்பூட்டும் காட்சிகளும்

பிரமிப்பூட்டும் காட்சிகளைக் காணும் போது கிடைக்கும் சந்தோஷம் அலாதியானது. பலமுறை பார்த்த பிறகும் நம்மை முதல் முறை பார்ப்பது போல பிரமிப்பில் ஆழ்த்தும் காட்சிகள் சில உண்டு. அவற்றில் பெரும்பான்மை காட்சிகள் இயற்கையுடன் தொடர்புடையவை.

அப்படி ஒரு காட்சி சூரிய உதயமும், சூரிய அஸ்தமனமும். எல்லா காலங்களிலும் மனிதனை உணர்ச்சிப்பெருக்கில் மூழ்கடிப்பதில் இவை இரண்டும் முக்கியமானவை. மலைகளோ, கடலோ பின்னணியில் இருக்கும் காட்சிகள் எல்லாக் காலங்களிலும் ஒரே போல் இருக்காது. தனது 'டிஸ்கவரி ஆஃப் இந்தியா' புத்தகத்தில் காஷ்மீரின் அழகை வருணித்திருக்கிறார் ஜவஹர்லால் நேரு. காஷ்மீரை இது வரை பார்த்திராதவர்களின் மனக்கண்ணில் காஷ்மீரை விரித்துக் காட்டும் அந்தப் பக்கங்கள்.

உலகின் பல பகுதிகளிலும் இயற்கை தனது அழகை வெளிப்படுத்திக் காட்டுகிறது. அந்த இடங்களை நேரில் சென்று பார்த்து வருணித்து எழுதியவர்களின் பயணக்குறிப்பின் மூலம்தான் முதன்முதலில் இந்த இடங்களைப் பற்றியெல்லாம் நாம் அறிந்து கொண்டோம். மார்க்கோ போலோ(1271 - 1295) செய்த பயணங்கள் மற்றும் அதைப் பற்றி எழுதிய குறிப்புகளின் மூலம்தான் ஆசியாவைப்

பற்றி ஐரோப்பியர்கள் தெரிந்து கொண்டனர். இங்கே வந்து சென்ற வெளிநாட்டினர் எழுதிய பயணக்குறிப்புகளை வைத்துதான் கேரளத்தின் பண்டைய வரலாற்றைப் பற்றி நாம் தெரிந்து கொள்கிறோம். ஆறாம் நூற்றாண்டு வரை கேரளாவைப் பற்றி கிரேக்கர்களும், ரோமானியர்களும் எழுதி வைத்துள்ளனர். ஆனால் கிரேக்கம், அரபி, பெர்ஷியம், போர்த்துகீசிய, டச்சு மொழிகளில் எழுதப்பட்டவற்றைப் பற்றிய தீவிரமான ஆய்வுகள் இங்கே இல்லை. இத்தகைய ஆய்வுகளைச் செய்து முடிக்க நம் அதிகாரிகள் அக்கறை எடுத்துக்கொள்ள வேண்டும். அறிவியலைப் போலவே சமூகத்தைப் பற்றிய படிப்பும், அறிவும் முக்கியமானதே. வரலாற்றைப் படிப்பதற்குப் பல நாடுகள் சிறப்பிடமும், முக்கியத்துவமும் கொடுக்கின்றன. இவற்றை நாம் மதிக்காததால் நிறையவே இழந்திருக்கிறோம்.

கேரளாவின் வரலாற்றைப் பற்றி, கேரளத்தைச் சேர்ந்த ஒருவரே எழுதிய முதல் புத்தகம் 'தூஃபத் அல் முஜாஹிதின்'. அரபி மொழியில் எழுதப்பட்ட ஒரு கையெழுத்துப் புத்தகத்தை பல வருடங்களாகத் தேடி அலைந்திருக்கிறார் புகழ் பெற்ற வரலாற்றறிஞரான வேலாயுதன் பணிக்கசேரி. இதுபற்றி அந்தப் புத்தகத்தின் மொழிபெயர்ப்பில் எழுதப்பட்ட முன்னுரையில் குறிப்பிட்டிருக்கிறார் வேலாயுதன் பணிக்கசேரி. (1963ல் வெளியிடப்பட்டது 'கேரளம் பதினஞ்சும் பதினாறும் நூட்டாண்டுகளில்' என்ற அந்தப் புத்தகம்)

பல இடங்களின் வரலாற்றையும், வாழ்க்கைமுறையையும் புரிந்து கொள்வது இந்த நவீன காலத்தில் நம் வாழ்க்கையை மேம்படுத்திக் கொள்ள உதவும். பயணங்கள் இதற்குப் பெருமளவில் உதவும். பயணங்கள் செய்வது, அறிஞர்களைச் சந்தித்துப் பேசுவது, புத்தகங்கள் வாசிப்பது போன்ற எல்லா விஷயங்களிலும் நான் அதிர்ஷ்டசாலி. வரலாற்றை அறிந்து கொள்ள பயணம் மிகவும் முக்கியம். சும்மா பயணம் செய்வதால் கிடைக்கும் சந்தோஷத்தை விட வரலாற்றுப் பயணம் தரும் சந்தோஷம் இன்னும் அதிகமாகவே இருக்கும். பயணங்களால் கிடைக்கும் இன்னொரு பலன் துணிச்சலான மனம். சமீபத்தில் உலகைச் சுற்றி வந்த அபிலாஷ் டோமி என்ற மலையாளியை உலகமே பாராட்டியது. பண்டைய

காலத்தில் அதிக பயணம் செய்த போர்த்துகீசிய மக்களுக்கே சவால் விட்டது டோமியின் பயணம். நன்னம்பிக்கை முனையைச் சுற்றி வருவதன் மூலம் இந்தியப் பெருங்கடலுக்கு வர முடியும் என்று பார்ட்டலோமியோ டியாஸ் கண்டுபிடித்தபோது ஆசியாவின் வரலாறே மாறியது. இந்த வழியைப் பின்பற்றித்தான் 1498ல் வாஸ்கோடகாமா கோழிக்கோட்டுக்கு வந்தார். ஆசியாவுக்கு வர நினைத்து அமெரிக்காவைக் கண்டுபிடித்த கொலம்பஸ்ஸின் கதையும் நமக்குத் தெரியும். பூகோள எல்லைகளைப் பற்றிய தவறான புரிதல்களை மாற்றியமைத்த சில பெரிய மனிதர்களைப் பற்றிய சின்னக் குறிப்புகள்தான் நான் மேலே எழுதியவை.

சுத்தமான கென்ய கிராமம்

நான் செய்த பல பயணங்கள் இன்னும் என் மனதில் நிறைவாகவே இருக்கின்றன. ஒருமுறை நான் கென்யாவுக்குச் சென்றபோது அங்கிருக்கும் **மசாய் மாரா** தேசிய சரணாலயத்துக்குச் சென்றிருந்தேன். அந்தப் பகுதியில் இருந்த பூர்வகுடிகளான 'மாசாய்'களின் நிமித்தமாக அந்த சரணாலயத்திற்கு அந்தப் பெயர் வைக்கப்பட்டிருந்தது. சுற்றுலாப் பயணிகள் இங்கே வருவதற்கு அனுமதி இருந்தது. அதோடு அங்கிருந்த காட்டு விலங்குகளைப் பார்க்கவும் வசதிகள் செய்து கொடுக்கப்பட்டிருந்தது. இதற்காகப் பிரத்யேகமாக உருவாக்கப்பட்டிருந்த சிறப்பு வாகனங்களில் அமர்ந்து பயணித்தபடி வெளியே உள்ள காட்டு வாழ்க்கையை ரசிக்கலாம். இங்குள்ள விலங்குகளின் பெரும் எண்ணிக்கையும், வகைமைகளும் இந்தச் சரணாலயத்தை இந்த உலகின் அதிசயங்களுள் ஒன்றாக வைத்திருக்கிறது.

சிங்கம், சிறுத்தை, யானை, ஒட்டச்சிவிங்கி மற்றும் பல்வேறு காட்டு விலங்குகளை இங்கே பார்க்க முடியும். உலகின் உயிர் பாதுகாப்புப் பகுதிகளில் இதுவும் ஒன்று. மசாய் மாரா பள்ளத்தாக்குப் பகுதிக்குச் செல்ல டாலெக் ஆறு வழியாக கடக்க நினைக்கும் மான்களை அந்த ஆற்றில் இருக்கும் முதலைகள் கபளீகரம் செய்வதையும் நாம் பார்க்க முடியும். இதற்காகவே காத்திருக்கும் முதலைகள் கடந்து செல்ல முயலும் மான்களில் சிலவற்றைப் பிடித்து விடும்.

மற்றவை தப்பித்து இயற்கை உருவாக்கியுள்ள பாதுகாப்பு வளையத்துக்குள் சென்று விடும்.

நாங்கள் சென்ற பழங்குடி கிராமங்கள் மிகவும் சுத்தமாக, துப்புரவாக இருந்தன. அந்தப் பழங்குடி மக்களின் பாரம்பரிய முறைப்படி அமைக்கப்பட்டிருந்த வீடுகள் எல்லாமே சுற்றுப்புறத்தைச் சுத்தமாக வைத்திருப்பதில் அதிகக் கவனம் செலுத்தின.

காட்டுக்குள் இருந்த வீடுகள் நடுவில் முற்றம் வைத்து வட்டமாக அமைக்கப்பட்டிருந்தன. ஒவ்வொரு குழுவுக்கும் ஒரு தலைவர் இருந்தார். அதிகம் படிக்காதவர்களாக இருந்தாலும் நன்றாக ஆங்கிலம் பேசினார்கள். தங்கள் சுற்றுப்புறத்தைத் தூய்மையாக வைத்திருக்கும் அவர்கள் பழக்கத்தை நாம் கண்டிப்பாகக் கற்றுக் கொள்ள வேண்டும்.

அங்கிருக்கும் தொடக்கக்கல்விப் பள்ளி மாணவர்கள் தினமும் ஒரு மணி நேரம் தங்கள் குடியிருப்பைச் சுத்தம் செய்ய வேண்டும். அது அவர்கள் பாடங்களில் ஒன்று. குழந்தைகள் இதைச் செய்யும்போது பெற்றோரும் அவர்களுக்கு உதவி செய்ய வருவார்கள். சமூகத்தில் சுத்தம் எவ்வளவு முக்கியமான ஒன்று என்பதை எல்லாத் தரப்பு மக்களுக்கும் புரிய வைக்கும் விஷயம் இது.

மற்றவர்கள் நலனில் அக்கறை, ஒருவருக்கொருவர் ஒத்துழைப்பது போன்ற விஷயங்களாலும் நான் கவரப்பட்டேன். அவர்களது சில பழங்குடி சடங்குகள் துணிச்சலானவை. அவர்கள் உலகமே வித்தியாசமானது. அவர்களுடைய பாரம்பரிய கைவினைப் பொருட்களை விற்பதற்கான கடை ஒன்றும் அங்கே இருந்தது.

கத்தார்

2022ம் வருட உலகக்கோப்பைக் கால்பந்து போட்டிகளைப் பார்க்கக் கத்தார் சென்றிருந்தேன். அவர்களுடைய திட்டமிடலைப் பார்த்து மிகவும் ஆச்சரியப்பட்டேன். அங்கு நான் பத்து வருடங்களுக்கு முன்பு சென்றிருக்கிறேன். வெறும் 11,437 சதுர கி.மீ பரப்பளவே கொண்ட சிறிய நாடு அது. அதன் தலைநகரம் தோஹா. 1940 கத்தாரில் எண்ணெய் வளம்

இருப்பது கண்டுபிடிக்கப்பட்டது. அதற்குப் முன்பு வரை ஆடு மாடு மேய்த்துக் கொண்டிருந்த, மீன் பிடித்து வாழ்க்கையை ஓட்டிக்கொண்டிருந்த மக்களின் இப்போதைய வளர்ச்சி அபரிமிதமானது.

அவர்கள் அடைந்துள்ள வளர்ச்சியை நான் என் சொந்தக் கண்களால் பார்த்திருக்கிறேன். கத்தாரில் உலகக்கோப்பை என்ற யோசனையைப் பலரும் ஏளனமாகக் கருதினார்கள். ஆனால் கத்தாரோ சாலைகள், கட்டடங்கள் என உலகத்தரம் வாய்ந்த கட்டமைப்புகளை உருவாக்கியது. அழகான உயர்தர தங்குமிடங்கள், மெட்ரோ ரயில்கள், விருந்தினர்களைத் தங்க வைப்பதற்கான செயற்கைத் தீவுகள் இன்னும் பல...

மிகவும் வியக்க வைத்த ஒரு விஷயம் அதன் விமான நிலையம். விமான நிலையத்தில் மூச்சு முட்ட வைக்கும் அளவுக்குக் கூட்டம் இருக்கும் என்றுகவலைகொண்டிருந்தேன். இவ்வளவு சிறிய நாடு இவ்வளவு பெரிய திருவிழாவை எப்படிச் சமாளிக்கும் என்று வருத்தப்பட்டேன். ஆனால் அங்கே சென்றதும் என் எல்லாச் சந்தேகங்களும் தவறென்று நிரூபணமானது.

ஒரே நேரத்தில் நூற்றுக்கணக்கான விமானங்கள் தரையிறங்கிக் கொண்டும், வானேறிக் கொண்டும் இருந்தன. ஆனால் மொத்த சம்பிரதாயங்களையும் முடித்துக் கொண்டு விமான நிலையத்தை விட்டு வெளியே வர வெறும் பத்து நிமிடம்தான் ஆனது. அவ்வளவு வேகமாக அங்கே வேலைகள் நடந்தன. கால்பந்துப் போட்டிகளுக்கான டிக்கெட்தான் வந்திருந்த பயணிகளுக்கான விசா(நுழைவுச் சீட்டு). விசாவுக்கு 'ஹயா' என்று பெயர் வைக்கப்பட்டிருந்தது. அதை அரங்கத்துக்குள் நுழைவதற்கான டிக்கெட்டாகவும் பயன்படுத்தலாம். அங்கிருந்த ரயில்கள் மற்றும் பேருந்துகளிலும் கட்டணமின்றிப் பயணிக்கலாம்.

கால்பந்து அரங்கு 70,000 பேர் அமர்வதற்கான கொள்ளளவைக் கொண்டது. உள்ளே நுழைய எவ்வளவு மணி நேரம் வரிசையில் நிற்க வேண்டி வருமோ என்று ஒரு பயம் எனக்கு இருந்தது. அதோடு கழிவறைகளைப் பற்றியும் பயம் இருந்தது.

ஆனால் அங்கே சென்றதுமே இந்த எல்லா பயங்களுமே தேவையற்றது என்று எனக்கு நிரூபணமானது.

டிக்கெட்டில் குறிக்கப்பட்டிருக்கும் கதவு வழியாக ஒருவர் உள்ளே நுழையலாம். எங்கேயுமே நெரிசல் இல்லை. உள்ளே 75,000 பார்வையாளர்கள் அமர்ந்திருக்கும் அரங்கு என்று வெளியே இருந்து பார்த்தால் தெரியவே தெரியாது. ஒவ்வொரு ஸ்டாலுக்கும் ஒரு கழிவறை இருந்தது. உணவு, பானங்கள் வழங்கப்பட்டன. எல்லாமே நன்றாகத் திட்டமிடப்பட்டுச் செயல்படுத்தப்பட்டிருந்தன.

இதையெல்லாம் பார்த்தபோது அந்த மன்னரின் தீர்க்கதரிசனத்தைப் பற்றித்தான் சிந்தித்தேன். இந்தத் திட்டமிடலும், செயல்முறைப்படுத்தலும் தான் கத்தாரை உலகப்பிரசித்தம் ஆக்கி இருக்கிறது. வணிகம் மற்றும் சுற்றுலா என்று இரு துறைகளிலும் நல்ல லாபம் பார்க்க இதுதான் கத்தாருக்கு உதவியுள்ளது.

நம்மாலும் ஏன் இதை எல்லாம் செய்ய முடியாது? அதீதமான மனித வளமும், திட்டமிடலில் நிபுணர்களையும் ஒருங்கே கொண்ட நம் நாட்டில் ஏன் இப்படிப்பட்ட வளர்ச்சியை அடைய முடியவில்லை.

ஆம்ஸ்டர்டாம்

ஆம்ஸ்டர்டாமில் நிகழ்ந்த ஒரு சுவாரஸ்யமான சம்பவத்தைப் பற்றி முன்பே இந்தப் புத்தகத்தில் குறிப்பிட்டிருக்கிறேன். நான் அங்கே சந்தித்த வித்தியாசமான சம்பவத்தைப் பற்றி இங்கே குறிப்பிடுகிறேன்.

நாங்கள் அங்கே பயணித்துக் கொண்டிருந்தபோது எங்கள் வாகனத்தில் பின்னால் இருந்து வந்த இன்னொரு வாகனம் மோதியது. நாங்கள் பயந்து போனோம். அந்த வாகனத்தின் ஓட்டுனர் இறங்கி வந்து கெட்ட வார்த்தைகளில் திட்டப் போகிறார். காவலர்கள் வருவார்கள். காவல் நிலையம் செல்ல வேண்டியிருக்கும் என்றெல்லாம் என் கற்பனைக் குதிரை ஓடியது. அங்கே போக்குவரத்து நெரிசல் ஏற்படுத்தியதற்காக மற்ற வாகனங்களில் இருந்து மக்கள் இறங்கி வந்து எங்களைத் திட்டுவார்கள் என்றும் என்

எண்ணம் சென்றது. ஆனால் அங்கே நடந்தது எதிர்பாராதது. வாகன ஓட்டுனர்கள் இருவரும் வண்டியில் இருந்து இறங்கினார்கள். கை குலுக்கிக் கொண்டார்கள். தங்கள் காப்பீட்டுக் காகிதங்களைப் பரிமாறிக் கொண்டார்கள். ஒரு மோசமான வார்த்தை கூட இல்லை. பதை பதைக்க வைக்கும் கணங்கள் இல்லை. இப்படி ஏன் நம் நாட்டில் நடப்பதில்லை?

பனாமா கால்வாய்

நானும் என் மனைவி ப்ரியாவும் ஒரு மலையாளிகள் சந்திப்புக்காக மெக்சிகோ சென்றோம். அங்கிருந்து பனாமா கால்வாயைப் பார்க்கச் சென்றோம்.

பசிஃபிக் பெருங்கடலையும், அட்லாண்டிக் பெருங் கடலையும் இணைக்கும் மனிதர்களால் உருவாக்கப்பட்ட இந்தக் கால்வாய்க்கு உலக சரித்திரத்தில் பங்கு உண்டு. இந்த இரண்டு கடல்களிலும் கப்பல்கள் சென்று வருவதை இந்த சர்வதேசக் கால்வாய் உறுதிப்படுத்தியுள்ளது.

கிட்டத்தட்ட 82 கி.மீ நீளமான இந்தக் கால்வாயில் மூன்று முக்கியப் பிரிவுகள் உண்டு. இந்தக் கால்வாயின் நுழைவாயிலில் கப்பல் நுழைந்ததும் அங்கே சிறிது நேரம் நிறுத்தப்படும். பின்னர் முதல் பகுதிக்குள் கொண்டு வரப்பட்டு அந்த அறை இழுத்து மூடப்படும். அந்த அறைக்குள் தண்ணீர் நிரப்பப்படும். கப்பலின் உயரம் ஏறும். கப்பல் அதன் வழியாக மிதந்து அந்த மட்டத்தில் இருக்கும் இரண்டாவது அறையை அடையும்.

அதுவும் மூடப்பட்டு தண்ணீர் நிரப்பப்பட்டு கப்பல் மிதக்கும் உயரம் ஏறும். பின்னர் அடுத்த அறைக்குச் சென்று அங்கும் உயரம் ஏறும். இப்படி அந்தக் கால்வாய்க்குள் சுமார் 25 அடி உயரம் ஏற்றப்பட்டு கப்பல் மிதக்கும். அங்கிருந்து வெளியேறி கால்வாய்க்கு வெளியே வந்ததும் கப்பல் நிறுத்தப்பட்டு தண்ணீர் கடல்மட்டத்துக்கு தக்க குறைக்கப்பட்டு கப்பலின் முன் பகுதி கடலுக்குள் இறக்கப்படும். இதற்காக ஒரு சிறப்பு அறை உண்டு.

பசிஃபிக் பெருங்கடலில் இருந்து அட்லாண்டிக் பெருங்கடலுக்குள் கப்பல்கள் செல்ல வேண்டும் என்றால் கப்பல்கள் தென்னமெரிக்காவைச் சுற்றி சுமார் 15,000 கி.மீ

தூரம் பயணித்தால்தான் முடியும் என்ற நிலை இருந்தது. பனாமா கால்வாயால் இதற்கான நேரமும், பணமும் மிச்சம்.

பனாமா கால்வாயைப் பார்த்தபோது மெடிமிக்ஸ் சோப்புத் தயாரிப்பில் நாங்கள் பயன்படுத்திக் கொண்டிருந்த ஒரு விஷயம் ஞாபகத்துக்கு வந்தது. இதே போன்ற எளிமையான ஒரு முறை அது.

ஒரு பெரிய சரிவுப்பாதையின் உச்சியில், தேங்காய் எண்ணெய் உள்ளிட்ட மெடிமிக்ஸ் சோப்புக்கான மூலப்பொருட்களை ஏற்றி வரும் வாகனங்கள் இருக்கும். கீழே இருக்கும் தொட்டிகளில் இவை எல்லாம் எந்தக் கருவியின் உதவியும் இல்லாம் புவி ஈர்ப்பு விசையின் உதவியால் சேகரிக்கப்படும். அங்கிருந்து சோப்புத் தயாரிக்கும் அறைக்கு அடிகுழாய்களின் உதவியுடன் எண்ணெய் கொண்டு செல்லப்படும். இந்த யோசனை நேரத்தைக் குறைத்ததோடு மட்டுமில்லாமல் ஊழியர்களின் வேலைப்பளுவையும் குறைத்தது.

சுமார் நூறு ஆண்டுகளுக்கு முன் மனித வளத்தை மட்டுமே கொண்டு கட்டப்பட்ட பனாமா கால்வாய் இப்போது ஒரு உலக அதிசயம் தான். ஒரு நாட்டின் பொருளாதார வளத்தை இந்தக் கால்வாய் மேம்படுத்தியுள்ளது. நவீன தொழில்நுட்பத்தையும் தாண்டிய இந்த எளிமையான யோசனைக்கு மாற்றாக இன்றுவரை யாராலும் இன்னொரு யோசனையை முன் வைக்க முடியவில்லை என்பது குறிப்பிடத்தகுந்தது.

17

சபிக்கப்பட்ட வார்த்தைகளும் சில எதிர்பாராத நிகழ்வுகளும்

எனது மாமா டாக்டர் சித்தன் தலைமையில், நாட்டின் பல்வேறு பகுதிகளில் பல ஆயுர்வேத மாநாடுகள் ஏற்பாடு செய்யப்பட்டிருக்கின்றன. ஆயுர்வேத மருத்துவ முறையைப் புத்துயிர் பெறச் செய்யவும், இம்முறையின் நன்மைகளை மக்களுக்கு உணர்த்தவும் இந்த மாநாடுகள் டெல்லி, சென்னை, ஹைதராபாத், திருவனந்தபுரம் ஆகிய இடங்களில் நடத்தப்பட்டன. இந்த மாநாடுகளுக்காக ஆயுர்வேத மருத்துவர்கள், அலோபதி மருத்துவர்கள், பாரம்பரிய மருத்துவம் செய்பவர்கள் என பல தரப்பினரும் அழைக்கப்பட்டனர். பாரம்பரிய மற்றும் நவீன அமைப்புகள் இணைந்து செயல்படும் ஆய்வுகள் மற்றும் சோதனைகளை ஊக்குவிக்கும் நோக்கில் இவை நடத்தப்பட்டன.

திருவனந்தபுரத்தில் மாநாடு நடைபெற்றபோது, விழாவைத் தொடங்கி வைக்க ஆளுநர் சிக்கந்தர் பக்தை அழைக்க முடிவு செய்திருந்தோம். டாக்டர் சித்தனும் நானும் ராஜ் பவனுக்குச் சென்று அவரை நிகழ்ச்சியில் கலந்து கொள்ள வருமாறு கேட்டுக் கொண்டோம். எங்களிடம் பேசிக்கொண்டிருக்கும் போது கவர்னர் என்னிடம், "உன் மாமாவை ஏன் அழைத்து வந்தாய்? நீ இளைஞனாகத்தானே இருக்கிறாய். இதுபோன்ற விஷயங்களுக்கு நீ மட்டும் வந்தால் போதுமே. அவரை ஏன் தொந்தரவு செய்கிறாய்?" என்று உரிமையுடன் கோபித்துக் கொண்டார்.

மாநாட்டைத் துவக்கி வைக்க வர வேண்டும் என்று நாங்கள் கோரிக்கை வைத்தபோது, "நான் வயதானவன் இல்லையா? உங்கள் மாநாடு வரை நான் வாழ்வேன் என்பதில் ஏதாவது உறுதி இருக்கிறதா? முதல்வர் ஏ.கே. ஆண்டனியை அணுகுங்கள். அதுதான் சரி" என்றார். அதனால் ராஜ்பவனில் இருந்து வெளியேறினோம்.

எம்.எம்.ஹாசனின் உதவியுடன் முதலமைச்சரைச் சந்தித்தோம். மாநாட்டைத் தொடக்கி வைப்பதற்கான எங்களின் அழைப்பை முதலமைச்சர் ஏற்றுக்கொண்டார். மாநாடு நடந்த அன்று, எல்லாரும் மகிழ்ச்சியுடன் கைதட்டிக் கொண்டிருந்தபோது, எங்களுக்கு ஒரு தொலைபேசி அழைப்பு வந்தது. ஆளுநர் சிக்கந்தர் பக்த் உடல்நிலை மோசமாக இருப்பதாக அப்போது தெரிந்து கொண்டோம். துவக்க விழா முடிந்த உடனேயே அவர் இறந்த செய்தியும் வந்தது.

"உங்கள் மாநாடு வரை நான் வாழ்வேன் என்று உங்களால் உறுதியாகச் சொல்ல முடியுமா...." என்ற அவரது வார்த்தைகள் சபிக்கப்பட்டவை.

நானும் மாமாவும் ஆளுநருடன் நடத்திய அந்தச் சந்திப்பும் அதைத் தொடர்ந்து நடந்த நிகழ்வுகளும் இன்னும் என் நினைவில் நிற்கின்றன.

இது நடந்தது பிப்ரவரி 23, 2004 அன்று.

மைல்கல்கள்
மைல்கல்கள்
மைல்கல்கள்
மைல்கல்கள்

18

டாக்டர் சித்தனின் மரணமும், பேசப்படாத வார்த்தைகளும்

ஒருநாள் இரவு டாக்டர் சித்தன் வழக்கத்தை விட மிகவும் சோர்ந்து காணப்பட்டார். அவரை மெட்ராஸ் மிஷன் மருத்துவமனைக்கு அழைத்துச் சென்றோம். ஐசியூ வுக்கு மிக அருகில் இருந்த கண்காணிப்பு அறைக்கு அவர் அழைத்துச் செல்லப்பட்டார். அவரைப் பரிசோதித்த மருத்துவர்கள் அவருக்கு ஒன்றுமில்லை, மறுநாள் காலையில் அவரை மருத்துவமனையில் இருந்து அழைத்துச் செல்லலாம் என்று சொன்னார்கள்.

எனக்கு மறுநாள் கோழிக்கோட்டில் ஒரு முக்கியமான சந்திப்பு இருந்தது. அதனால் நான் சென்னை விமான நிலையத்துக்குச் செல்லக் கிளம்பிக் கொண்டிருந்தேன், வழியில் எனக்கு டாக்டர். சித்தனிடமிருந்து அழைப்பு வந்தது. "உடனே மருத்துவமனைக்கு வா. நான் உன்னைப் பாக்க வேண்டும். உன்னிடம் ஒன்று சொல்ல வேண்டும்"என்று மிகவும் தீனமான குரலில் சொன்னார்.

அவரது குரல் எனக்கு மிகுந்த கலக்கத்தை ஏற்படுத்தியது. வண்டியை மருத்துவமனைக்குத் திருப்பச் சொல்லி ஓட்டுனரிடம் சொன்னேன்.

மருத்துவமனைக்குச் சென்றதும், யாரிடமும் அனுமதி கேட்காமல் நேரடியாக அவரது அறைக்குச் சென்றேன். என்னை நோக்கித் தலையசைத்த டாக்டர் சித்தன்,

சைகையால் தனக்கு அருகில் வருமாறு அழைத்தார். மிகவும் களைப்புடன் இருந்த போதும், என்னுடன் பேசுவதற்காக எழுந்து கட்டிலில் சாய்ந்து உட்கார்ந்தார். என்னைப் பார்த்ததும் அவர் முகத்தில் கொஞ்சம் பிரகாசம் வந்தது.

அவர் ஏதோ சொல்ல முற்பட்டபோது, இரவுப்பணியில் இருந்த மருத்துவர் அங்கே வந்தார். தான் நோயாளியைப் பரிசோதிக்க இருப்பதால் என்னை வெளியே செல்லச் சொன்னார். நான் எதற்காக அங்கே அவசரமாக வந்திருக்கிறேன் என்று அவரிடம் சொல்லிப் பார்த்தேன். அவரோ கேட்பதாக இல்லை. என் மாமா எதற்காக என்னிடம் பேச விரும்பினார் என்று நான் தெரிந்து கொள்வதற்குள் அறையில் இருந்து வெளியேற்றப்பட்டேன்.

சில நிமிடங்களிலேயே மருத்துவர்கள் அவரது அறைக்குள் அடுத்தடுத்து நுழைந்தார்கள், ஏதோ நடக்கக்கூடாதது நடக்கிறது என்று எனக்குத் தோன்றியது. பிறகு ஒரு மருத்துவர் வந்து ‘நோயாளியின் நிலை மோசமாக இருக்கிறது’ என்றார்.

நான் அதிர்ச்சியடைந்தேன். அடுத்த சில நிமிடங்களில் அவர் வெளியே வந்து, “மன்னிக்கவும், எங்களால் அவரைக் காப்பாற்ற முடியவில்லை,” என்றார்.

என்னைத் தொலைபேசியில் அழைத்த அதே சமயத்தில் தன் மகன் ப்ரதீப்பையும், தன் மனைவியையும் அழைத்து வரச் சொல்லி இருந்திருக்கிறார் மாமா. அவர்கள் வருவதற்குள் அவர் எங்களை விட்டுச் சென்று விட்டார்.

மாமா எங்களிடம் என்ன சொல்ல விரும்பினார் என்று யோசிக்கும் போதெல்லாம் என் மனம் வேதனையில் விம்முகிறது.

மெடிமிக்ஸின் 50வது ஆண்டு நிறைவு விழாவை நாங்கள் கொண்டாடும்போது அவர் இல்லாதது எங்களுக்கு மிகுந்த வேதனையைக் கொடுத்தது. ஆனால் அவர் என்றும் எங்கள் மனதில் வாழ்கிறார்.

அந்த மருத்துவமனையில் நடந்த விஷயம் என் மனதைத் தொடர்ந்து அழுத்திக் கொண்டே இருக்கிறது. இது போன்ற சூழல்களில் எழும் சமூகச் சிக்கல் மிகப் பெரியது என்று நான்

நினைக்கிறேன். வாழ்க்கையின் இறுதிக்கட்டத்தில் இருக்கும் ஒரு நபரை அவரது நெருங்கிய உறவுகளிடம் இருந்து விலக்கி வைப்பது சரியானதா என்ற கேள்வி மிக முக்கியமானது.

தங்களுக்கு நெருக்கமான நபருக்கு இறுதியாக ஒரு முத்தம் கூடக் கொடுக்க முடியாமல் வெளியே காத்திருப்பவர்களின் நிலை எவ்வளவு பரிதாபகரமானது.

19

மெடிமிக்ஸ் பொன்விழா

டாக்டர் சித்தனும், அவரது மனைவி சௌபாக்கியமும் 1969ம் வருடம் தங்கள் சமையலறையில்தான் முதல் மெடிமிக்ஸ் சோப்பைத் தயாரித்தார்கள். அன்றிலிருந்து இந்த ஐம்பது ஆண்டுகளில் உலகின் அதிகம் விற்கும் ஆயுர்வேத சோப்பாக மாறி இருக்கிறது மெடிமிக்ஸ்.

மிகச் சிறப்பு வாய்ந்த வரலாற்றைக் கொண்டது மெடிமிக்ஸ். தெளிவான மனஉறுதியையும், சமூகத்துக்கான பொறுப்புணர்வையும் உள்ளடக்கிய கதை இது. ஆயிரக்கணக்கான தொழிலாளர்கள் மற்றும் அவர்களது குடும்பங்களின் வாழ்க்கையில் விழிப்புணர்வை ஏற்றிய வரலாறு அதற்கு உண்டு. இப்போது மெடிமிக்ஸ் குடும்பம் அதன் மூன்றாவது தலைமுறையைச் சந்தித்து விட்டது.

கால ஓட்டத்தில் விரிவாக்கம் செய்யப்படும் போதெல்லாம் இன்னும் பல புதிய தயாரிப்புகள் சேர்க்கப்பட்டுள்ளன. பல நிறங்களிலும், வாசனைகளிலும் பல தயாரிப்புகள். க்ளீசரின் சோப்புகள், ஷாம்புக்கள், ஹேண்ட் வாஷ், சானிடைசர் என்று சந்தைக்குப் பல புதிய பொருட்கள் கொண்டு வரப்பட்டுள்ளன. எங்கள் வாடிக்கையாளர்கள் எங்கள் மீது வைத்துள்ள நம்பிக்கைதான் எங்கள் எல்லா முயற்சிகளுக்குமான பலமாக இருக்கிறது.

2019 -2020 காலகட்டத்தில் சுமார் ஒரு வருட காலத்துக்கு மெடிமிக்ஸின் 50வது வருடக் கொண்டாட்டங்கள் கொண்டாடப்பட்டன.

எங்களுக்கு இரண்டு வணிகக் குழுமங்கள் உள்ளன - சோலையில் குழுமம் மற்றும் *A.V.A* குழுமம். இரண்டு நிறுவனங்களும் இந்த முக்கிய சாதனையைச் சேர்ந்தே கொண்டாடினோம். அடுத்த தலைமுறைக்கு எங்கள் இணக்கமான உறவையும், ஒத்துழைப்பின் ஆன்மாவையும் கடத்திச் செல்ல இது உதவியது.

எங்களுடன் ஆரம்பத்திலிருந்தே உடனிருக்கும் ஊழியர்களையும் அவர்களது குடும்பத்தினரையும் கொண்டாட்டங்களில் கலந்து கொள்ள அழைத்திருந்தோம்.

என் மச்சினர் அதாவது மனைவியின் சகோதரர் ப்ரதீப், அவரது குழந்தைகள் லாசகன், சுஸ்மெரா மற்றும் என் பெண்கள் லாஞ்சனா மற்றும் ப்ரதீக்ஷா இவர்கள் ஐவரிடமும், மெடிமிக்ஸின் 50வது ஆண்டு விழாவுக்காக, அதன் 50 ஆண்டு வரலாற்றைத் தேடிச் சேகரிக்கும் பொறுப்பை ஒப்படைத்தோம்.

இந்த நிறுவனத்தைக் கட்டியெழுப்ப நாங்கள் எல்லாரும் எவ்வளவு கடின உழைப்பையும் தியாகத்தையும் செலுத்தியிருந்தோம் என்று இளைய தலைமுறை புரிந்து கொள்ள இது ஒரு வாய்ப்பாக அமைந்தது. முதல் தலைமுறை தலைவர்கள் மற்றும் அவர்களது ஊழியர்களின் கொள்கைகளை தற்போது நிறுவனத்தைக் கையிலெடுத்துள்ள இளைய தலைமுறை மதிக்கவும், புரிந்து கொள்ளவும் இந்த வரலாற்றுக்கான தேடல் விலைமதிப்பில்லாத உதவியாக இருந்தது. எங்கள் தொழிற்சாலைகள் பல்வேறு இடங்களில் இருந்ததால் இந்தத் தகவல் தேடல் அவ்வளவு எளிதான விஷயமாக இல்லை. இருந்தாலும் நாங்கள் செய்ய விரும்பியதை வெற்றிகரமாக முடித்தோம்.

எங்கள் முதல் ஊழியர்கள், விநியோகஸ்தர்கள், விற்பனை நிலையங்கள், ஆடிட்டர்கள் இன்னும் நிறுவனத்தோடு தொடர்புடைய பலரையும் கண்டறிந்து பல்வேறு இடங்களில் அவர்களைக் கௌரவித்தோம். உதவி தேவைப்பட்ட இடங்களில் உதவி செய்தோம். இறந்தவர்களின் உறவினர்களையும் கண்டுபிடித்து அவர்களுக்குத் தேவைப்படும் உதவிகளைச் செய்தோம்.

இந்தக் கொண்டாட்டங்களைப் பெரிய ஆடம்பரவிழாவாக மட்டும் நடத்தாமல், மக்களுக்கு உதவி செய்வதையும் கொண்டாட்டமாக்குவதே எங்கள் குறிக்கோளாக இருந்தது. எங்கள் தொழிற்சாலைகள் இருந்த பல மாநில கிராமங்களிலும் சமூக நலத் திட்டங்களை எங்களால் ஆரம்பிக்க முடிந்தது.

இந்த எல்லாக் கொண்டாட்டங்களுக்குமான நிறைவு விழா 2020ம் வருடம் பிப்ரவரி 16ம் தேதி சென்னை வர்த்தக மையத்தில் நடந்தது.

அது ஒரு மிகப் பெரிய குடும்ப விழாவாக இருந்தது. எங்கள் நிறுவனத்தில் அந்த சமயத்தில் பணியாற்றிக் கொண்டிருந்த மூத்த தொழிலாளிகள், முன்னர் வேலை பார்த்தவர்கள், டாக்டர். சித்தனோடு ஆரம்பத்தில் இணைந்து பணியாற்றியவர்கள் என எல்லாரையும் அந்த அரங்கில் கவுரவித்தோம்.

மெடிமிக்ஸ் சோப்புக்கான முதல் உறையை உருவாக்கிய குடும்ப நண்பர், ஆரம்பத்தில் தங்கள் நோயாளிகளுக்கு மெடிமிக்ஸைப் பரிந்துரைத்த மருத்துவர்கள் மற்றும் எப்போது தேவைப்பட்டாலும் கடன் கொடுத்து உதவியவர்கள் என பலர் இந்தப் பட்டியலில் உண்டு.

தாங்கள் கடந்து வந்த பாதையை யாரும் மறந்து விடக்கூடாது என்பதுதான் இதன் மூலம் நாங்கள் சொல்ல விரும்பிய கருத்து. பெரும்பாலும் ஒரு தொழிலைத் தொடங்கியவர்கள் சந்தித்த சோதனைகளும், இன்னல்களும் நிரம்பிய வரலாறு அவர்களது மூன்றாம், நான்காம் இளைய தலைமுறைக்குத் தெரியாது. இதைச் செய்ததன் மூலம் நாங்கள் எங்கள் இளைய தலைமுறைக்கு வெறும் பணம், காசை மட்டுமல்ல எங்கள் போராட்டங்களையும் கடத்தினோம்.

50 ஆண்டுகள் நிறைவடைந்த சமயத்தில் '50 ஆண்டுகளாக நுரை நிரம்பிய அன்பு', '18ன் வலிமை' போன்ற பதங்களை விளம்பரங்களில் பயன்படுத்தினோம். இங்கே 18 என்பது 18 தாவர மூலப்பொருட்களைக் குறிப்பதாக இருந்தாலும் அந்த எண் எனக்கு வேறு பல விதங்களிலும் முக்கியமானதே. என் அப்பா வாங்கிய முதல் வீடு, அவர் வாங்கிய முதல் கார்

இரண்டுமே 18 என்ற எண் கொண்டவை. நான் பிறந்த வருடம் 1962. அதன் எண்களைக் கூட்டினால் வரும் விடை 18. இப்போது நாங்கள் வசித்து வரும் வீடு பதினெட்டாவது தெருவில் இருக்கிறது. என் மனைவியின் பிறந்த நாள் வருவது 18ம் தேதி. இவையெல்லாம் ஒரு சில விஷயங்கள்தான். இந்த எண்ணோடு தொடர்பு கொண்ட வேறு பல விஷயங்கள் என் வாழ்க்கையில் நடந்தது உண்டு. இருந்தாலும் விமானத்தில் பறக்கும்போது நான் தேர்ந்தெடுக்கும் இருக்கை எண் 13 தான்.

ஆயுர்வேத முறையில் தயாரிக்கப்படுவது நின்றுவிட்டால் அது ஒரு பெரிய இழப்பாகவே இருக்கும் என்று நிறைய பேர் தங்கள் பயத்தை எங்களிடம் பகிர்ந்திருக்கிறார்கள். எங்கள் வாடிக்கையாளர்களும் இதையே நம்புகிறார்கள். மெடிமிக்ஸை தங்கள் மனதுக்கு நெருக்கமான ஒன்றாக வைத்திருக்கும் பலர் இந்த நம்பிக்கைக்கு சாட்சியாக இருக்கிறார்கள். நாங்கள் மெடிமிக்ஸ் சோப்பைத் தயாரிக்கப் பயன்படுத்தும் முறையானது வாடிக்கையாளர்களின் கண்களோடும், மனதோடும் ஒத்து வரும் ஒரு முறை. ஆரம்பத்தில் மெடிமிக்ஸின் அட்டை கருப்பு - சிவப்பில் தயாரிக்கப்பட்டது. தமிழ்நாட்டு மக்களிடையே கருப்பு நிறத்துக்கு ஒரு சிறப்பு இடம் உண்டு. பின்னர் அது லேமினேட் செய்யப்பட்ட அட்டைப்பெட்டியாக மாறியது.

சர்வதேசத் தரத்துக்குத் தகுதியான வகையில் அட்டைப்பெட்டியின் வடிவமைப்பில் பல மாற்றங்கள் செய்யப்பட்டன. இதற்கு எதிராகவும், ஆதரவாகவும் பார்வைகள் இருந்தன. கொஞ்சம் தயக்கம் மற்றும் பயத்துடனேயே இந்த எதிர்கருத்துக்களைக் கேட்டு வந்தோம். ஆனால் சந்தையில் இருக்கும் எந்தச் சோப்புக்கும் நிகராக மெடிமிக்ஸ் தாக்குப்பிடிக்க முடிகிறது என்பது பெருமைக்குரிய விஷயம்தான்.

சோப்பைத் தயாரிப்பதில் தனக்கு இருந்த அதே நிபுணத்துவத்தை சோப்பை சந்தைப்படுத்துவதிலும் காட்டினார் டாக்டர். சித்தன். அந்தக் காலத்தில் அச்சு ஊடகத்தில்தான் அதிகம் விளம்பரப்படுத்த முடியும். திரைப்பட நடிகைகளின் புகைப்படங்களோடு

விளம்பரப்படுத்துவதன் மூலமும், கலை இரவுகள் நடத்துவதன் மூலமும் மெடிமிக்ஸ் பொது மக்களின் கவனத்துக்கு வந்தது. 1976ம் வருடம் பிப்ரவரி 7ம் தேதி கோழிக்கோடு ஸ்டேடியத்தில் மெடிமிக்ஸ் நடத்திய கலை இரவு, சரித்திர முக்கியத்துவம் வாய்ந்தது. திரை நடிகர்கள் பலரும் நடனமாடி, மிமிக்ரி செய்து, நாடகம் நடித்து, மேடையிலேயே சண்டைக்காட்சிகளை உருவாக்கி நடித்து என்று பல புதிய விஷயங்களைச் செய்து காட்டி அந்த நிகழ்வை மிகப்பெரிய வெற்றியாக்கினார்கள்.

மக்களின் வாழ்க்கையை ஏதோ ஒரு விதத்தில் மேம்படுத்தக்கூடிய வகையிலும், எங்கள் தயாரிப்பை வாடிக்கையாளர்களுக்கு இன்னும் நெருக்கமாக்கும் வகையிலான நிகழ்ச்சிகளையே பெரும்பாலும் நாங்கள் உருவாக்கி இருக்கிறோம். அப்படிப்பட்ட ஒரு நிகழ்ச்சி 'ஹிருதயராகம்'. ஏழைக்குழந்தைகளுக்கு இலவச இதய சிகிச்சைகள் செய்து அதன் மூலம் சில உயிர்களைக் காப்பதற்கான ஒரு நிகழ்ச்சி அது. நடிகர் கமலஹாசன் இதன் விளம்பரத் தூதராக இருந்தார். நாங்கள் இந்த நிகழ்ச்சிக்கு முக்கிய ஸ்பான்சராக இருந்தோம்.

மெடிமிக்ஸ் இன்னமும் பாரம்பரிய முறையிலேயே தயாரிப்பு முறையைக் கையாள்கிறது.

மின் வணிகத் தளங்களிலும் இன்று மெடிமிக்ஸ் தயாரிப்புகள் கிடைக்கின்றன. ஹோட்டல்களைத் தாண்டி, ஆயுர்வேத ரிசார்டுகளும், மருத்துவமனைகளும் மெடிமிக்ஸ் சோப்புகளையே பயன்படுத்த விரும்புகின்றன.

20

ஒரு ஊடுருவலின் நினைவாக

"நிதானமின்மை வெற்றிக்கு எப்போதும் வழிவகுக்காது"

- எட்வின் ஹெச். சாப்ளின்.

பொறுமையின்மையும் அறிவின்மையும் என்னை ஆபத்தான நிலைக்கு இட்டுச் சென்ற ஒரு சம்பவத்தை நினைவு கூர்கிறேன். இது மற்றவர்களுக்கு ஒரு எச்சரிக்கையை கொடுக்கும் என்று நினைக்கிறேன்.

இந்தச் சம்பவம் இன்றும் என் முதுகுத்தண்டை சில்லிட வைக்கிறது. இது 1993-ல் நடந்தது. சென்னையில் மலையாளி க்ளப்பின் அமைப்பு வேலைகள் மற்றும் கலை நிகழ்ச்சிகளில் தீவிரமாக ஈடுபட்டிருந்த சமயம். க்ளப்பின் மொட்டை மாடியில் நாடகம் ஒன்றுக்கான ஒத்திகை முகாம் நடந்து கொண்டிருந்தது. அப்போது திடீரென பயங்கர வெடி சத்தம் ஏற்பட்டு அப்பகுதி முழுவதும் தூசி படர்ந்தது. நாங்கள் கீழே எட்டிப் பார்த்தபோது தெருவில் மக்கள் அங்கும் இங்கும் ஓடுவதைக் காண முடிந்தது. அருகில் இருந்த கட்டிடம் இடிந்து விழுந்திருந்தது. அதில் ஏதோ ஒரு அமைப்பின் அலுவலகம் இருந்தது.

என்ன நடந்தது என்பதை அறிய நான் அந்தக் கட்டடத்தை நோக்கி ஓடினேன். அந்தக் கட்டடத்துக்குள் கொடிய அமைதி நிலவியது. கூரை கீழே இறங்கியிருந்தது. சம்பவத்தின் தீவிரம் எனக்குப் புரியவில்லை. என்றாலும், நான் உடனடியாக

கட்டடத்தை விட்டு வெளியே வந்தேன். ஒத்திகையை நிறுத்திவிட்டு வீடு திரும்பினேன்.

எனது குடும்பத்தினர் வீட்டில் டிவி பார்த்துக் கொண்டிருந்தனர். நானும் க்ளப்புக்கு அருகில் நடந்த அந்த சம்பவத்தை செய்தியாகப் பார்த்தேன், கேட்டேன். அது ஒரு தீவிரவாத தாக்குதல். அந்தக் கட்டடத்தின் மீது தீவிரவாதிகள் வெடிகுண்டுத் தாக்குதல் நடத்தி இருக்கின்றனர். அப்படியொரு இடத்திற்குள் தான் நான் நுழைந்திருக்கிறேன் என்பதை உணர்ந்தவுடன், நான் அதிர்ச்சியில் முடங்கிப் போனேன்.

அந்தக்கட்டிடத்தில் மீண்டும் குண்டுகள் வெடித்திருக்கலாம். கட்டிடம் இடிந்து விழுந்திருக்கலாம். தீவிரவாதிகள் ஆயுதங்களுடன் உள்ளே பதுங்கியிருந்திருக்கலாம்.

நாடு முழுவதும் அதிர்வலைகளை ஏற்படுத்திய இந்த சம்பவத்தில் பதினோரு பேர் பலியாகி இருந்தனர். அந்த உடல்கள் அங்கே சிதறிக் கிடக்கும் போது நான் கொஞ்சம் கூட யோசிக்காமல் அந்த இடத்திற்குச் சென்றிருக்கிறேன்.

பேரிடர்களும், இயற்கைச் சீற்றங்களும் ஏற்படும் போது, இதுபோன்ற சூழ்நிலையில் சிறப்புப் பயிற்சி பெற்றவர்கள் தான் தலையிட்டு செயல்பட வேண்டும். உயிர்காக்கும் பணிகளுக்கு சாகச இயல்பு, தைரியம் மற்றும் இதுபோன்ற சூழ்நிலைகளை எவ்வாறு கையாள்வது என்பதில் அனுபவம் தேவை. அவர்கள்தான் இதைக் கற்றிருக்கிறார்கள்.

வெள்ளத்தில் சிக்கியவர்களை மீட்க வருபவர்கள், தண்ணீர் வருவதைக் கட்டுப்படுத்தும் வகையில் அமைக்கப்பட்டிருந்த தடுப்பணை உடைந்தால், கடும் வெள்ளத்தைச் சந்திக்க நேரிடும். தீப்பிடித்த இடத்தில் வேறு வகையான மீட்பு நடவடிக்கை தேவைப்படலாம். அதனால் தான் சொல்கிறேன். அனுபவம் உள்ள, இதற்காகப் பயிற்சி எடுத்த மீட்புக் குழுவினர் மட்டுமே இத்தகைய காத்தல் நடவடிக்கைகளில் ஈடுபட வேண்டும்.

ஏதோ ஒரு அதிர்ஷ்டத்தால் தான் இதை எழுத நான் உயிருடன் இருக்கிறேன்....

கூரையிலிருந்து ஒரு சிறிய கான்கிரீட் துண்டு விழுந்திருந்தால் கூட எனக்கு ஏதோ ஒரு சிக்கலாகியிருக்கலாம்....

நான் மறுபடி யோசிக்காமல் செயல்பட்ட மற்றொரு சந்தர்ப்பம் ஒன்று உண்டு...

2001ல் குஜராத்தின் பூஜ் நகரை உலுக்கிய நிலநடுக்கம், ஒட்டுமொத்த உலகத்தின் மனசாட்சியையும் உலுக்கிய பேரழிவாகும். நகரங்களை நிர்மாணிப்பதன் மூலம் நவீனமயமாக்கலை நோக்கிய நமது பயணத்தை இயற்கைப் பேரழிவுகள் எவ்வாறு பாதிக்கின்றன என்பதற்கு இது ஒரு எடுத்துக்காட்டு. பத்தாயிரத்திற்கும் மேற்பட்டோர் உயிரிழந்தனர். மேலும் பல ஆயிரம் பேர் காயமடைந்தனர். அந்த மக்களின் அழுகையால் நான் மிகவும் பாதிக்கப்பட்டேன். நான் நேரில் சென்று உதவி செய்ய முடிவு செய்தேன். இதே எண்ணத்தில் இருந்த சாக்கியர் ராஜனும் என்னுடன் கிளம்பி வந்தார்.

மும்பை வந்து விமானம் மூலம் பூஜ் சென்றடைந்தோம். விமான நிலையம் பாதி சேதமடைந்திருந்தது. விமான நிலையத்தை விட்டு வெளியே வந்ததும் எங்கள் கண்களில் பட்ட காட்சிகள் நெஞ்சை உலுக்கும் அளவுக்கு இருந்தது. மீட்புப் பணிகளுக்காக அங்கு வந்திருந்த சில தன்னார்வ தொண்டு நிறுவனங்களின் பிரதிநிதிகள் எங்களை வழிநடத்தினர். பல கட்டடங்கள், பள்ளிகள், மருத்துவ மனைகள் அனைத்தும் ஒன்றும் இல்லாமல் போனதைக் கண்டோம். ஓலைக் கொட்டகையில் அத்தியாவசியப் பொருட்கள் விற்கப்பட்டன. மெடிமிக்ஸ் சோப்புக் கட்டிகள் அங்கு அதிகமாக வைக்கப்பட்டிருந்ததைக் கண்டேன். பேரழிவின் தொடர்ச்சியாக தொற்றுநோய்கள் பரவக்கூடும் என்ற அச்சம் காரணமாக சுகாதாரத் துறை மற்றும் பேரழிவு மேலாண்மை பிரிவுகளின் விசேட அறிவுறுத்தலின் கீழ் இது மேற்கொள்ளப்பட்டுள்ளதாக நான் அறிந்தேன்.

நாங்கள் புறப்படும் முன் எந்த முன்னேற்பாடும் செய்து கொள்ளவில்லை. அந்த நிலநடுக்கத்தில் அந்தப் பகுதி முழுவதும் அழிந்துவிட்டதால், தங்குவதற்கு இடம் தேடி நிறைய அலைய வேண்டியிருந்தது. இறுதியில், நிலநடுக்கத்தில்

ஓரளவு சேதமடைந்த ஒரு ஹோட்டலைக் கண்டுபிடித்தோம். ஓரளவுக்கு வாழத் தகுதியான அறை ஒன்றும் எங்களுக்குக் கிடைத்தது. ஒருபுறம் சுவரில் விரிசல் ஏற்பட்டது. ஆனாலும் இரவை அங்கேயே கழிக்க முடிவு செய்தோம். ஒரு இடத்தில் நிலநடுக்கம் ஏற்பட்டால், அதே இடத்தில் மேலும் நிலநடுக்கம் ஏற்பட வாய்ப்புகள் உண்டு. எனவே அது மிகவும் ஆபத்தான ஒரு விஷயம் தான். இந்த எண்ணம் மனதில் தோன்றியபோது, நள்ளிரவு நேரம். நான் ஜன்னல் வழியாக வெளியே பார்த்தேன். என் கண்ணில் பட்டது எதிர்பாராத ஒரு காட்சி. ஹோட்டலின் உரிமையாளர் திறந்த வெளியில் கட்டிலில் தூங்கிக் கொண்டிருந்தார். ஹோட்டல் கீழே விழுந்தாலும் தன் உயிருக்கு ஆபத்து ஏற்படாத இடத்தைத் தான் அவர் தூங்கத் தேர்ந்தெடுத்திருந்தார்.

ஆபத்தை நாங்களே விலை கொடுத்து வாங்கியது போல இங்கே தங்குவதற்கு நாங்கள் பணம் செலுத்தியுள்ளோம். சொந்த செலவில் சூன்யம் வைத்துக் கொண்டது போல. இது எனக்கு ஒரு மதிப்புமிக்க பாடத்தை கற்றுக் கொடுத்தது. பேரிடர் பாதிக்கப்பட்ட பகுதிகளுக்கு ஒரு சேவை பணியை மேற்கொள்வதற்கு முன் கவனமாகத் திட்டமிட வேண்டும்.

21

உதவிகளும், உருமாற்றங்களும்/ உதவிகள்- நினைத்ததும், நடந்ததும்

உதவிக்காக மக்கள் என்னை அணுகும்போது நான் பெரும்பாலும் சாதகமாகவே பதிலளிக்கிறேன். உதவி கேட்டுப் பலர் என்னிடம் அடிக்கடி வருகிறார்கள். அப்படி உதவி கேட்டு வந்த ஒருவர் மேல் பரிதாபப்பட்டு உதவி செய்தேன். ஆனால் அதற்காக நான் வாழ்நாள் முழுதும் வேதனைப்படும்படி ஆனது.

எந்த உதவியையும் வழங்குவதற்கு முன், அவர் உண்மையில் உதவிக்கு தகுதியானவரா என்பதை முடிவு செய்ய வேண்டும். உதவிக்காக அணுகும் நபரின் பின்னணி மற்றும் மனநிலையை அறிந்து, உதவி செய்ய வேண்டும். இந்த உண்மையை இப்போது நான் நன்கு அறிவேன். இந்த விலைமதிப்பில்லாத பாடத்தை எனக்குக் கற்பித்த இரண்டு நிகழ்வுகளை இங்கே விவரிக்கிறேன்.

எங்கள் தொழில் தொடங்கிய ஆரம்ப கால கட்டத்தில், எங்கள் சோப்புகளை விநியோகிக்க மூன்று சக்கர வண்டிகளைப் பயன்படுத்தினோம். இந்த வண்டிகளில் ஒன்றை ஓட்டி எங்கள் சோப்புக்களை விநியோகித்து வந்த தமிழ் இளைஞன் தான் இந்த சம்பவத்தில் ஹீரோ மற்றும் ஆன்டி ஹீரோ இரண்டுமே.

மூன்று நாட்களாக அந்த இளைஞன் பணிக்கு வரவில்லை. அந்தப் பொறுப்பற்ற நடத்தை எனக்கு மிகவும்

எரிச்சலூட்டியது. செல்பேசிக்கு முந்தைய காலகட்டம் அது. அதனால் அவனுக்கு என்ன ஆனது என்று விசாரிப்பதும் கடினமாக இருந்தது. அவனை வேலையை விட்டு நீக்கிவிட்டு வேறு ஒருவரை நியமிக்க வேண்டும் என்று அனைவரும் சொன்னார்கள். நான்காம் நாள் அந்த இளைஞன் அலுவலகத்துக்கு அதுவும் நேராக என் அறைக்கு வந்தான். என் அலுவலக அறையில் அவன் என் முன்னே நிற்பதைக் கண்டு எனக்கு மிகவும் கோபம் வந்தது.

ஆனால் அவனோ அழுக்கான ஆடைகளோடும், சீவாத தலைமுடியோடும் பார்க்கவே அலங்கோலமாக இருந்தான். அழுக்காகவும், கண்கள் குழி விழுந்தும் காணப்பட்டான். கிட்டத்தட்ட ஒரு பைத்தியக்காரனைப் போல இருந்தான்.

"மூணு நாளா நீ எங்கே போயிருந்தே?" நான் அவனிடம் கேட்டேன்.

"அதை அப்புறமா சொல்றேன். எனக்கு அவசரமாக ஐம்பது ரூபாய் வேண்டும்" என்று பதிலளித்தான்.

அவனது தோற்றம், அவனது கண்ணீர் மற்றும் அவனது பரிதாபமான பார்வை இவற்றைக் கண்டு நான் நெகிழ்ந்தேன். எல்லாவற்றுக்கும் மேலாக 'ஐம்பது ரூபாய்தானே கேட்கிறான். நாளைக்கு அவன் வேலைக்கே வராவிட்டாலும் எனக்கு அவ்வளவுதானே நஷ்டம்' என்று நினைத்துக் கொண்டே பணத்தைக் கொடுத்தேன்.

ஏதோ முக்கியமான காரியம் செய்வது போல் என் அறையை விட்டு வெளியே ஓடிய அவன், அந்தக் காசில் மண்ணெண்ணெய் வாங்கித் தீக்குளித்து விட்டான்.

அவன் தனது குடும்பத்தினரைப் பழிவாங்க உயிரை விட்டுவிட்டான். அவன் ஒரு பெண்ணைக் காதலித்திருக்கிறான். ஆனால் அவனது பெற்றோர் அந்தப் பெண்ணை ஏற்கவில்லை. அவன் தனது குடும்பத்திற்கு எதிரான எதிர்ப்பைக் காட்ட தற்கொலை செய்து கொண்டான்.

இந்தத் தகவலைக் கேட்டு நான் கடும் அதிர்ச்சியடைந்தேன். ஆனால் அதை விடவும் என்னை மேலும் அதிர்ச்சிக்குள்ளாக்கியவை, முழுவதுமாக எரிந்து கிடக்கும்

போது தன் குடும்பத்தினரிடம் அவன் உதிர்த்த கடைசி வார்த்தைகள்.

தனது ஆசைக்கு தன் குடும்பம் துணை நிற்கவில்லை என்று அவர்களிடம் கூறிய அவன் தனது கடைசி ஆசையையாவது நிறைவேற்றும்படி அவர்களிடம் கேட்டிருக்கிறான்.

இதுவே அவனது கடைசி ஆசை:

"மண்ணெண்ணெய் வாங்க அனூப் சாரிடம் ஐம்பது ரூபாய் கடனாக வாங்கி இருக்கிறேன். உங்களுக்கு என்மீது கொஞ்சமாவது அன்பு இருந்தால் அதை அவரிடம் திருப்பிக் கொடுங்கள்."

பின்னர் அந்த இளைஞன் தீக்காயம் குணமாகாமலேயே இறந்து தனது குடும்பத்தை மீளாத் துயரில் முழுகடித்தான்.

மகனின் கடைசி ஆசையை நிறைவேற்ற நினைத்த அவனது பெற்றோர் என்னிடம் வந்தனர். கண்ணீருடன் அவர்கள் ஐம்பது ரூபாயை நீட்டியபோது, அந்த இளைஞனின் கடைசி ஆசையை நிறைவேற்ற நான் கனத்த மனதுடன் அதை ஏற்க வேண்டியிருந்தது.

பணம் கொடுத்த அந்த நொடியையும் நான் எடுத்த தவறான முடிவையும் இப்போதும் சபித்துக் கொண்டு தானிருக்கிறேன்.

இக்கட்டான சூழ்நிலையில் அந்த இளைஞனுக்கு உதவுவதாக நினைத்துப் பணத்தைக் கொடுத்திருந்தேன். ஆனால் அது எதிர் விளைவை ஏற்படுத்தியது. இது எனக்குப் பாடம் கற்பித்தது. நான் செய்யும் எந்த உதவியும் அந்த நபருக்கும் எனக்கும் இடையிலான விஷயமாக மட்டுமே இருக்காது என்பதை இது எனக்கு உணர்த்தியது.

இதைவிட வினோதமாக இன்னொரு சம்பவம் என் வாழ்வில் நடந்தது. யதார்த்தத்தின் எல்லையை மீறி நடந்த அந்தச் சம்பவத்தில் ஒரு குடும்பத்துக்குப் பங்கிருந்தது.

தமிழ் தொலைக்காட்சி ஒன்றில் 'சொல்வதெல்லாம் உண்மை' என்ற பெயரில் ஒரு பிரபலமான நிகழ்ச்சி இருந்தது. லட்சுமி ராமகிருஷ்ணன் நிகழ்ச்சியைத் தொகுத்து வழங்கினார்.

நிகழ்ச்சிக்கு வருபவர்கள் தங்கள் வாழ்வில் அனுபவித்த சோதனைகளை, சோகங்களை வெளிப்படுத்துவார்கள். அவர்களின் அனுபவங்கள் பார்வையாளர்களை அதிர்ச்சிக்குள்ளாக்கும் மற்றும் அவர்களின் இதயங்களைத் தொடும்.

ஒரு அத்தியாயத்தில் தொகுப்பாளினி நாற்பது வயது மதிக்கத்தக்க பெண் ஒருவரை அறிமுகப்படுத்தினார். அவர் தனது இரண்டு மகன்களுடன் வந்திருந்தார் - ஒருவருக்கு 21, மற்றவருக்கு 23 வயது. இந்த இரண்டு மகன்களும் ஒரு விசித்திரமான நோயால் பாதிக்கப்பட்டுள்ளதால் குடும்பம் எதிர்கொள்ளும் சிரமங்களைப் பற்றி அந்தப் பெண்மணி கூறினார்.

இரண்டு இளைஞர்களும் உயரமானவர்களாகவும், வலுவாகவும், நன்றாக இருப்பது போலவும் காணப்பட்டனர். ஆனால் அவர்கள் இருவரும் உடல்நிலை சரியில்லாமல் இருந்தனர். உட்காரவோ, நிற்கவோ, படுக்கவோ முடியவில்லை. அவர்களின் கைகால்கள் எல்லோருக்கும் இயல்பாக இருப்பது போல் இல்லை. அவர்களின் கைகளும் கால்களும் வளைய ஆரம்பித்திருந்தன. முதலில், ஒரு பையன் மட்டுமே பாதிக்கப்பட்டான். ஆனால் சில மாதங்களில் அடுத்த பையனும் அதே நோயால் பாதிக்கப்பட்டதற்கான அறிகுறிகள் தெரிந்தது. குடியிருக்க இடமில்லாத சிறிய குடிசையில் அவர்கள் தங்கியிருந்தனர். அதோடு அந்தப் பெண்ணின் கணவன் அவரையும் தன் குழந்தைகளையும் விட்டுவிட்டு வேறொரு பெண்ணுடன் குடும்பம் நடத்தச் சென்றுவிட்டான். இளைஞர்களைக் கவனித்துக் கொள்வதற்கும், அவர்களுக்காக சம்பாதிப்பதிலும் இந்தப் பெண் எதிர்கொள்ளும் அனைத்து சிரமங்களையும் நிகழ்ச்சி விவரித்தது. இரண்டு இளைஞர்களுக்கும் தங்க இடம் அளித்து, உரிய சிகிச்சை அளித்தால், அந்தக் குடும்பத்தைக் காப்பாற்றலாம் என கருதப்பட்டது. ஆனால் இந்த விசித்திரமான நோய் என்ன, அதன் தன்மை என்ன என்பது குறித்து எதுவும் கண்டறியப்படவில்லை.

இந்தப் பரிதாபமான கதையைக் கேட்டதும் எனக்கு வருத்தமாக இருந்தது. என்னால் அவர்களுக்கு உதவ முடியும்

என்று தோன்றியது. எனக்குத் தொகுப்பாளர் லக்ஷ்மி ராமகிருஷ்ணனை ஏற்கெனவே தெரியும் அவர் எங்களின் முதல் தமிழ் திரைப்படத்தின் இயக்குனர் (ஆரோகணம் 2012). அவரை அழைத்து அவர்களுக்கு உதவ விருப்பம் தெரிவித்தேன். அவர்களை நல்ல சிகிச்சை மையத்தில் அனுமதித்து ஆயுர்வேத சிகிச்சை அளித்தால் குணமாகலாம் என்ற எனது உணர்வைப் பகிர்ந்து கொண்டேன். பரிசோதனை மற்றும் சிகிச்சைக்கான செலவுகளை நான் ஏற்க முன்வந்தேன். நிகழ்ச்சியின் ஏற்பாட்டாளர்கள் எனது கருத்தைக் கேட்டு மகிழ்ச்சியடைந்தனர். மேலும் அவர்கள் அதை மற்றொரு அத்தியாயத்தின் மூலம் பகிரங்கமாக இந்த விஷயத்தை அறிவிக்க விரும்பினர். இந்த விஷயத்தை அந்த இரு இளைஞர்களின் தாயாரிடம் நேரலையில் சொல்ல விரும்பினர். அந்த அத்தியாயத்தை எனது அலுவலகத்தில் படமாக்க விரும்பினர். இவை எல்லாமே உடனே நிகழ்ந்தது.

நான் அந்தத் தாயிடம் இதைப் பற்றிப் பேசியபோது, "நான் சாமியைப் பார்த்திட்டேன்," என்று பயபக்தியுடன் தன் கைகளைக் கூப்பிச் சொன்னார். சிகிச்சையின் மூலம் தன் மகன்கள் நலம் பெற்று, ஆரோக்கியமான இளைஞர்களாக தன்னிடம் வருவார்கள் என்ற நம்பிக்கையை அவர் முகத்தில் காண முடிந்தது.

நாங்கள், அதாவது என் குடும்பத்தில் உள்ள அனைவரும், ஏதோ தகுதியான காரியத்தைச் செய்துவிட்டோம் என்ற மனநிறைவுடன் அன்று இரவு உறங்கினோம்.

ஆனால் மறுநாள் காலையில் நாங்கள் கேட்ட தகவல் எங்களை அதிர்ச்சிக்குள்ளாக்கியது. அன்று இரவு அந்தத் தாய் தூக்குப்போட்டு தற்கொலை செய்து கொண்டிருக்கிறார்.

தன் மகன்களின் எதிர்காலத்தைப் பாதுகாப்பதற்காக மட்டுமே அவர் வாழ்ந்திருக்க வேண்டும். அது உறுதி செய்யப்பட்ட பிறகு அவர் இனி வாழ வேண்டிய அவசிய மில்லை என்று முடிவெடுத்திருக்கலாம்.

உதவிக்கு ஆளில்லாமல் தவிக்கும் பலரையும், துணை நிற்க வேண்டியவர்களால் கைவிடப்பட்ட பலரையும் நான்

அறிவேன். எந்த நேரத்திலும் வெடித்துச் சிதறக்கூடிய எரிமலைகளைப் போன்றவர்கள் இந்தத் தாய்மார்கள். அப்படிப்பட்டவர்களுக்கு ஆதரவளிக்க வேண்டிய பொறுப்பு சமுதாயத்திற்கு உண்டு.

இந்த மக்களுக்கு உளவியல் மற்றும் பிற உதவிகளை வழங்க அரசு அதிகாரிகள் ஏற்பாடு செய்ய வேண்டும்.

இந்த அனுபவங்களின் அடிப்படையில், தனிநபர்களுக்கு உதவி வழங்குவதற்குப் பதிலாகத் தெரிந்த நிறுவனங்கள் மூலம் உதவி வழங்க முடிவு செய்தேன். நான் இப்போது "நெஸ்ட்" என்ற நிறுவனம் மற்றும் நெஸ்ட் இன்டர்நேஷனல் அகாடமி அண்ட் ரிசர்ச் சென்டர் (NIARC) ஆகியவற்றுடன் இணைந்து பணியாற்றுகிறேன். பிறவிக் குறைபாடுகள் உள்ளவர்களுக்கும், மிகவும் அரிதான நோய்களால் பாதிக்கப்படுபவர்களுக்கும் இந்த நிறுவனம் இலவச சிகிச்சை அளிக்கிறது. இது ஆசியாவின் மிகப்பெரிய தொண்டு சிகிச்சை திட்டங்களில் ஒன்றாகும். அன்பான உள்ளம் கொண்டவர்களின் பங்களிப்புகள் மூலம் இவர்களது பணி சாத்தியமாகிறது.

அந்த அம்மா தற்கொலை செய்து கொண்ட சம்பவத்தின் தொடர்ச்சியைச் சொல்லி இந்த அத்தியாயத்தை முடிக்கிறேன்.

மகன்களுக்கு நல்ல சிகிச்சையும், தங்குவதற்கு இடமும் கிடைக்கும் என்று உறுதி கிடைத்த பிறகே தனது வாழ்க்கையை முடித்துக் கொண்டார் அந்தத் தாய். அவரையும் தன் மகன்களையும் விட்டு பிரிந்து சென்றிருந்த அவரது கணவன், அவரது மரணத்தால் வேதனையும் குற்ற உணர்ச்சியும் அடைந்து அவனும் தூக்குப்போட்டு தற்கொலை செய்துகொண்டான். அவர்களை மோசமாக நடத்திய தனது செயல்களுக்கான பிராயச்சித்தமாகவே இதை அந்த நபர் செய்திருக்கக்கூடும் என்று நினைக்கிறேன்.

"தன் உள்ளத்தில் உள்ளதை மற்றவருக்குக் காட்ட,
கடவுள் மனிதனுக்கு எந்த வழியையும் கொடுக்கவில்லை."

குமரன் ஆசானின் இந்த வரிகள் எவ்வளவு உண்மையானவை.

22

ஜம்மு காஷ்மீர்-வழக்கும், சோதனையும்

பண்பட்ட சமூகங்கள் வளர்ச்சியடைவதற்குச் சட்டங்கள் ஒரு முக்கிய அடித்தளம். சட்டங்கள் இல்லையென்றாலோ அல்லது அவை ஒழுங்காகப் பின்பற்றப்படாவிட்டாலோ, அரசாங்கமே இல்லாத நிலை வந்து நாட்டில் அராஜகம் பெருகும். மனித வரலாற்றில் பாபிலோனிய பேரரசர் ஹமுராபியால் உருவாக்கப்பட்ட சட்டங்கள் தான் முதன் முதலில் உருவாக்கப்பட்ட சட்டங்கள். அவர் கி.மு 1780 - 1750 இல் வாழ்ந்தவர். 1901 ஆம் ஆண்டில் பிரெஞ்சு தொல்பொருள் ஆராய்ச்சியாளர்கள் கல்லில் செதுக்கப்பட்ட இந்த ஹமுராபி சட்டங்களை கண்டுபிடித்தனர். 282 விதிகள் கண்டறியப்பட்டுள்ளன. ஏறக்குறைய இன்றைய அனைத்து சட்ட நெறிமுறைகளும் அதன் அடிப்படையில்தான் அமைந்து உள்ளன.

ஒரு நவீன தேசத்திற்கான சட்டங்களை உருவாக்குவது எளிதான வேலை அல்ல. சுதந்திரத்திற்குப் பிறகு தேசத்தைக் கட்டியெழுப்புவதில் எதிர்கொள்ள வேண்டிய சவால்கள் குறித்து ஜவஹர்லால் நேரு ஆற்றிய உரையான 'டிரைஸ்ட் வித் டெஸ்டினி' பற்றி நாம் அனைவரும் அறிவோம். இந்தியாவின் அனைத்து மாநிலங்கள் மற்றும் யூனியன் பிரதேசங்களின் தனித்துவத்தைக் காத்துக் கொண்டே அவற்றை ஒன்றிணைப்பதைப் பற்றி அந்த உரையில் அவர் குறிப்பிட்டிருந்தார். அந்த உரையைப் பற்றி ஏன் இங்கே குறிப்பிடுகிறேன் என்றால் தேவையில்லாமல் நான் சந்தித்த ஒரு சட்டப் பிரச்னையைக் குறிப்பிட விரும்புவதால்தான்.

ஒருநாள் நான் வசிக்கும் வீட்டின் முன் ஒரு போலீஸ் ஜீப் வந்து நின்றது. இரண்டு பேர் அதிலிருந்து இறங்கி உள்ளே வந்தனர். அதுதான் பிரச்சனையின் ஆரம்பம். என் மீது ஏதோ ஒரு வழக்குப் பதிவு செய்யப்பட்டுள்ளதாக அவர்கள் சொன்னார்கள். காவல் துறையினர் என் வீட்டிற்கு வந்து விசாரிக்கும் அளவுக்குத் தவறான எந்த ஒரு சம்பவமும் நடந்ததாக எனக்குத் தெரியவில்லை. பிறகு ஏன் அவர்கள் என் வீட்டுக்கு வந்தார்கள்? அதற்கான பதிலை அவர்கள் முகத்தைப் பார்த்து மட்டும் என்னால் கண்டுபிடிக்க முடியவில்லை.

வந்தவர்களில் ஒருவர் போலீஸ் இன்ஸ்பெக்டர். மற்றவர் அவரது உதவியாளர். என் மீதான வழக்கு விவரங்கள் அடங்கிய கோப்பை அவர்கள் கொண்டு வந்திருந்தனர். ஜம்மு காஷ்மீரில் மெடிமிக்ஸ் விற்பனை செய்தது தொடர்பான வழக்கு அது. ஜம்மு காஷ்மீரில் விற்பனையாளர் ஒருவர் விற்ற மெடிமிக்ஸ் சோப்புகளுக்கு விற்பனை வரி செலுத்தத் தவறி விட்டார். அதற்காக மெடிமிக்ஸ் நிறுவன உரிமையாளரான என் மீது குற்றம் சாட்டப்பட்டது. தமிழகக் காவல்துறையும் என் மீது வழக்கு தொடர்ந்தது. என் மீது நேரடியாக நடவடிக்கை எடுக்க இரு மாநில டி.ஜி.பி.க்ளும் முடிவெடுத்திருந்தனர்.

வந்திருந்த இன்ஸ்பெக்டர் என் முன் வைத்த சில காகிதங்களில் என் கையெழுத்தைப் போட்டேன். நான் கையெழுத்திட்ட தாள்களை எடுத்துக் கொண்ட அதிகாரி என்னிடம் கேட்டார், "நீங்கள் இப்போது கையெழுத்திட்ட காகிதங்கள் என்ன தெரியுமா?"

எனக்குத் தெரியாது என்று ஒப்புக்கொள்ளக் கொஞ்சம் தயக்கமாகத்தான் இருந்தது. நான் ஒன்றும் பேசாமல் அமைதியாக இருந்தேன். எனவே அவர் என்னிடம், "நீங்கள் கையெழுத்திட்டது உங்கள் கைது வாரண்ட் மற்றும் குற்றப்பத்திரிக்கை. இதில் எழுதப்பட்டவை எல்லாம் உண்மை என்று ஒப்புக் கொண்டு உங்கள் குற்றப்பத்திரிகையில் நீங்கள் கையெழுத்து போட்டிருக்கிறீர்கள்." என்றார். இதைக் கேட்டதும் எனது மொத்த உடலும் தீப்பற்றி எரிவது போல் உணர்ந்தேன்.

எங்கள் நிறுவனம் எப்போதும் அனைத்து வரிகளையும் தவறாமல் செலுத்தும் நிறுவனம். எங்களின் பரிவர்த்தனைகள் நேர்மையாகவும் வெளிப்படையாகவும் இருக்கும். பிறகு எப்படி இது நடந்தது? நாங்கள் செலுத்த வேண்டிய தொகை ரூ.36,000. இநந்த் தொகையைச் செலுத்துமாறு அதிகாரிகள் பலமுறை நோட்டீஸ் அனுப்பியும், அவை ஏற்கப்படாமல் திருப்பி அனுப்பப்பட்டிருக்கின்றன. இதனால் கைது வாரண்ட் பிறப்பிக்கப்பட்டு எங்கள் வளாகத்தில் சோதனை நடத்தப்பட இருந்தது. உண்மையில் எங்களுக்கு அப்படி ஒரு நோட்டீஸ் வரவே இல்லை. அரசிடம் இருந்து நோட்டீஸ் ஏற்காமல் தவிர்த்த ஒரு 'மாவீரனை'ப் பிடித்து சிறையில் அடைக்க வேண்டும் என்ற அதிகாரிகளின் கோபத்தில் உருவானதுதான் அந்த நிலைமை.

ஆய்வுக்கு வந்திருந்த காவல் துறை அதிகாரிகள், நாங்கள் அளித்த விளக்கத்தில் இருந்து உண்மையை உணர்ந்து மிகவும் மனிதாபிமானமாகவும் உதவிகரமாகவும் நடந்து கொண்டனர். வரி செலுத்துவதற்குச் சிறிது கால அவகாசம் கொடுத்தார்கள். இதுதான் அவர்களால் செய்ய முடிந்த ஒரே விஷயம்.

நான் ஒரு தொழிலதிபர் மற்றும் சமூக சேவகர். சட்டங்களுக்கு மதிப்பளித்து, சட்டத்தின்படி எல்லாவற்றையும் செய்கிறேன் என்பதைக் காவல்துறை புரிந்துகொண்டது. அதனால்தான் அவர்கள் இந்த வழக்கில் ஒரு மென்மையான மற்றும் ஆதரவான நிலைப்பாட்டை எடுத்தனர்.

அந்த போலீஸ் ரெய்டு மட்டும் இன்றைக்கு நடந்திருந்தால் அதை உடனடியாக பரபரப்புச் செய்தியாக தொலைக்காட்சி சேனல்கள் முன்வைத்திருக்கும். அதை மேலும் பரபரப்பாக்க பல புதிய அம்சங்கள் சேர்க்கப்பட்டிருக்கும். "உண்மை காலணி அணிவதற்குள், ஒரு பொய் உலகத்தில் பாதியை சுற்றி இருக்கும்" என்ற பழமொழி உண்மையாகி இருக்கும். முழு உண்மையையும் மக்கள் முன் வைக்காமல், தங்களுக்குத் தெரிந்த சின்னச் சின்ன விஷயங்களை வைத்து பாதி உண்மைகளையும் பொய்களையும் அவர்கள் இஷ்டம் போல் சேர்த்துச் செய்தி வெளியிட்டிருப்பார்கள். இப்படிப்பட்ட பொது விசாரணை நடத்தும் ஊடகங்களால், பல நிறுவனங்கள் அழிவுக்கு இட்டுச் செல்லப்பட்டிருக்கின்றன.

இந்த நாடகம் அனைத்திற்கும் வழிவகுத்த உண்மைகளை நாங்கள் அறிந்தபோது, வெகுவாகத் திகைத்துப் போனோம்.

ஜம்மு காஷ்மீரில் உள்ள மெடிமிக்ஸ் விநியோகஸ்தர் ஒருவர், அரசுக்கு முறையாக வரி செலுத்தி வந்தார். இவர் பணம் செலுத்திய அதிகாரி, எங்கள் கணக்கில் சேர்க்காமல் வேறு ஏதோ கணக்கில் சேர்த்துள்ளார். அதனால் அது விற்பனை வரித்துறையின் கணக்கில் வரவில்லை. ஜம்மு காஷ்மீரில் யாரோ ஒரு அதிகாரி செய்த தவறால் என் மீது நடவடிக்கை எடுக்கப்பட்டது. வரியைக் கட்டி கைது வாய்ப்பைத் தவிர்த்தோம்; ஆனால் வாரண்ட் வாபஸ் பெறப்பட்டு வழக்கை முடிக்கப் பல மாதங்கள் ஆனது.

23

A.V.A. குழுமத்தின் பிறப்பு

ஒவ்வொரு பிறப்புக்கும் அதற்கே அதற்கான திட்டமிடலும், முன் தயாரிப்புகளும் தேவைப்படும். அந்தப் பிறப்பு ஒரு நிறுவனத்தினுடையதாக இருந்தாலும் இதுதான் உண்மை. மெடிமிக்ஸின் பிறப்பு மற்றும் அது கடந்து வந்த பாதைகளை நான் ஏற்கனவே விவரித்துள்ளேன்.

மெடிமிக்ஸைத் தயாரித்து எங்கள் நிறுவனத்தை நிறுவிய என் மாமாவும் மாமனாருமான டாக்டர் சித்தன், அசாதாரணமான புரிந்துகொள்ளும் திறனும், கண்ணோட்டமும் கொண்டிருந்தவர். தொழில், கலை, சமூக சேவை என அனைத்திலும் பிரகாசித்த மருத்துவர் அவர். அவரது மூளையில் தோன்றிய குழந்தையான மெடிமிக்ஸ் தனது குழந்தைப் பருவத்தில் இருந்து நிலையான வளர்ச்சியை அடைந்ததை ஒவ்வொரு நிலையிலும் அவரால் அனுபவிக்க முடிந்தது.

எதிர்ப்புகள், சோதனைகள் மற்றும் உயிருக்கு அச்சுறுத்தல்களை எதிர்கொண்டு மெடிமிக்ஸை வெற்றிப் பாதைக்கு அழைத்துச் சென்ற பெருமை எல்லாம் டாக்டர் சித்தனுக்கு மட்டுமே உரித்தானது.

ஒரு இக்கட்டான நேரத்தில்தான் எனது மாமா இளைய தலைமுறையினருக்கு வணிகத்தின் அனைத்துப் பொறுப்புகளையும் உரிமைகளையும் வழங்குவது பற்றி

பேசினார். 2005-ம் ஆண்டு கோட்டயம் மாவட்டத்தில் உள்ள குமரகம் என்ற இடத்துக்குக் காயல்களின் இயற்கை அழகைப் படகில் ரசிக்கச் சென்றிருந்தோம். அதன் பிறகு குட்டிகானம் சென்றோம். மலைப்பாதைகள் மூடுபனியில் குளித்த காட்சி அழகாக இருந்தது. மாமாவுக்குப் பிடித்திருந்தால் அங்கே கொஞ்சம் நிலம் வாங்கலாம் என்று யோசித்திருந்தோம். அங்கிருந்து கோட்டயம் சென்றோம். நாங்கள் திரும்பி வருவதற்கு அங்கிருந்து ரயில் டிக்கெட் முன்பதிவு செய்திருந்தோம். கோட்டயத்தில் எனக்குச் சில வேலைகள் இருந்ததால், அடுத்து வரும் ஒரு ரயிலில் எனக்கு முன்பதிவு செய்திருந்தேன். நாங்கள் முயற்சி செய்தும், எனது மாமாவுக்கு ரயிலில் கீழ்ப் படுக்கை(லோயர் பெர்த்) கிடைக்கவில்லை. அதனால் அவர் மேல் படுக்கையில்(அப்பர் பெர்த்தில்) ஏறினார். உள்ளே மிகவும் குளிராக இருந்தது. விரைவில் அனைவரும் அயர்ந்து தூங்கினர். அதிகாலை மூன்று மணிக்கு முனகல் சத்தம் கேட்டு என் மனைவி பிரியா எழுந்தார். அவர் விளக்கைப் போட்டபோது, அவரது அப்பா டாக்டர் சித்தன் சைகைகள் மூலம் எதையோ சொல்ல முயற்சிப்பதைக் கவனித்தார்.

டாக்டர் சித்தனால் சரியாகப் பேச முடியவில்லை. "மோளே" என்ற வார்த்தையை மட்டுமே அவரால் உருவாக்க முடிந்தது. டாக்டர் சித்தன் தன் மகளை அழைத்தார். தன் அப்பா வழக்கம் போல ஏதோ நடித்து விளையாடுகிறார் என்று தான் முதலில் என் மனைவி நினைத்தாள். ஆனால் சீக்கிரமே எதுவோ சரியாக இல்லை என்பதைப் புரிந்து கொண்டார். டாக்டர் சித்தனுடைய உடலின் ஒரு பக்கம் செயலிழந்திருந்தது. மாமாவால் பேசவும் முடியவில்லை. மேல் படுக்கையில் (அப்பர் பெர்த்தில்) இருந்து கீழே இறங்கவும் முடியவில்லை. அவரது நிலைமையின் தீவிரத்தை உணர்ந்து, உதவிக்கு T.T.E-யை அழைத்தாள். டாக்டர் சித்தன் ஒரு சராசரி பயணி அல்ல. ரயில்வேயின் முன்னாள் மருத்துவர் என்பதும், ஒரு முக்கியமான வி.ஐ.பி என்பதும் டி.டி.ஈ க்கு அப்போதுதான் தெரிந்தது. தகவல்கள் அனுப்பப்பட்டு, காலையில் அடுத்த ஸ்டேஷனான பெரம்பூருக்கு ரயில் வந்தபோது, உயிர்காக்கும் அனைத்து

உபகரணங்களுடன் கூடிய ஒரு ஆம்புலன்ஸும், மருத்துவர்களும் அவருக்காகக் காத்திருந்தனர்.

டாக்டர் சித்தன் மருத்துவமனையில் அனுமதிக்கப்பட்டார். பக்கவாதத்தால் பாதிக்கப்பட்டு பேசும் திறனை ஓரளவு இழந்திருந்தார். மருந்துகளுடன், பேச்சு சிகிச்சையையும் யோகாவையும் மருத்துவர்கள் பரிந்துரைத்தனர். என் மாமா இதுவரை உடற்பயிற்சிக்கும் ஓய்வுக்கும் நேரம் ஒதுக்கியதில்லை. ஆனால் இப்போதுள்ள சூழ்நிலையால் அவற்றை எல்லாம் அவர் புதிதாகத் தொடங்க வேண்டிய கட்டாயம் ஏற்பட்டது. அவரது மன உறுதியானது எங்களுக்கெல்லாம் முன்மாதிரி யானதாக இருந்தது. டாக்டர்கள் கூட அவரது அந்த மன வலிமையைப் பாராட்டினர். குணமடைவதிலும், கடுமையான நோய்களைத் தடுப்பதிலும் ஒருவரின் மன வலிமை முக்கியப் பங்கு வகிக்கிறது. மன வலிமையும் உடல் வலிமையும் ஒன்றையொன்று நிறைவு செய்கின்றன.

நாங்கள் அனைவரும் எதிர்பார்த்தது போல் என் மாமாவின் உடல்நிலை குணமடையத் தொடங்கியது. அவர் சக்கர நாற்காலியில் நகர்ந்து செல்லும் அளவுக்கு வலிமையாக மாறிய பிறகு, அவர் எங்கள் பண்ணை வீட்டிற்குச் சென்று அங்குள்ள தாவரங்கள், வீட்டு விலங்குகள் மற்றும் பறவைகள் தொடர்பான அனைத்து விஷயங்களையும் மேற்பார்வையிட ஆரம்பித்தார்.

இந்த நேரத்தில்தான் அவர் வணிக நலன்கள் தொடர்பான முடிவை எடுத்தார். தான் தொடங்கிய தொழிலை மேலும் வளர்ச்சியடையச் செய்ய நன்கு யோசித்து ஒரு முடிவை எடுத்தார். நிறுவனங்களை இரண்டு குழுக்களாகப் பிரித்தார். தென்னிந்தியாவில் உள்ள நிறுவனங்களின் பொறுப்பை ஏற்கும்படி அவர் எனக்கு அறிவுறுத்தினார். அவரது மகன் பிரதீப்பிடம் இந்தியாவின் பிற பகுதிகளிலும், வெளிநாடுகளிலும் உள்ள வணிகம் ஒப்படைக்கப்பட்டது. இதன் மூலம் நாங்கள் வெளிப்படையாக முடிவுகளை எடுக்க முடிந்தது. இப்போது நான் இதை யோசித்துப் பார்க்கும்போது, எதிர்காலத் திட்டத்துடன் சரியான முடிவை எடுத்த என் மாமாவுக்கு நான் இன்னும் அளப்பரிய

நன்றிக்குரியவனாகிறேன். ஒவ்வொரு நாளும் கடக்கும்போது அந்த நன்றியுணர்வு இன்னும் ஆழமாகிக் கொண்டே போகிறது.

இந்தப் பிரிவு இரு குழுக்களின் வளர்ச்சிக்கும் உதவியது. நாங்கள் இருவரும் எங்கள் சொந்த நிறுவனங்களின் வெற்றிகரமான தலைவர்கள் ஆக இருக்கிறோம். ஏவிஏ குழுமம் 2007 முதல் மெடிமிக்ஸ், மேளம் மசாலா மற்றும் சஞ்சீவனம் ஆகியவற்றைக் கையாண்டு வருகிறது.

24

எதிர்காலம்

'முழுமை என்பது மாயையே'
'பௌர்ணமிக்கும் கறை உண்டு;'
'முழுமையற்றதாக இருக்கவே உலகம் உருவாக்கப்பட்டிருக்க வேண்டும்.'

இந்த வார்த்தைகள் என் மனதில் எப்போதும் எதிரொலிப்பவை.

இரண்டு வெவ்வேறு நூற்றாண்டுகளில் வாழும் பாக்கியம் எனக்குக் கிடைத்துள்ளது.

மனிதகுலம் அடைந்துள்ள அறிவியல் மற்றும் தொழில்நுட்ப முன்னேற்றத்திற்கு நான் சாட்சியாக மட்டும் இருக்கவில்லை, அதில் ஈடுபடவும் செய்திருக்கிறேன். எனக்கு நிறைய அனுபவங்கள் உண்டு. அந்த நினைவுகளில் ஒரு சிறு பகுதியைத் தான் இந்தப் புத்தகத்தில் குறிப்பிட்டுள்ளேன். இன்னும் நிறைய எழுத விரும்புகிறேன். எழுதப்பட்ட வார்த்தைகளாக வெளிவரக் காத்திருக்கும் எண்ணங்கள் ஏராளம் உள்ளன.

அப்படி எழுதப்படும் அந்தப் புத்தகம் என் மாமா டாக்டர் சித்தனின் வாழ்க்கைச் சரிதமாக இருக்கும். அவரது கனவுகளை ஓரளவு நிறைவேற்ற முடிந்ததற்கு நான் நன்றியுள்ளவனாக இருக்கிறேன். மெடிமிக்ஸ் இப்போது 55-ஆம் வருட நிறைவு விழாவைக் கொண்டாடி வருகிறது. கடந்த 41 ஆண்டுகளாக நான் அதனுடன் இருக்கிறேன். என்னுடன் இருந்தவர்களின் மகிழ்ச்சியே என் மகிழ்ச்சி. எனது நோக்கம் பொருளை விற்றுப் பணத்தை அதிகரிப்பது மட்டும் அல்ல; இதுவரை மெடிமிக்ஸ் பெற்ற நல்ல பெயரைத் தக்க வைக்க வேண்டும் என்பதே எனது கனவு.

என்னுடன் கால் நூற்றாண்டுக்கும் மேலாகப் பணிபுரியும் சக ஊழியர்கள் உள்ளனர். அவர்களின் மகிழ்ச்சி, அவர்களின்

குடும்பத்தின் வாழ்க்கைத் தரத்தை மேம்படுத்துதல், அவர்கள் குழந்தைகளுக்கு நல்ல கல்வியை வழங்குதல் - இவை அனைத்தும் எனக்கு மகிழ்ச்சியைத் தரும் விஷயங்கள். இப்போது மெடிமிக்ஸ் குடும்பம் என்பது எங்களோடு அனைத்துத் தொழிலாளர்களும் அடங்கிய அன்பான உறவு. திடீரென்று மெடிமிக்ஸை விரிவுபடுத்தினால், புதிய பணியாளர்கள் வருவார்கள், மெடிமிக்ஸ் குடும்ப உறுப்பினர்களிடையே இப்போது நாங்கள் அனுபவிக்கும் அனுசரணையான உறவு இல்லாமல் போகலாம். அப்படி நடக்க நான் விரும்பவில்லை.

இப்போது எங்கள் வணிகம் மாற்றத்தின் கட்டத்தில் உள்ளது. புதிய தலைமுறை பொறுப்புக்கு வர இருக்கிறது. புதிய முயற்சிகளில் அவர்களின் புத்திசாலித்தனம் மற்றும் அறிவு ஒருங்கிணைக்கப்பட வேண்டியது மிகவும் அவசியம்.

பெரியவர்கள் காட்டிய வழியைப் பின்பற்றி, புதிய தலைவர்கள் நிறுவனங்களை மேலும் பெருமைக்கு அழைத்துச் செல்வார்கள் என்று நம்புகிறேன். அறிவும், தொலைநோக்குப் பார்வையும் சமுதாய வளர்ச்சிக்குப் பயன்படுத்தப்பட வேண்டும் என்பதை அவர்கள் உணர்ந்துள்ளனர்.

நடிப்பில் இன்னும் தீவிரமாக ஈடுபட முடிவு செய்துள்ளேன். சமீபத்திய மலையாளப் படமான 'அச்சனோரு வாழ வெச்சு' படத்தில் முழு நீள வேடத்தில் நடித்தேன். அதில் எனக்குக் கிடைத்த பாராட்டும் ஊக்கமும், சினிமாவில் மேலும் ஈடுபடத் தூண்டுகிறது. எனது அனுபவத்தையும் திறமையையும் சினிமா துறையில் அதிகம் பயன்படுத்த விரும்புகிறேன். அனைத்து மாற்றங்களும் ஆக்கபூர்வமான முயற்சியால் தூண்டப்படுகின்றன என்று நான் நம்புகிறேன்.

இந்தப் புத்தகத்தின் சாராம்சம், நீண்ட காலமாக என் மனதில் நீங்காமல் இருக்கும் பல விஷயங்களின் வெளிப்பாடு. இது என் வாழ்க்கையின் ஒரு பகுதி என்று என்னால் கூறமுடியாது. இந்த எழுத்தை எனக்கும் நான் வாழும் சமூகத்திற்கும் உள்ள இயல்பான இணைப்பாகவே நான் பார்க்கிறேன். அதிக அலங்காரங்கள் இல்லாமல் நடந்ததை விவரிக்க முயற்சித்திருக்கிறேன். இந்தப் பணியை மனநிறைவுடன் முடித்ததில் மகிழ்ச்சி அடைகிறேன்.